இணையுமோ நம் இதயம்

சஹானா ஹரிஷ்

ISBN 979-888521780-4

பொருளடக்கம்

1

மும்பை மாநகரம், காலை கதிரவன் தன் செந்கதிர்களை மெல்ல எழுப்பி கொண்டிருந்தான்.. அதை ரசித்தவாறு தன் தந்தையுடன் நடை பயிற்சி செய்துக் கொண்டிருந்தாள் நம் நாயகி அகலிகா.. 24 வயது மங்கை பெயருக்கேற்றப்போல் கண்களில் பிரகாசம் மின்ன வளைய வருபவள், அழகின் மறு உருவமோ என்று எண்ணும் அளவிற்கு இருந்தாலும் தன் லட்சியம் ஒன்றையே சிந்தையில் ஏற்றி வாழ்ந்து கொண்டிருப்பவள்..

சந்திரன், அகலிகாவின் தந்தை தமிழ்நாட்டில் இருந்து குடியேறி மும்பையில் ஏற்றுமதி இறக்குமதி தொழில் செய்பவர், விரல் விட்டு எண்ண கூடிய இந்தியாவின் பணக்காரர்களில் ஒருவர்.. ஆனால் பண செறுக்கு என்றும் இருந்ததே இல்லை.. தன் பிள்ளைகளின் சந்தோஷமே முக்கியம் என்ற கொள்கையோடு வாழ்ந்து வருபவர்..

வெண்ணிலா, நாயகியின் தாய்.. பெயருக்கேற்ப மாசில்லா அழகுடையவர்.. கல்லூரி படிக்கும் காலத்தில் சந்திரன் மீதுள்ள காதலினால் வீட்டை எதிர்த்து அவரை கரம்பிடித்தார் சில காலம் ஏற்காமல் பின்னர் அகலிகா பிறந்ததும் சேர்த்து கொண்டார்கள்.

நீலிமா, அகலிகாவின் தங்கை முதுகலை பட்டம் முதலாமாண்டு படித்து கொண்டிருக்கிறாள்.

அவர்கள் குடும்ப கதை போதும் என்று எண்ணுகிறேன்..

சந்திரன், "அகிம்மா அம்மா உனக்கு மாப்பிள்ளை பார்த்து வச்சி இருக்காலாம்.. அவங்க சொந்தமாம் பையன் அமெரிக்காவில் நல்ல வேலையில் இருக்கானாம் ஒரே பையன் உனக்கு எந்த தொல்லையும் இருக்காது பைனோட அப்பா அம்மா கூட ரொம்ப நல்லவாங்களாம்.. நீ என்னடா சொல்ற?" என்று கேள்வியோடு அவள் முகம் நோக்கினார்.

அவளோ கடலின் அழகில் தன்னை தொலைத்து நின்றிருந்தாள்.

சந்திரன், "அகி நான் பேசினத காதுல வாங்கினீயா இல்லையா?"

அகலிகா," கேட்டேன் அப்பா.. பட் எனக்கு இன்டிரெஸ்ட் இல்லை.. கிவ் மீ சம் டைம் எனக்கு பிடிச்சவன் ஏற்கனவே பிறந்து இருப்பான்.. சோ டோன்ட் ஒவ்ரி வாங்க வீட்டுக்கு போகலாம்" என்று அதோடு அந்த பேச்சுக்கு முற்று புள்ளி வைத்தாள்.

வீடு வந்து சேர்ந்ததும் வெண்ணிலா அவர்களை பிடித்துக் கொண்டார்.

வெண்ணிலா, "என்னங்க இவ கிட்ட பேசினீங்களா? அவங்க இப்ப கூட கால் பண்ணாங்க.. இவ என்ன சொன்னா?"

அகலிகா," ஹும் இப்போதைக்கு வேண்டாம்னு சொன்னேன் போதுமா.. எனக்கு வேலைக்கு டைம் ஆச்சு இன்னைக்கு மீட்டிங் வேற சீக்கரம் பிரேக்பாஸ்ட் எடுத்து வைம்மா" என்று சிட்டாய் பறந்தாள்.

வெண்ணிலா," என்னங்க இவ இப்படி சொல்லிட்டு போறா? இவளுக்கு அடுத்து ஒரு பொண்ணு இருக்கால நாம அவளையும் பார்க்க வேண்டாமா? "என்று சராசரி தாயின் கவலை அவர் மனதிலும்.

சந்திரன்," நிலா அவ ஒன்னும் சின்ன குழந்தை கிடையாது நல்ல வேலையில இருக்கா நல்ல புத்திசாலி பொறுமை இருக்கு எதையும் தெளிவா யோசிச்சி செய்யுற மனப்-பக்குவம் இருக்கு. இவளுக்குன்னு புதுசா யாரும் பிறக்க போறது இல்லையே.. கவலையை விடு எல்லாம் நம்ம குல தெய்வம் பார்த்துப்பாரு"

அதற்குள் வேலைக்கு தயாராகி வந்தவள் அம்மா டிபன் ரெடியா? டைம் ஆச்சு.

நிலா, "ஒரு ஐந்து நிமிடம் இரும்மா தோசை வார்த்து தரேன்"

அகலிகா," உன்னோட தோசையை நீயே சாப்பிடு, நான் போற வழியில பார்த்துக்கிறேன் டிபன் பண்ணாம வெட்டி கதை பேசிட்டு இப்ப வந்து அக்கறை இருக்கா மாதிரி சொல்றது போம்மா" என்று ஒடி விட்டாள்.

தொல்லியல் துறை அலுவலகம்.. மீட்டிங் அறை.. அகலிகாவின் மேலதிகாரி மற்றும் உடன் பணிபுரிபவர்கள் என அனைவரும் இவள் வருகைக்காக காத்திருந்தனர். பத்து நிமிடம் கழித்து வந்து சேர்ந்தாள்.

ரிஷி, அவள் மேலதிகாரி, வயது 29 வேலை-யில் கண்டிப்பானவன், ஆறடிக்கும் குறையா-மல் வயதிற்கே உரிய கம்பீரத்துடனும் ஒரு வசீகர சிரிப்புடனும் வலிய வருபவன், எத்-தனை பெண்களை கடந்து வந்தாலும் அவனுக்கு அகலிகா மேல் ஈர்ப்பு அதிகம் அதை

அவளிடம் சொல்லியும் விட்டான் ஆனால், அவளுக்கு விருப்பம் இல்லை என்று தெரிந்ததும் விலகி விட்டது போல் நடித்து கொண்டிருந்தான்.

சரி விசியத்திற்கு வருவோம்..

ரிஷி, "காய்ஸ் நாம புதுசா ஒரு இடத்திற்கு போக போறோம் அது இந்த ஸ்டேட் இல்ல தமிழ்நாடு.. அங்க இருக்க ஆபிசர்ஸ் இந்த ப்ராஜெக்ட எடுத்ததுக்கு அப்பறம் வீடு திரும்பவே இல்லையாம் அண்ட் மோர் ஓவர் அவங்க இறந்ததற்கான அடையாளம் கூட இல்லையாம்.. சோ கவர்மென்ட் ஆப் தமிழ்நாடு இந்தியா முழுக்க இருக்க தமிழ் ஆபிசர்ஸ் எல்லாரையும் பற்றி விசாரிச்சி நம்ளோட டீம்ம ஹெல்ப்க்கு கூப்பிட்டு இருக்காங்க.. அண்ட் ஒன் மோர் திங் நாம அங்க இருக்க டீம் லீடர்ஸ்க்கு அசிஸ்டெண்ட் தான் பீகாஸ் தே ஆர் வேல் எக்ஸ்பிரியண்ஸ்டு.. ஐடியா கொடுக்கலாம் பட் முடிவு அவங்க கையில இஸ் இட் கிளியர்?"

அகலிகா, "அப்படி எதுக்காக நாம அங்க போய் வேலை செய்யனும்.. இங்கயே நமக்கு நிறைய வேலை இருக்கே?"

ரிஷி," சொல்றேன்.. நாம கண்டுபிடிக்க போக போறது ஒரு கோவில் தான் ஆனால் ஆயிரத்தி ஐநூறு ஆண்டு பழமையான முருகன் கோவில்.. அந்த முருகர் சாதாரணமானவர் இல்லை பல அற்புதங்களை நிகழ்த்தியவர், தன்னை நம்பி வரும் உன்னதமான காதல் மனங்களை சேர்த்து வைத்துள்ளாராம். அவர் கையில் இருந்த வேல் நவரத்தினங்களால் ஆனது.. வேல் அர்ச்சனை செய்து அதை தீய சக்திகளை நோக்கி காண்பித்தாலே போதுமாம் அவை

அழிந்து விடுமாம்.."

அகலிகா, "சரி இவ்வளவு சக்தி வாய்ந்த கோவில் எங்கு மாயமாய் மறைந்தது? அந்த வேல் எங்கே? யாராவது திருடர்கள் சிலையை-யும் வேலையும் கொள்ளை அடித்து இருப்பார்-கள்.. அதை வேறு நாட்டிற்கு ஏற்றுமதி செய்து பெரும் லாபம் பார்த்து இருப்பார்கள். இதற்காக நாம் நம்முடைய நேரத்தை வீணாக்க வேண்-டுமா?"

தனுஜா (அகலிகாவின் தோழி, உடன் பணிபு-ரிபவர்) ஆமாம் சர் எனக்கு கூட அகி சொல்றது கரெக்ட்டா தோணுது.

ரிஷி, " சீ ஐ அம் யூவர் சூப்பரியர் ஆபிசர் ஓபே மை ஆர்டர்.. வீ ஆர் கோயிங் டூ கந்த-புரம். எவ்ரி ஒன் கோ பேக் டு யூவர் வொர்க்" என்றான் சற்றே காட்டமாக.

அவர்கள் சென்றதும் 'அந்த ஊர் பெயர் கேட்-டதிலிருந்து எனக்குள்ள ஏதோ இனம் புரியாத கோபம்.. யாரையோ பழி வாங்க காத்திருக்கும் போன்ற உணர்வு. அது ஏன் என்று தெரிய-வில்லை ஆனால் அங்கே சென்ற பிறகு பல நாட்களாக எனக்குள் வரும் பிம்பத்திற்கு விடை கிடைக்கும் என்று நம்புகிறேன்' என்று தனக்-குள் சொல்லி கொண்டான் ரிஷி.

அதன்பிறகு அவர்கள் அனைவரும் மற்ற வேலைகளை கவனித்து இருக்க, ரிஷி தனு-விடமும் அகிலிகாவிடமும் மன்னிப்பு கேட்டு விட்டு இன்னும் சில தகவல்களை சொன்னான்.

ரிஷி, "அகி நீ நினைக்கிறா மாதிரி இது ஒன்னும் விளையாட்டு இல்ல அந்த கோவில் இருந்த இடம் இப்ப கண்டுபிடிக்க முடியலை-யாம், கோவில் இருக்கும் இடத்தை அனு-மானிச்சி சுத்தம் பண்ணிட்டு மறுநாள் வந்து

பார்த்தா முன்னாள் எப்படி இருந்ததோ அதே மாதிரி ஆகிடுன்னு சொன்னாங்க.. அக்ஜுவலி அந்த கோவில் வாசல்ல ஒரு காதல் ஜோடி சேர முடியாம இறந்ததாகவும் அவங்க கடவுள் கிட்ட நாங்க மறுபிறப்பு எடுத்து வந்து உன்னை காணும் வரை யார் கண்ணுக்கும் புலம்படாமல் இருக்க வேண்டும் என்று வரம் வாங்கி கொண்டு இறந்து விட்டனராம். அவர்கள் ஆசைப்படி அவரும் யார் கண்ணுக்கும் தெரி-யாமல் மறைந்து விட்டதாக குறிப்புகள் சொல்-லப்படுது" என்றதும் அகலிகா வயிற்றை பிடித்து கொண்டு சிரிக்க ஆரம்பித்தாள்.

அகலிகா, "என்ன ரிஷி இதெல்லாம் நீ நம்ப-றீயா? கடவுள் அதுவும் சக்தி வாய்ந்தவர் ஒரு காதல் ஜோடிக்காக மறைஞ்சி போய்டுவாரா? அப்படியே இருந்தாலும் அவங்க எப்ப மறுபி-றவி எடுக்கறது அந்த கோவிலை எப்ப கண்டு-பிடிக்கிறது? இதெல்லாம் இந்த காலத்தில் சாத்-தியமா?"

ரிஷி," ஏன் சாத்தியமில்லை? நம்ம வீடு-கள்ள நம்ம தாத்தாவோ இல்ல பாட்டியோ மறுபடியும் குழந்தையா பிறக்குறாங்கனு சொல்றது இல்ல அவங்களோட 99%அக்டிவி-டிஸ் மேட்ச் ஆகுறது இல்ல அப்படி தான் இதுவும்.. அண்ட் நான் சொன்ன அந்த காதல் ஜோடி முருகர் மேல பக்தி அதிகம் ஒன்னா சேர்ந்து பூஜை பண்ண வந்த போது இறந்ததாக சொல்றாங்க"

அகலிகா, "சரி ரிஷி நான் நம்புறேன்.. பட் நீ சொன்னா மாதிரி அவங்க முருக பக்தர்கள் என்னும் போது ஏன் அவங்கள காப்பாற்ற வரல? சாக விட்டுட்டு அப்பறம் என்ன வரம்? தன் பக்தர்களை காப்பாற்றாமல் ஏன் இருந்-

தாரு?"

ரிஷி," மே பீ அது தான் அவங்க விதியா இருந்து இருக்கும். சரி ஓகே டுமாரோ பீ ரெடி உன்னுடைய கேள்விகளுக்கு பதில் அங்க கிடைக்குதான்னு பார்ப்போம்"

இரவு உணவு முடித்து விட்டு அனைவரிட-மும் அவள் பயணத்தை பற்றி சொல்லிவிட்டு அசதியின் காரணமாக தன்னறையில் படுக்கை-யில் விழுந்ததும் நித்திரா தேவி அவளை ஆர தழுவாமல் இருந்தாள், மனக்கண்ணில்,

'தேவி அகலிகை என் கரத்தினை விடுங்கள் காலம் தாழ்த்ததீர்கள் ஆலய பணிக்கான நேரம் கடக்கிறது.. வேலுக்கான அர்ச்சனைகளை செய்ய வேண்டும் வடக்கு திசையில் அரக்கர்க-ளின் அட்டகாசம் தாளவில்லை அவர்களை நம் சேவற்கொடியோன் ஆசிர்வாதத்துடன் வேல் கொண்டு அழிக்க வேண்டும்.. சிறு பிள்ளை போல் அடம் செய்யாமல் நாட்டின் இளவ-ரசியாய் செயல்படுங்கள் என்று ஒரு குரல் அவளின் மனதுக்குள் ஓடியதும் அலறியபடி சுற்றும் முற்றும் பார்த்தாள் அகலிகா.

'அகி என்ன இது? யார் அவன்? அந்த காட்சி-யில வந்த பொண்ணு எப்படி என்ன மாதிரியே இருக்கா? அதுவும் ராணி உடையில? அந்த ஆண் யார்? அவனை பார்த்தா ராஜா மாதிரி இல்லையே? என்று குழம்பி கொண்டிருந்தவள் ஒரு முடிவுடன்' ச்சே இந்த ரிஷி என்ன என்-னவோ கதை சொல்லி இப்ப அதே நியாபகமா இருக்கு' என்று சமாதானம் சொல்லி கொண்-டாள்.

பாவம் அவன் சொன்னது போல் அவளுக்கு காட்சி மனக்கண்ணில் வரவில்லை என்று அவள் யோசிக்க மறந்து விட்டாள்.. விதி யாரை

விட்டது.. பொறுத்திருந்து பார்ப்போம்..

2

மறுநாள் காலை மும்பையில் இருந்து கந்தபுரம் நோக்கி பயணத்தை தொடங்கினார்கள் அனைவரும். ஒவ்வொருத்தரும் ஒவ்வொரு மனநிலையில் இருந்தனர் அகலிகா' மனக்கண்ணில் வந்த அந்த ஆண் யார் என்று யோசித்துக் கொண்டு இருந்தாள் இத்தனை வருடங்களில் தனக்கு இப்படி ஒரு காட்சி வந்ததே இல்லை.. இப்பொழுது மட்டும் ஏன் இப்படி நான் அவன் பின்னே காதல் என்று அலைந்தேனா? அது நான் தானா? எதனால் இப்படி என் மனது குழம்பி தவிக்கிறது?' என்று எண்ணியப்படி ஜன்னலை பார்த்தவாறு பயணத்தை தொடர்ந்து கொண்டு இருந்தாள்.

ரிஷியின் மனதில், 'அந்த ஊரின் பெயரை கேட்டதிலிருந்து ஏன் என் மனதில் பழி உணர்வு எழுகிறது? யாரையோ கொல்லும் எண்ணம் வருகிறது? என் கனவில் வரும் அந்த உருவம் யார்? எந்த தெய்வத்தின் காலடியில் நான் வெட்டுண்டு கிடக்கிறேன்? இப்பொழுது இருக்கும் என் உருவம் அது இல்லையே? கடவுளே என்னை காப்பாற்று' என்று மனதார வேண்டி கொண்டான்.

தனுஜாவிற்கோ உயிர் பயம் தொற்றி கொண்டது.. இரவிலிருந்து தன்னை யாரோ

கத்தியில் குத்துவது போல கனவு வந்தது..

இவ்வாறு அனைவருக்குமே கனவு எதையோ உணர்த்த நினைக்க அதை சரிவர உணர முடி-யவில்லை..

இரயில் பயணம், இரண்டு நாட்கள் கழித்து கந்தபுரம் தங்களை அன்புடன் வரவேற்கிறது என்ற பெயர் பலகை அவர்களை வரவேற்றது..

கந்தசாமி, "வாங்க சர், வாங்க மேடம் நான் கந்தசாமி தான் உங்க டீம்க்கு டிரைவர். போக-லாமா?"

ரிஷி," ஆங் போகலாம் அண்ணா"

அனைவரும் முதலில் சென்றது அரண்மனை போன்ற ஒரு வீட்டிற்கு.

ரிஷி, " இது யார் வீடு? இங்கே ஏன் கூட்-டிக்கிட்டு வரீங்க?"

கந்தசாமி," சர் இது இந்த ஊர் பணக்காரர் வீடு பெயர் ராஜேந்திர பூபதி அவங்க பரம்பரை மன்னராக இருந்தாங்களாம்.. இப்ப நீங்க கண்-டுபிடிக்க வந்து இருக்கீங்களே அந்த கோவில் இவங்க பரம்பரை கோவில், குல தெய்வம்.. இவங்க தான் கவர்மென்ட் கிட்ட மனு குடுத்து இந்த கோவிலை கண்டுபிடிக்க சொன்னாங்க.. இவங்களுக்கு இருக்க சொத்து இன்னும் நாலு தலைமுறைக்கு தாங்கும் இவங்க நினைச்சி இருந்தா புதுசா ஒரு கோவில் கட்டி இருக்க-லாம் ஆனால் அந்த கோவில் கிடைச்சா பல உண்மைகள் தெரியவரும்னு சொல்றாங்க.. பழைய அரண்மனை காலப்போக்குல சிதிலம-டைந்து போனதுனால அதைப் புதுப்பிச்சி கட்டி இருக்காங்க கருகல்ல கட்டினதுனால கொஞ்-சமா தான் பாழா போயிருந்தது.. பழைய அரண்-மனையோட சாயல் அப்படியே தான் இருக்-குன்னு சொல்லுவாங்க"

அகலிகா, "உண்மையா? அப்படி என்ன உண்மை மறைஞ்சி இருக்கு? எனக்கு தெரிஞ்சி அந்த சிலைய யாராவது கடத்திக்கிட்டு போயி விற்று இருப்பாங்க.. நீங்க தான் அது கிடைக்-கும்னு நம்பிட்டு இருக்கீங்க" என்றாள் சற்றே ஏளனமாய்.

கந்தசாமி," மேடம் நீங்க தப்பா புரிஞ்சிக்கிட்டு பேசுறீங்க.. நான் இந்த ஊர்காரன் ஏன் பரம்பரை பரம்பரையாக இந்த ஊர்ல தான் வாழ்ந்துட்டு வரோம்.. மன்னராட்சில இருந்தப்போ என் கொள்ளு தாத்தா போர்வீரரா இருந்து இருக்-காரு.. அந்த கோவில் மறைஞ்சி போறத அவர் கண்ணால பார்த்து இருக்கார்.. சும்மா ஏனோ தானோனு பேசாதீங்க மேடம்.."என்றார் சற்றே காட்டமாக.

ரிஷி, "ஏய் கூல் காயிஸ்.. சாரி அண்ணா அவ இப்படி தான் கடவுள் பக்திலாம் கிடை-யாது.. ஆனா கடவுள் இல்லன்னும் சொல்ல மாட்டா" என்று அவரை தெளிவாய் குழப்பி-னான்.

கந்தசாமி," நல்லா குழப்புறீங்க.. சரி வாங்க உள்ள போகலாம் எவ்வளவு நேரம் தான் இங்-கயே நிற்பீங்க.."

அனைவரும் அரண்மனை உள்ளே சென்-றனர்.. அந்த அரண்மனையின் பிரமாண்டம் மூவரையும் ஸ்தம்பிக்க வைத்தது. முற்றிலும் பளிங்கு கற்களால் ஆன தரைகள், தேக்கு மரத்-தில் செய்யப்பட்ட தூண்கள், பழங்கால அலங்-கார விளக்குகள், கலைப்பொருட்கள், ஓர் அறைக்கும் இன்னொரு அறைக்கும் இருக்கும் இடைவெளியை கடப்பதற்கு குறைந்தது பத்து நிமிட நடை,ஒவ்வொரு அறையும் ஒரு சிறிய மைதான அளவில் இருந்தது.. இதையெல்லாம்

பார்த்து கொண்டு ரிஷியும், தனுவும் அரண்மனை பிரமாண்டத்தில் லயிக்க அகலிகாவிற்கு மட்டும் மிகவும் பழகிய இடம் போன்ற உணர்வு ஒவ்வொரு இடமும் அவளுக்கு துல்லியமாக தெரிந்தது.

அகலிகா கந்தசாமியிடம் அண்ணா "இங்க ஒரு சின்ன குளம் இருந்ததே என்ன ஆச்சு?"

கந்தசாமிக்கு ஆச்சரியம் அவரே அக்குளத்தை சிறு வயதில் அதுவும் தண்ணீர் இன்றி பார்த்ததோடு சரி.. இப்பெண் இப்பொழுது தான் இங்கே வருகிறாள்.. ஆனால் இவங்கள எங்கையோ பார்த்தா மாதிரி இருக்கே என்று யோசித்தவருக்கு ஞாபகம் வரவில்லை. அதற்குள் அகலிகா மறுபடியும் கேட்கவே.. "ஆங் மேடம் அந்த குளம் இப்ப இல்லை.. தண்ணீர் இல்லாம வறண்டு போயி இருந்ததுனால குளத்தை மூடி அது இருந்த இடத்துல இப்ப ஒரு தோட்டம் இருக்கு வரீங்களா பார்க்கலாம்" என்றார்.

அகலிகா, "ஆங் போகலாம் அண்ணா, ஆமா ஏன் அரண்மனையில யாரும் இல்லை?"

கந்தசாமி," அவங்களாம் பக்கத்துல இருக்க கோவிலுக்கு போயி இருக்காங்க மேடம்.. நீங்க வந்தா கூட்டிக்கிட்டு வந்து வெயிட் பண்ண சொன்னாங்க அவங்களாம் வர டைம் தான் நீங்களாம் குளிச்சிட்டு வாங்க சாப்பிடலாம்"

" ப்ளீஸ் அந்த குளம் இருந்த இடத்துக்கு போயிட்டு வரலாம்.. அதுக்கு அப்பறம் சாப்பிடலாம்"

சரி என்று அவள் மட்டும் அவருடன் சென்றாள் மற்ற இருவரும் மாடியில் தங்களுக்கென்று ஒதுக்கப்பட்ட அறைக்கு சென்று விட்டனர்.

பின் பக்கம் உள்ள தோட்டத்திற்கு வந்ததும் அகலிகாவின் மனதில், ‘தேவி இது என்ன விளையாட்டு நான் உங்கள் சேவகன், இந்த நேரத்தில் அதுவும் அந்தபுர தோட்டத்தில் அதுவும் நீங்கள் நீராடும் வேலையில் நான் இங்கு இருப்பது உசிதம் ஆகாது. எவரேனும் கண்டால் என் தலை மண்ணில் விழுவது உறுதி என்று அவளிடம் இருந்து தப்பிக்க எண்ணினான் அவன்’

அவளோ "சேனாதிபதி அவர்களுக்கு பயம் என்று ஒன்று உண்டோ? அது தங்களுக்கு அழகல்லவே.. எதிரிகளின் சிம்ம சொப்பனமாக விளங்கும் இந்நாட்டின் சேனாதிபதி நிமலேந்திரர் அடுத்தவரை கண்டு அஞ்சுவதா? வியப்பாக உள்ளது" என்று ஏளனம் செய்துக் கொண்டிருந்தாள்.

"தேவி விலகி நில்லுங்கள் நான் நீங்கள் அழைத்ததின் காரணம் கேட்கவே அந்தபுரம் வந்தேன்.. நீங்கள் என் கரம் பற்றி இவ்விடம் அழைத்து வந்து இருப்பது அரசருக்கு தெரிந்தால் என்னை நாடு கடத்தி விடுவார்" என்று அவளை குளத்தில் தள்ளி விட்டு சென்று விட்டான் அவளின் சேனாதிபதி.

"இந்த ஒதுக்கம் தான் உங்கள் பின்னால் பித்துபிடித்து அலைய வைக்கிறது என் செல்ல இந்திரா."

காட்சிகள் கந்தசாமியின் குரலால் மறைய திடுக்கிட்டு அவ்விடத்தை விட்டு குழப்பத்துடனே நகர்ந்து அவளின் அறைக்குள் நுழைந்தாள் அகலிகா.

‘என்ன இது யாரின் பின்னால் நான் இப்படி அலைந்தேன்? ஒரு இளவரசி போல் இருக்கும் அந்த பெண் நானா? பார்ப்பதற்கு என்னை

போலவே இருக்கிறாளே!! அது நானாக இருப்பின் அந்த என்ன பெயர் ஏதோ ஒரு பெயர் சொன்னேனே!! சட்டென ஞாபகம் வரவில்லையே என்று எண்ணி கொண்டிருந்தவனின் சிந்தனையை கலைத்தது ஜன்னலில் கீரிச் சத்தம்.

எழுந்து சென்று பார்த்தவள் ஒன்றும் அகப்படாமல் போகவே ஜன்னலை தாழிட்டு விட்டு குளிக்க சென்று விட்டாள்.

அங்கே ஓர் குரூர உருவம் நின்றதை அவளால் கவனிக்க முடியவில்லை.

மூவரும் குளித்து விட்டு உணவருந்த கீழே வந்தனர்.. இவர்கள் மூவரும் வருவதற்கும் ராஜேந்திர பூபதி, அவரின் மனைவி சந்திரகலா தேவி மற்றும் அவரின் இரண்டாவது மகன் தேவேந்திர பூபதி சுருக்கமாக தேவ் மூவரும் வந்தனர்.

கந்தசாமி, "ஐயா இவங்க தான் புதுசா வந்து இருக்க ஆபிசர்ஸ்.

ராஜேந்திர பூபதி," வாங்க, சாப்பிட்டீங்களா?"

ரிஷி, "இன்னும் இல்ல சர், இப்ப தான் வந்தோம்.. நான் ரிஷி இதோ இவங்க இரண்டு பேரும் என்கூட வேலை பார்த்து கொண்டு இருக்கவங்க.. இவங்க தனுஜா, இவங்க அகலிகா" என்று தன்னை அறிமுகப்படுத்திக் கொண்டு அவர்களையும் அறிமுகப்படுத்தி வைத்தான்.

அவர்களை கூர்ந்து கவனித்தவரின் பார்வை அகலிகாவின் மேல் நிலைத்து நின்றது. ஏதையோ யோசித்து சிரித்தவர் சரி நீங்க சாப்பிடுங்க நாங்கள் பூஜை செய்து விட்டு சாப்பிட வருகிறோம் பூஜை செய்து விட்டு சாப்பிடுவது என் குடும்பத்து வழக்கம் நீங்கள் விருந்தாளிகள்

உங்களை காக்க வைக்க கூடாது நீங்க சாப்பிடுங்க..

ரிஷி, " இல்ல சர் நாங்களும் வரோம்.. உங்க கூட சேர்ந்து சாப்பிட்டுகிறோம்"

ரிஷி அவ்வாறு சொன்னதும் அகலிகாவின் முறைப்பை பரிசாக பெற்று கொண்டான்.

பூஜை அறையா இல்லை சிறிய கோவிலா என்பது போல இருந்தது அவ்விடம்.. ஆள் உயர குத்துவிளக்கு இரண்டு ஒளிர கீழே அவர்கள் குல தெய்வமான முருகரின் பழைய உற்சவர் மற்றும் மூலவரின் வரையப்பட்ட ஓவியம் இருந்தது.. கையில் சிறிய அளவிலான நவரத்தினம் பதித்த வேல் உற்சவர் கையில் மின்னியது.. அதே போல் மூலவர் படத்திலும் இருந்தது..

ராஜேந்திர பூபதி, "இதோ இவர் தான் எங்க குல தெய்வம் பால முருகர்.. அப்படி ஒரு சக்தி.. அவரோட கோவில் மறைஞ்சி போயி இருந்தாலும் எங்களுக்கு எந்த குறையும் வச்சது இல்ல.. உங்களுக்கு ஏதாவது வேண்டுதல் இருந்தா வேண்டிக்கோங்க கண்டிப்பா நிறைவேற்றி வைப்பாரு"

சரிங்க சர் என்றனர் மூவரும் ஒருசேர.

சஷ்டி கவசம் பாட ஆரம்பித்தார் சந்திரகலா.. அவர் பாட ஆரம்பித்ததும் அகலிகாவின் உதடுகளும் தன்னால் கவசம் பாட தொடங்கியது.. ரிஷியும், தனுவும் அவளையே பார்த்துக் கொண்டு இருந்தனர். பின்னர் வேற என்ன செய்வார்கள் கோவில் பக்கம் அதிகம் வராதவள் மந்திரம் என்றாலே என்னவென்று தெரியாதவள் இன்று சஷ்டி கவசம் அதுவும் ராகத்துடன் அழகாக அச்சு பிசிறாமல் பாடி கொண்டிருப்பதை வாய் பிளந்து பார்த்து கொண்டு

இருந்தனர். அதே ஆச்சரியம் தான் இவ்வளவு சிறு வயதில் அதிலும் வெளி மாநிலத்தில் வளர்ந்தவள் இவ்வளவு அழகாக பாடுவதை பார்த்து கொண்டு நின்றிருந்தனர் ராஜேந்திர பூபதியும் தேவ்வும்.

பூஜை முடிந்து சாப்பிட அமரும் போது தான், "தேவ் அண்ணன் எங்க நம்ம கூட தானே வந்-தான்?"

தேவ்," தெரியல அப்பா, இருங்க நான் பார்த்-துட்டு வரேன்" என்று எழ போனவனை தடுத்-தது ஒரு கம்பீர குரல்.

நீங்க நினைக்கிறது சரி தான், அது நம்ம ஹீரோ.

"நீ வரவேண்டாம் தேவ் நானே வந்துட்டேன்" என்று வந்திருந்திருவர்களிடம் வாங்க என்று ஒரு வார்த்தையில் முடித்து கொண்டான் நிம-லன் என்கிற நிமலேந்திர பூபதி.

அவனை பார்த்த அடுத்த நொடி, அவன் பெயரை கேட்ட அடுத்த நொடி அகலிகாவிற்கு ஏதேதோ எண்ணம் வர ஆரம்பித்தது.. கனவில் வரும் அந்த சேனாதிபதி இவன் தானா? அப்ப எதை உணர்த்த இந்த கனவு? என்று எண்ணி கொண்டிருந்தவள் மயங்கி சரிய அவள் விழா-தவாறு தாங்கி பிடித்தான் நிமலன்.. முழுவதும் மயங்கி சரியும் முன் அவன் கண்களை பார்த்து இந்திரா என்றதும் முற்றிலும் மயங்கி விட்டு-ருந்தாள்.

அவனுக்கோ இவள் ஏன் என்னை இந்திரா என்று அழைக்கிறாள் என்று குழம்பியபடி அவளை அப்படியே விட்டுவிட்டு சாப்பிட அமர்ந்தான் நிமலன்.

அகலிகாவை வீட்டின் வேலையாட்கள் மூல-மாக அவள் அறைக்கு அழைத்து சென்றனர்

அனைவரும் நிமலனையும், தேவ்வையும் தவிர.

தேவ், "அண்ணா அவங்க மயங்கி விழுந்து இருக்காங்க நீ சாப்பிட உட்கார்ந்து இருக்க, இதெல்லாம் சரி இல்லை நீ மட்டும் ஏன் இப்படி இருக்க? நீ சாதாரணமாக பேசுறது எங்க கூட மட்டும் தான்.. மத்தவங்கள நீ மனுஷனாவே மதிக்க மாட்டேன்ற.. நம்ம குல தெய்வ கோவிலை கண்டுபிடிக்க மனு கொடுத்ததோடு சரி, நீ அந்த பக்கம் போனீயா நீ அவங்களோட சீனியர் ஆபிசர் தானே? நீயா விரும்பி தேடி போன வேலை தானே இது? ஏன் எதுலையுமே பற்று இல்லாம இருக்க?"

நிமலன், " தெரியாது.." என்ற ஒற்றை வார்த்தையில் முடித்து விட்டு அவன் அறையை நோக்கி சென்று விட்டான்.

'இவன் எப்ப தான் மத்தவங்க மனச புரிச்சிக்க போறானோ முருகா நீ தான் பார்த்துகனும்' என்று புலம்பியபடி சென்று விட்டான் தேவ்.

அவன் அறைக்கு வந்தவனுக்கு அகலிகாவின் இந்திரன் என்ற அழைப்பு ஏதோ செய்து கொண்டிருந்தது..

அவளின் இந்திரா என்ற அழைப்பு அவனுள் புதுவிதமான உணர்வை உருவாக்கி கொண்டிருந்தது..

3

புத்தம் புது உணர்வை
உணர்ந்தேன் உன் ஒற்றை வார்த்தையில்
உன் கண்ணசைவில் என்
உலகம் கண்டேன்
பற்றற்று இருந்த என் மனது
இன்று உன் இதயம் பற்ற
நினைக்கிறது இது ஏனோ?

இவ்வாறு அவன் மனம் ஒரு நிலையில் இல்லை.. அலைபாய்ந்து கொண்டு இருந்த மனதை கட்டுப்படுத்த எண்ணி அந்த கோவில் சம்மந்தமான கோப்புகளை பார்க்க ஆயத்தமானான்.. இத்தனை வருடத்தில் அதனை சரிவர பார்த்ததில்லை நிமலன். இன்று ஏனோ அதை பார்க்கும் ஆர்வம் எழுந்தது அவனுள்.

கந்தபுரம் பால முருகன் கோவில் வரலாறு மற்றும் சில முக்கிய குறிப்புகள்..

நிமலன், "என்ன இது முக்கிய குறிப்புகள்னு இருக்கு? இதுக்கு முன்னாடி நான் பார்த்தா மாதிரி இல்லையே.. சரி என்று அதனை திறந்த அடுத்த நொடி குரூர உருவம் அவனை பார்க்க ஆரம்பித்தது.

அந்த உருவம்," பார் நிமலேந்திரா நன்றாக பார் அப்பொழுது தானே உன் பூர்வ ஜென்மம் நினைவுகள் உன்னை ஆட்கொள்ள ஆரம்பிக்-

கும்.. உன் குருதியை ருசிக்க பல நூறு ஆண்டுகளாக காத்திருக்கும் எனக்கும் என் எண்ணம் ஈடேறும்" என்று விகாரமாக சிரித்தது.

கோப்பின் முதல் பக்கம் எடுத்ததும் நிமலனுக்கு எதுவும் தெரியவில்லை..

நிமலன், "என்னது இது எதுவுமே இல்ல? சும்மா பிளாங்க் பேப்பரா இருக்கு!! இதையா இத்தனை நாளா வச்சிட்டு இருந்தேன் ச்சே என்று தூர வீசி எறிந்தான்.

அவன் வீசி எறிந்த கோப்பிலிருந்து ஒரு கட்டு ஓலைச் சுவடி வெளியே விழுந்தது.. அது கீழே விழுந்த அடுத்த நொடி அந்த அறையே மின்ன ஆரம்பித்தது. அதை கண்டு அலறியவன் பின்னர் தைரியத்தை வரவழைத்து கொண்டு அதனிடம் சென்றான் நிமலன்.

மிளிர்ந்து கொண்டிருந்த அந்த ஓலை இவன் தீண்டலில் மின்னுவதை நிறுத்தியது.

நிமலனுக்கு அது பெரும் ஆச்சிரியமே.. இத்தனை நாட்களாக அந்த கோப்பை பலமுறை தவற விட்டு இருக்கிறான் ஆனால் ஒரு முறை கூட அதிலிருந்து இப்படி ஒரு ஓலைச்சுவடியை அவன் பார்த்ததே இல்லை.. அப்படி இருக்க இன்று எப்படி இது? என்று யோசித்து கொண்டிருந்தான்.

அந்த ஓலைச்சுவடியை திறக்க எண்ணியவனுக்கு தோல்வியே கிட்டியது. முன்னும் பின்னும் திருப்பியவனுக்கு முன்புறம் ஒரு துவாரம் அது ஒரு சிறிய வேல் நுழையும் அளவில் இருந்தது.

அவன் உடனே பூஜை அறைக்கு சென்றான்.. அங்கே பெட்டிக்குள் இருந்த அத்தனை வேல்லையும் எடுத்து அதில் பொறுத்தி பார்த்தான் ஆனால் எதுவும் பொறுந்தவில்லை.. தீடீரென்று

ஏதோ தோன்ற குல தெய்வம் விக்கிரகம் அருகில் சென்று வேலினை எடுக்க எண்ணினான்.. அதை தொட நினைத்த அந்த நொடி அவன் அன்னையின் குரல் அவனை கலைத்தது..

சந்திரகலா, "நிமலா இங்கே வந்து பாரு உன் தம்பி என்ன செய்கிறான் என்று"

அதை கேட்டவன் என்னவோ ஏதோ வென்று பதறியபடி அவ்விடத்தை விட்டு நகர்ந்தான்.

நிமலன்," என்ன ஆச்சு அம்மா? ஏன் இப்படி கத்திக்கிட்டு இருக்கீங்க? என்னடா பண்ற" என்று அவன் தமையனிடம் விசாரித்தான்.

தேவ், "நீயே கேளு அண்ணா இந்த அம்மா நான் சொல்றத கேக்கவே மாட்டேன்றாங்க.. இதோ இந்த டிரஸ் போட்டு ஒரே ஒரு போட்டோ கேட்டேன் முடியாதுன்னு சொல்றாங்க.."

நிமலன்," என்ன டிரஸ் எதுக்காக?"

தேவ், "என்னோட ஷார்ட் பிளீம்க்கு ஒரு அம்மா கேரக்டர் வேணும் சரி நம்ம அம்மாவேயே நடிக்க சொன்னேன்.. எப்படியோ ஓகே சொல்லிட்டாங்க ஆனா இந்த டிரஸ் போட மாட்டேன்னு சொல்றாங்க "என்று குர்தியும் லேகிங்னையும் காண்பித்தான்.

நிமலன், "ஏய் லூசு இத எப்படிடா அம்மா போடுவாங்க? அவங்களுக்கு சாரி தான் பிடிக்கும்.. ஏன் உன்னோட அம்மா கேரக்டர் புடவை கட்டமாட்டாங்களா?"

சந்திரகலா," நல்லா கேளு நிமலா.. எந்த ஊர்ல அம்மா இந்த மாதிரி டிரஸ் பண்ணிட்டு இருக்காங்க.?"

தேவ், "அம்மா என்னோட கதைக்கு நார்த் இந்தியன் அம்மா தான் வேணும் அங்க எல்லாம் சுடிதார் தான் போடுவாங்க நீ இந்தி சீரி-

யல்லா பார்த்தது இல்ல"

நிமலன், "டேய் நார்த் இந்தியால அவங்களாம் புடவை கட்டவே மாட்டாங்களா? வேணும்னா நம்ம வீட்டுக்கு வந்து இருக்கவங்கள கேட்டு பாரு"என்று சொல்லும் போதே ரிஷி அங்கு வந்தான்.

ரிஷி," என்ன கேக்கனும் சர்?"

நிமலன், " நத்திங் ரிஷி, இவன் ஒரு யூடியூப் சேனல் வச்சி இருக்கான்.. அதுல ஒரு நார்த் இந்தியன் அம்மா கேரக்டர் பண்ணனும்னு என்னோட அம்மாவ குர்தி போட சொல்லி வம்பு பண்ணிட்டு இருக்கான்.."

ரிஷி, " ஓ இவ்வளவு தானா? நார்த் இந்தியால கொஞ்சம் பேர் சுடிதார் போடுவாங்க கொஞ்சம் பேர் புடவை காட்டுவாங்க பட் நாட் லைக் திஸ்.."

தேவ்," ஓ அப்படியா சரி உங்க கூட வந்து இருக்க இரண்டு பொண்ணுங்களுக்கு அந்த மாதிரி புடவை கட்டி விட தெரியுமா?"

ரிஷி, " தெரியல தேவ் நீங்களே கேட்டு பாருங்க.."

நிமலன், "ரிஷி, உங்க பிரண்ட் அகலிகா எப்படி இருக்காங்க இப்ப ஓகேவா?"

அவன் அவ்வாறு கேட்டதும் தேவ் நிமலனை கிள்ளி பார்த்தான்.. அவனோ ஸ்ஸ் என்றவாறு அவனை முறைத்தான்..

நிமலன், "ஏய் என்னை எதுக்குடா கிள்ற?"

தேவ்," அம்மாவ தவிர யார் உடம்பு சரியில்லாமல் படுத்து இருந்தாலும் எனக்கென்ன என்பது போல நீ பாட்டுக்கு உன் வேலைய பார்க்க போயிடுவ ஆனா அந்த பொண்ண பற்றி மட்டும் விசாரிக்கிறீயே அதான் இது கனவா நிஜமான்னு கிள்ளி பார்ததுக்கிட்டேன்"

அவனிடம் ஒரு முறைப்பை பரிசாக வாங்கி கொண்டு அவ்விடத்தை விட்டு நகர்ந்தான் தேவ்.

அவர்கள் சென்ற பிறகு அகலிகா இருந்த அறையை நோக்கி தன்னிச்சையாக அவன் கால்கள் பயணமாயினர். ஆனால் அவளை பார்க்க சொன்ன மனதை அடக்கி வைக்க பெரும் அவஸ்தைப்பட்டு கொண்டிருந்தான் நிமலன். ஒரு கட்டத்தில் அவன் மூளை சொன்னதை கேட்டு அவ்வறைக்கு செல்லாமல் தன் அறைக்கு சென்று அந்த ஓலையைப் பற்றி யோசிக்கலானான்.. ஆனால் எவ்வளவு யோசித்தும் அவனுக்கான விடை தெரிய-வில்லை.. அப்படியே யோசித்து கொண்டிருந்த-வனுக்கு அசதியின் காரணமாக நித்திரா தேவி அவனை ஆர தழுவி கொண்டாள்..

தூக்கத்தில்,

"வேந்தனே நான் தங்களுக்கு எவ்வித தீங்-கும் நேர விடமாட்டேன்.. என் உயிரை நீத்தா-வது இப்பூமியை காப்பேன்..

" நிமலேந்திரா அறிவீலியாய் பேசாதே.. நீயும் எனக்கு முக்கியம் என் மகளுக்காக உன்னை நான் இழக்க விரும்பமாட்டேன்.. உன் உயிரை நீத்து தான் என் உயிரை காக்க வேண்டுமா? நம் படைகள் அவர்கள் படையை வெல்லும்.. நீ தரம்தாழ்ந்து போகதே இது உன் வேந்தனின் கட்டளை"

"வேந்தே நான் சொல்வதை கேளுங்கள்.. சற்று நில்லுங்கள் நம் இளவரசியும் என்று சொல்ல வந்ததையும் கேட்காமல் அவரின் அறைக்கு சென்று தாளிட்டு கொண்டார்..

'முருகா இது என்ன சோதனை? இது தாங்-கள் எனக்கு வைக்கும் பரிசோதனையா? ஒரு

புறம் தந்தையின் உருவில் இருக்கும் வேந்தன் என் உயிரை காக்க போரிட தயாராகிறார், மறு-புறம் என் உயிரை காக்க தன் உயிரை துச்ச-மென எண்ணும் என் தேவி.. இதற்கு தாங்கள் தான் உதவி புரிய வேண்டும் என் அப்பனே எனக்காக யார் உயிரையும் பலி கொடுக்க நான் விரும்பவில்லை.. அப்படி உயிர் பலி இருப்பின் என் உயிரை பறித்து கொண்டு அனைவரையும் காப்பாற்றுங்கள் என்று தன் இஷ்ட தெய்வமான பால முருகரிடம் மனமுருக வேண்டிக் கொண்டு இருந்தான்.. அத்துடன் அவன் துயில் கலைந்தது.. அவன் எழுந்துக் கொண்ட நேரம் இருள் சூழ ஆரம்பித்து இருந்தது..

"இது என்ன கனவு? அந்த கனவில் வந்தவன் நான் தானா? அந்த வேந்தன் யார்? அப்பறம் அந்த இளவரசி யார்? அந்த வேந்தன் நான் பார்த்து பழகிய முகமாக உள்ளதே என்று குழம்பி தவித்தவனைப் பார்த்து,

“அடேய் நிமலேந்திரா உன் அழிவு காலம் ஆரம்பம் ஆயிற்று.. உன்னிடம் உள்ள பகையை தீர்க்க உன்னை போன்றே என் வேந்தரும் பிறப்பெடுத்துள்ளார்.. முன் ஜென்மத்தில் இழந்த அவர் காதலை இந்த ஜென்மத்தில் அடைவார்.. அதற்காக நான் என் வேந்தருக்கு துணையாக இருப்பேன்..இந்த முறை உன் சேவற்கொடி-யொனும் உனக்கு உதவி புரிய மாட்டான்.. அவன் தான் எங்களுக்கு அஞ்சி மறைந்து வாழ்ந்து கொண்டிருக்கிறானே.. ஞாபகம் வைத்து கொள் உன் அழிவு என் வேந்தனின் கையில்" என்று பேரிடியாக சிரித்து விட்டு மறைந்தது..அரூபமாய் இருக்கும் அந்த உருவம் பேசியது யாவும் இவன் காதில் விழவில்லை.

நிமலனுக்கு தலையே வெடித்து விடும் அளவிற்கு இருந்தது.. இத்தனை வருடத்தில் இப்படி ஒரு சொப்பனம் வந்ததே இல்லை. இதற்கெல்லாம் விடை தன் தந்தையிடம் மட்டுமே கிடைக்கும் என்று அவரின் அறையை நோக்கி சென்றான்.

நிமலன், "அப்பா கதவை திறங்க நான் உங்க கிட்ட கொஞ்சம் பேசனும்.

கந்தசாமி," சர் அப்பா, அம்மா இரண்டு பேரும் பூஜை அறையில இருக்காங்க சர்.. நீங்க எழுந்து வந்தா அங்க வந்து பாா்க்க சொன்னாங்க..

அவனும் அவா் சொன்னதை கேட்டு பூஜை அறை நோக்கி செல்ல எத்தனித்தான் ஆனால் அவனை தடுத்து நிறுத்தயது ஒரு வலிய கரம்.. யாரென்று பாா்க்க நினைப்பதற்குள் அவன் வீட்டின் வெளியே வீசப்பட்டு இருந்தான்..

"நிமலேந்திரா உன்னை பூஜை அறையின் உள்ளே அனுமதியேன்.. உன் பிறப்பின் ரகசியம் இச்சமயம் நீ அறிய முற்பட கூடாது..வேந்தன் வரவேண்டும், அவா் வந்து உன்னை அழிக்க வேண்டும்"

நிமலன் தைரியத்தை வரவழைத்து கொண்டு," யாா் நீ? என்னை ஏன் பூஜை அறைக்குள்ள போக கூடாதுன்னு சொல்ற? என்னை எப்படி உனக்கு தெரியும்? அதுவும் இல்லாம உன் வேந்தன் யாரு? அவன் எதுக்கு என்னை அழிக்கனும்?"

" உன் கேள்விகளுக்கு பதில் சொல்ல நான் இங்கே இல்லை.. உன் அறைக்கு செல்வதாயின் நீ செல்லலாம் மாறாக உன் சேவற்கொடியொனை தேடினால் விளைவு விபரீதமாக இருக்கும்.."

" என்ன மிரட்டுறீயா? உன்னால முடிஞ்சத பாரு.. நான் இதுவரைக்கும் என்னோட குல தெய்வத்திற்கு எதுவும் செஞ்சது இல்ல ஆனா இனி செய்ய போறேன்.. மறைஞ்சி போயி இருக்குனு சொல்ற அந்த கோவிலை கண்டுபிடிக்க போறேன்.. நீ சொல்ற உன்னோட வேந்தன் யாருனு எனக்கு தெரியாது ஆனா அவனால எனக்கோ இல்ல என்னை சேர்ந்தவங்களுக்கோ ஏதாவது ஆச்சு அழியபோறது நான் இல்லை மிஸ்டர் பிளாக்.."என்று அவன் கத்தி கொண்டு இருப்பவனை தேவ் ஒரு மாதிரியாக பார்த்துக் கொண்டு வந்தான்..

தேவ், "ஏய் அண்ணா யார் கிட்ட அண்ணாமலை ரஜினி மாதிரி சவால் விட்டுட்டு இருக்க?"

நிமலன்," அதுவா இங்க ஒரு உருவம் இருக்கு உனக்கு தெரியுதா?"

தேவ், "எங்கடா.. தனியா இருக்காத பேய் படம் பார்க்காதன்னா கேக்குறீயா.. இப்ப பாரு உளறிக்கிட்டு இருக்க.. சரி வா டைம் ஆச்சி போகலாம்.. பூஜை ரூம்ல அப்பா உன்கிட்ட பேசனும்னு வெயிட் பண்ணிட்டு இருக்காங்க.. நம்ம சாமியார் வராங்களாம்.

அந்த நேரம் நிமலா என்ற அழைப்பில் இருவரும் திரும்பினார்கள்.. தீச்சன்யமான முகம், கனிவான பார்வை, நிமிர்வான நடை என்று வந்து கொண்டு இருந்தார் சந்திரசித்தர்..

சந்திர சித்தர் , "என்ன நிமலா கேள்விகள் உன் சிந்தையில் நிறைந்து காணப்படுகிறதே.."

நிமலன்," ஆமா ஸ்வாமி, உங்களுக்கு எப்படி தெரியும்? அப்புறம் உங்களுக்கு என்று அவன் ஆரம்பிக்கும் முன்.."

சந்திரசித்தர் , "அந்த கருப்பு உருவம் தெரி-கிறது.. அவனால் உன்னை ஒன்றும் செய்ய இயலாது.. உன்னை தூக்கி ஏறிந்தது கூட இதோ இந்த காலன் இல்லை உன் ஜென்ம எதிரி.. ஆனால் உன்னை வீசி ஏறிந்தது பாவம் அவனுக்கே தெரியாது.. உன்னோட பூர்வ ஜென்ம கணக்குகள் நிறைய இருக்கிறது வா உள்ளே செல்லலாம்.."

நிமலன், "இது உள்ளே வராதா?"

சந்திரசித்தர் ," இந்த காலனால் உள்ளே வர முடியாது... நல்ல உள்ளத்தை பேசி பேசி குழப்பி அவனை தீய வழியில் வழி நடத்தி பெரும் அழிவிற்கு காரணமானவன் இவன் என்று அந்த கருப்பு உருவமான காலனை தீப்-பார்வை பார்த்தார்.. அவர் பார்வையின் வீரி-யத்தை தாங்க முடியாமல் அவ்விடத்தை விட்டு ஓடியது காலன்.

நிமலா முருகரின் காயத்ரி மந்திரத்தை சொல் என்றார்.

தேவ், "அய்யோ சாமி அவனுக்கு அதெல்-லாம் தெரியாது.. பூஜை ரூம்க்கே எப்பயாவது தான் வருவான்.."

சந்திர சித்தர் சிரித்தபடி நிமலேந்திரா உன் ஜென்ம ரகசியம் வெளி வரும் காலம் இது.. கண்மூடி உன் தெய்வத்தை நினை..

அவனும் அவ்வாறே தியானத்தில் லயிக்க அவனையும் அறியாமல்

ஓம் தத்புருஷாய வித்மஹே மஹாஸே-னாய தீமஹி

தன்ன: ஷண்முக ப்ரசோதயாத்

என்ற மந்திரம் கம்பீரமாகவும், பக்தியுடனும் அந்த அரண்மனையை நிரப்பியது..

4

முருகரின் காயத்ரி மந்திரத்தை அவன் உச்-சரித்ததும் அவனுக்குள் ஏதோ மாற்றத்தை உணர்ந்தான் நிமலன். நேராக சித்தரிடம் வந்-தவன்,"எனக்கு என்ன ஆகுது? என்னால எப்படி இப்படி மந்திரம் சொல்ல முடியுது?"

சந்திர சித்தர் சிரித்தப்படி.. "அது உன் பூர்வ ஜென்ம ஞாபகம் நிமலா.. உன் ஆழ் மனதில் உள்ள எம்பெருமானின் தூய பக்தியே அதற்-கான காரணம்.. இந்த ஜென்மத்தில் நீ அதை உச்சரிக்காமல் இருந்து இருக்கலாம் ஆனால் உன் முன் ஜென்மத்தில் சதா சர்வ காலமும் முருகனையே நினைத்து கொண்டு வாழ்ந்-தாய்..அவர் மீது கொண்ட தூய பக்தியினால் உன்னை உயிரென நேசித்த உள்ளத்தை கூட நிராகரிக்க நினைத்தாய்.. ஆனால் அந்த காத-லினால் தான் பெரும் துயரம் ஏற்பட்டது.."

நிமலன்," காதலா? யார் மேல காதலாக இருந்தேன்? அவங்களும் பிறந்து இருக்காங்-களா? அப்பறம் யாரலால் துயரம் ஏற்பட்டது எதுக்காக? "என்று தன் சந்தேகத்தை கேட்டு விட்டு சித்தரின் பதிலுக்காக காத்திருந்தான்.

சந்திரசித்தர் ," உன் சந்தேகத்திற்கான விடைகள் கூடிய விரைவில் கிடைக்கும்.. அது வரை பொறுமை அவசியம் நிமலேந்திரா "

தேவ்," சாமி அப்ப எனக்கும் இந்த மாதிரி ஏதாவது பூர்வ ஜென்மம் இருக்கா? அதே மாதிரி காதலி" என்று இழுத்தான்..

சந்திர சித்தர் சிரித்தப்படி.. "உண்டே நீ தான் இவனின் உற்ற தோழன் ஆனால் பூர்வ ஜென்மத்தில் உனக்கு காதலி யோகம் இல்லை.. உன்னை தேடி வந்த போது அதை நீ நிராகரித்து விட்டாய் அதன் பிறகு உன் உற்ற நண்பனுக்காக உயிர் துறந்தாய்.. இந்த ஜென்மத்தில் உனக்கானவள் உன்னை தேடி வந்துவிட்டாள்.. போன ஜென்மத்தில் நீ அவளை நிராகரித்தற்காக இந்த ஜென்மத்தில் உன் வாழ்க்கை முழுவதும் அன்பு பாசம் முக்கியமாக அடி உதையோடு சுகமாய் அமையும்."

தேவ், "எல்லாம் ஓகே தான் ஆனா இந்த அடி, உதை தான் இடிக்குது "

சந்திரசித்தர் , "அது உன் சாமர்த்தியம் தேவேந்திரா"என்று சிரித்தபடி சென்று விட்டார்.

வெளியேற நினைத்தவனை கரம் பற்றி தடுத்தான் நிமலன்.

நிமலன், "சித்தரே நீங்க என்னோட பூர்வ ஜென்மம் அது இதுன்னு சொன்னீங்க ஆனால் முழுசா எதுவும் சொல்லல ஏன்? எனக்கு முன் ஜென்மம் நியாபகம் வரும்னா நான்.. நாங்க எதுக்காக பிறந்தோம்? ஒரு காரணம் இருக்கும் இல்லையா?"

சந்திரசித்தர் , "நீ புத்தி சாதுர்யம் உடையவன் நிமலா அதனால் தான் இந்த சந்தேகம் உனக்கு எழுகிறது.. கூடிய விரைவில் அதற்கான விடையை அறிவாய்.. அதுவரையில் உனக்கும் உன் வீட்டில் உள்ளவர்களுக்கும் என்ன துன்பம் நேர்ந்தாலும் நீங்கள் உச்சரிக்க வேண்டியது முருகரின் காயத்ரி மந்திரம் ஒன்-

றையே.. நினைவில் கொள்.. "

நிமலன்," துன்பமா? யாரால? யாருக்கு? புரியல "

சந்திர சித்தர் ஒன்றும் சொல்லாமல் ஓம் சரவணபவ ஓம் சரவணபவ என்று உச்சரித்து கொண்டே வழக்கமாய் அமரும் காட்டை நோக்கி சென்று கொண்டிருந்தார்.

அந்த நேரம் வீட்டில் இருந்து இந்திரா என்று அலறியபடி எழுந்து அமர்ந்தாள் அகலிகா..

அவள் எப்பொழுது கண் விழிப்பாள் என்று பதற்றத்துடன் அவள் அருகில் அமர்ந்திருந்த ரிஷியை கவனிக்காது அறையை நோக்கி வெளியே வந்தாள் அகலிகா.. வெளியே வந்தவள் முதலில் தேடியது நிமலனைத் தான். அந்த நேரம் இவன் குழப்பத்துடன் வீட்டுற்குள் வந்து கொண்டிருந்தான். அவனை பார்த்ததும் தானாக அவள் கால்கள் இரண்டும் அவனை நோக்கி முன்னேறியது அது ஏன் என்று அவள் அறியவில்லை கனவின் தாக்கமா என்றும் புரியவில்லை ஆனாலும் கால்கள் நிற்கவில்லை..

அருகில் சென்றதும் விழிகள் நான்கும் மோத இதுவரை இல்லாத மோன நிலையை உணர்ந்தனர் இருவரும்.. அவர்களின் நிலையை ரௌத்திரத்தோடு பார்த்து கொண்டிருந்தது ஒரு ஜோடி கண்கள்..

உன் பார்வையில் என்னை
உணர்கிறேன்
கனவில் வரும் கள்வனா?
இல்லை என் பெண்மை திருட
நினைக்கும் எனக்கானவனா?
எதுவோ ஒன்று என்னை உன்பால்
ஈர்க்கிறதே!!
நீயும் என் போல் உணர்கிறயா?

என் செல்ல இந்திரா..

அகலிகா, "நீங்க நீங்க உங்க பெயர்" .. அதற்கு மேல் வார்த்தைகள் வராமல் உதடுகள் ஒட்டி கொண்டது போல உணர்ந்தாள்.

நிமலன், "என்ன விசயம்.. நான் நிமலன் உங்களோட சீப் ஆபிசர் ரைட் என்று அவளிடம் இருந்து நகர நினைத்தவன், பின்னர் நின்று நீ ஏன் என்னை பார்த்து மயங்கி சரிந்தாய்? என்னைப் பார்க்க அவ்வளவு கொடூரமாகவா இருக்கிறது? நான் என்ன உன்னை விழுங்கவா போகிறேன்? அப்பறம் என்னை ஏன் இந்திரா என்று அழைத்தாய்?"

அகலிகாவிற்கு வார்த்தைகள் தத்தியடிக்க அது..அது.. வந்து ஒன்னும் இல்ல சர் நான் ஏதோ நியாபகத்துல அந்த மாதிரி சொல்லிட்டேன் என்று ஒருவாறு சமாளித்தவள், பின்னர் சர் உங்களுக்கு ஏதாவது கனவு வருமா?

"வாட்? ஐ காண்ட் கேட் யூ?"

“நத்திங் சர், உங்களுக்கு கனவு ஏதாவது வருமான்னு"

“கனவு எல்லாருக்கும் வரும் தானே? இது என்ன புதுசா கேக்குறதுக்கு இருக்கு?"

அகலிகா, "ஒன்னும் இல்ல.. நீங்க உங்க வேலைய பாருங்க நான் பின்னர் பேசுறேன் என்று ஓடி விட்டாள்.

நிமலன், "என்ன இவ? இவளா வந்தா பார்த்தா பேசுனா, இவளே போறேன்னு போறா லூசா இருப்பாளோ?" என்று புலம்பியபடி காலையில் பார்த்த அந்த ஓலையைப் பூஜை அறையில் வைத்தான்.

அங்கிருந்த முருகரின் உருவத்தை பார்த்தவன்,‘நான் இவர் மேல் பக்தியாக இருந்தேனா? என்னால் துயரம் ஏற்பட்டதா? நீங்க தான்

முருகா எனக்கு ஒரு வழிய காட்டனும்' என்று அவரை வணங்கி விட்டு வெளியே வந்தான்..

அங்கே ரிஷி இவனின் ஒவ்வொரு செய்கையையும் உன்னிப்பாக கவனித்து கொண்டிருந்தான்.. இவ்வளவு சின்ன வயசுல எப்படி இவரால சீப் ஆக முடிஞ்சிது? பார்க்க சாதரணமாக தானே இருக்கார்? நான் நினைத்த வரையில் இவருக்கு எப்படியும் வயது அதிகம் இருக்கும் என்று அல்லவா நினைத்தேன் என்று யோசித்து கொண்டு இருந்தவனின் சிந்தனையை கலைத்தது அகலிகாவின் உரையாடல்..

அகலிகா, "ஏய் தனு எனக்கு எப்பவும் ஒரு காட்சி வரும்டீ அதுல ஒருத்தர் வருவார், அவர் அச்சு அசலாக நம்ம சீப் ஆபிசர் நிமலன் சர் மாதிரியே இருப்பார் தெரியுமா?"என்று விழி அகல பேசிக் கொண்டிருந்தாள்.

தனுஜா, "என்னடீ சொல்ற? சும்மா கதை விடாத.. நாம இப்ப தானே அவரை முதல் முறையா பார்க்குறோம்.. அப்பறம் எப்படி? உனக்கு அவர புடிச்சி இருக்குன்னா நேரடியா சொல்லி தொலைய வேண்டியது தானே.. அத விட்டுட்டு காட்சி அது இதுன்னு உளறிக்கிட்டு போடி போய் சாப்பிட்டு தூங்குற வழிய பாரு.. காலையில மயங்கி விழுந்தவ இப்ப டின்னர் டைம் ஆச்சு.. பசி மயக்கத்தில ஏதாவது பேசிக்கிட்டு.."

ரிஷி, "அப்படி இல்ல தனு நம்ம மனசுக்கு ஒரு காட்சி, அதுல ஒருத்தர் வராங்கன்னா அவங்களுக்குள்ள ஏதாவது ஒரு பந்தம் இருக்கும்.. ஒரு வேளை போன ஜென்மத்தில் இவளுக்கு அண்ணானா கூட இருந்து இருப்பார்"என்றது தான் தாமதம்..

அகலிகா," அய்யோ நோ ரிஷி, அவர் என் அந்த காட்சியில, ஏன் கனவுல கூட என் காதலனாக, என் காவலனாக தான் வந்து இருக்கார்" என்றதும் ரிஷிக்கு அளவில்லா கோபம் வந்தது..

தன் கோப முகத்தை பார்த்தால் எங்கே தன்னை நிராகரித்து விடுவாளோ என்று அதை அடக்கி கொண்டு பேச ஆரம்பித்தான்.. அதற்குள் தேவ் வந்து சாப்பிட அழைக்கவும் ஒன்றும் பேசாமல் அவனுடன் சென்று உண்டு விட்டு அவரவர் அறைக்கு வந்து சேர்ந்தனர்..

இரவு நெடு நேரம் ஆகியும் ரிஷிக்கு உறக்கம் பிடிக்கவில்லை.. எதையோ யோசித்து கொண்டு இருந்தவன் ஏதேச்சையாக நிலை கண்ணாடியை பார்க்க அப்படியே ஸ்தம்பித்து நின்றான்..

இராஜ உடையில் கையில் வாளுடனும் முறுக்கிய மீசை உடன் கம்பீரமாய் தன்னை போலவே ஓர் உருவம் தெரிந்தால் என்ன செய்வது? கண்களை கசக்கி பார்க்க நினைத்தால் இந்த முறை அவனே விகாரமாக கைகளிலும், உடம்பிலும் மண்டை ஓடு மாலை அணிந்து கண்களில் ரௌத்திரம் பொங்க நிற்பவனை கண்டு அவனே ஒரு நொடி அலறினான்.. கண்ணாடியில் அவ் உருவத்தை தொட நினைத்தப்போது அவன் எதிரில் ஜன்னல் அருகில் புகையாக வந்தான் காலன்..

அந்த புகையையும், சிவந்த கண்களையும் பார்த்து பயந்தவன் சுதாரித்து கொண்டு நீ யார்? என்றான்.

காலன் அந்த உருவத்தில் அந்தரத்தில் பறந்தபடி, "என்ன வேந்தே உங்கள் அடிமையை தங்களுக்கு நினைவில்லையா? இது எவ்வாறு சாத்தியம்? தாங்கள் யார் என்று தங்களுக்கு

தெரியுமா? உங்களுக்கு உங்கள் பூர்வ ஜென்மம் நினைவில் வரவில்லையா?"

ரிஷி," நீ யார்? அத முதல்ல சொல்லு"என்றான் திணறியபடி..

" நான் உங்கள் சேவகன்.. என் பெயர் காலன்.. நான் தீய சக்திகளின் தெய்வமான மண்டோதரியின் தீவர பக்தன்.. நீங்களும் தான்.. அந்த பால முருகனின் தீவிர பக்தன் உங்கள் காதலை தங்களிடம் இருந்து பறித்த கயவன் சேனாதிபதி தான் தங்களையும் என்னையும் அழித்தான். அவனை பழி வாங்கவே இந்த ஜென்மம் எடுத்துள்ளீர்கள்..நமது மண்டோதரியும் கட்டுண்டு கிடக்கிறாள்"

ரிஷி, "நான் யாரை பழி வாங்க போறேன்? நான் பிறந்து இருக்கேன்னா நீ ஏன் பிறக்காம இந்த மாதிரி பேயா சுத்தற?" என்றான் பயந்தவாறே..

அவன் கேட்டதுக்கு ஒரு குரூர சிரிப்பை சிந்தியவன், நீங்கள் சில காலம் நல்வழி தவறாமல் ஆட்சி புரிந்தீர்கள் மக்கள் உங்களை மனம் நிறைய வாழ்த்தினர் அதுவும் இல்லாமல் தாங்கள் உங்கள் குல தெய்வத்தின் தீவர பக்தனாக இருந்தீர்கள்.. உங்கள் காதல் கைகூடாமல் போனதும் அவர்கள் மீது இருந்த பக்தி துறந்து மண்டோதரி மீது பக்தி கொண்டீர்கள் அதன் பலனாக குல தெய்வம் கூட உங்களை காப்பற்ற வரவில்லை.. நீங்கள் மனதில் உங்கள் காதலியான தேவியை மட்டும் நினைத்து இறந்தததினால் உங்களுக்கும் அவர்களை போன்றே மறு பிறப்பு கிடைத்தது.."

ரிஷி, "அப்பறம் அந்த சேனாதிபதி அப்பறம் அந்த தேவி யாரு? என் பூர்வ ஜென்மம் பற்றி சொல்லு.."

காலன், "அது என்னால் சொல்ல இயலாது.. அதற்கான நேரம் இன்னும் வரவில்லை.. அதற்கான தக்க சமயம் வரும் போது நீங்களே அறிவீர்கள் நான் கிளம்ப வேண்டிய நேரம் நெருங்குகிறது நான் மறுபடியும் உங்களை சந்-திக்கிறேன் வேந்தே.."

ஒவ்வொருவரும் ஒவ்வொரு சிந்தனையில் இருக்க அங்கே பூஜை அறையில் பால முருகர் அழகாக புன்னகை புரிந்து கொண்டு இருந்தார்..

தொடரும்..

5

காலை கதிரவன் தன் செங்கதிர்களை மெல்ல எழுப்பி கொண்டிருந்தான்.. அது முகத்தில் பட்டும் எழ முடியாமல் திரும்பி படுத்தான் தேவ், யார கேட்டு

சூரியன் இவ்வளவு சீக்கிரம் வருது? அதுவும் ஈயர்லி மார்னிங் ஒரு சின்ன புள்ளய தூங்க விடுறாரா இவரு.. எப்படி தான் பன்சுவலட்டிய மெயின்டெய்ன் பண்றாரோ?

அவர் என்ன உன்னை மாதிரி சோம்பேறியா? என்றான் நிமலன்.

நிமலன், "ஏன்டா டெய்லி உன்னை நான் வந்து எழுப்பனுமா? இன்னைக்காவது வெளிச்சம் வந்ததும் எழுந்திருப்பேன்னு பார்த்து எவ்வளவு நேரம் இங்க வெயிட் பண்றேன் தெரியுமா?"

தேவ், "உன்ன யாரு இங்க வந்து வெயிட் பண்ண சொன்னது? இன்னும் கொஞ்ச நேரத்துல நானே எழுந்து வந்து இருப்பேன்ல"

நிமலன்," நீ எழுந்து வர லட்சணம் தான் எனக்கு தெரியுமே.. போறவங்க வரவங்க மேல எல்லாம் இடிச்சிக்கிட்டு திட்டு வாங்கிட்டு முழிக்கறது தேவையா அதுவும் வீட்டுக்கு ஆளுங்க வந்து இருக்க நேரத்துல"

தேவ்," இது என்னடா வம்பா போச்சி? என் வீட்ல நான் தூங்கி எழுந்துக்க கூட சுதந்திரம் இல்லையா? ஐயகோ இந்த காலையில் இந்த தடி தாண்டவராயன் கிட்ட பேச்சு வாங்கிட்டு இருக்கேனே.. இது தான் இந்த செல்ல பிள்-ளைக்கு கொடுக்கும் மரியாதையா..? வெட்கம் வேதனை "என்று சொல்லி கொண்டு இருந்த-வனை ஓங்கி மிதித்தான் நிமலன்.

தேவ்," ஏன்டா இப்படி? ஒரு புள்ள தூங்குறது ஒரு குத்தமா? அதுவும் பேரரசர் சடகோப பூபதி வந்த எனக்கு இப்படி ஒரு அவமானமா தேவேந்திர பூபதி எழுந்திரு இந்த நிமலேந்திர பூபதியை அடிக்கும் அடியில் அவன் இனி உன் பேச்சுக்கே வர கூடாது என்று சத்தமாக கூறிக் கொண்டு நிமலனை அடிக்க துரத்தினான்"

அவனிடம் கொஞ்சம் விளையாடிய நிமலன் பின்னர் அம்மா அம்மா என்று கத்தியவாறு பூஜை அறை நோக்கி சென்றான்.. தேவ்விடம் இருந்து தப்பிக்க வேகமாக ஓடியவன் முன்னே வரும் யாரையும் கவனிக்கவில்லை.. தீடீ-ரென்று எதன் மீதோ மோதியவன் அதனுடனே படிகளில் உருண்டான்.. கண்களை மூடி கிடந்-தவனுக்கு அப்பொருளின் மீது அதாவது பொருளா என்று சந்தேகம் வர கண் திறந்து பார்த்தான்..

கண் திறந்தவனின் மேல் பூக்குவியலாய் அகலிகா இருந்தாள்.. அவனிடம் இருந்து விடுபட நினைக்காமல் அவன் கண்களை நோக்கினாள்.. அதில் அப்படி ஒரு ஈர்ப்பு..

கண்களா இல்லை காந்தமா?
என்னை இப்படி இழுக்கிறது..
யாரிடமும் நெருங்காத என் பெண்மை
உனை கண்டதும் நெருங்குவது ஏனோ?

அவனோ.. அவள் கண்களில் முழுவதுமாய் தொலைந்து கொண்டு இருந்தான்..

கத்தி போன்ற உன் கரு விழிகள் என்னை களவாடவோ?

ஈட்டி போன்ற உன் நாசி என்னை தாக்கவோ?

சிவந்திருக்கும் உன் உதடுகள் போர்தொடுக்க என்னை அழைக்கிறதோ?

இப்படியே இருவரும் அந்த மோன நிலையிலிருந்து வெளிவர நினைக்கவில்லை.. பின்னர் தேவ் வந்து, "எப்பா ராசா போதும்டா சாமி முடியல ஒரு நல்ல புள்ளய கூட வச்சிக்கிட்டு நீ பண்றது சரி இல்லடா அண்ணா சரியே இல்ல.. எங்க இந்த அம்மா நான் எதாவது பண்ணா மட்டும் மூக்கு வேர்த்திடும் ஆனா இவன் இங்க ரொமேன்ஸ் பண்ணிட்டு இருக்கான் அத என்னனு கேக்க சொல்லலாம்னு பார்த்தா ஆளையே காணோம்.."

தேவ் இவ்வளவு பேசியும் அவர்கள் அந்நிலையை விட்டு மாறவில்லை.. இதற்கு மேலும் தாங்காது என்று நினைத்தவன், நேராக நிமலன் அருகில் அமர்ந்து அவன் கைகளில் நறுக்கென கிள்ளினான்.. வலியில் உஸ் என்று கத்தியதும் தான் இருவரும் தன்னிலை அடைந்தனர்..

சுதாரித்து எழுந்தவர்கள்.. பின்னர் ரொமேன்ஸ் பண்ணுவாங்கன்னு நினைச்சிங்களா அதான் இல்லை ஒருவரை ஒருவர் சரமாரியாக திட்டி கொள்ள ஆரம்பித்தனர்.

நிமலன், "ஏய் அறிவில்ல ஓடி வரேன்னு தெரியுதுல்ல ஓரமா போக வேண்டியது தானே.. அப்படியே மேல வந்து பப்பரபேன்னு விழற.. இந்த மாதிரி அழகாவும் சொத்து சுகமும் இருக்க பையன கரெக்ட் பண்ணலாம்னு பார்த்-

தியா?"

இதை கேட்டதும் யாருக்கு தான் கோபம் வராது?

அகலிகா, "யார் இங்க அழகா இருக்கறது? தேவ் நீங்க பார்த்தீங்களா? நல்லா துவாரபாலகர் மாதிரி இருந்துக்கிட்டு பேச்ச பாரு.. நீங்க ஓடி வந்தத நான் பார்க்கல ஏன்னா உங்கள அந்த லூசு துரத்திக்கிட்டு வந்தா மாதிரி இதோ இங்க இருக்கே இந்த லூசு அவ என்ன துரத்திக்கிட்டு வந்தா.. இப்ப புரியுதா? யாருக்கு வேணும் உங்க சொத்து அது என்கிட்டயும் இருக்கு உங்க சொத்தை கட்டிக்கிட்டு நீங்களே அழுங்க.. பெரிய மன்மதன்னு நினைப்பு பே"என்று அவள் திட்டி விட்டு போய் கொண்டு இருந்தாள்..

அவள் சென்ற திசையை கண்கொட்டாமல் பார்த்துக் கொண்டு இருந்தவனை தேவ் தான் பிடித்து உலுக்கினான்..

தேவ்," என்னடா இப்படி நிக்குற? நீங்க பார்த்த பார்வைய பார்த்தா ரொமேன்ஸ் பண்ணா மாதிரி இருந்தது.. இப்ப என்னடான்னா நீயும் அவளும் சண்டை போடுறீங்க.. உண்மைய சொல்லு இதெல்லாம் உன்னோட ஏற்பாடா?"

நிமலன், "அட நீ வேற பார்க்க அழகா தான் இருக்கா ஆனா வாயா அது இந்த பேச்சு பேசுறா!! இவள எவன் கட்டிக்க போறானோ? பாவம் கொஞ்ச நாளிலேயே காதுல இருந்து ரத்தம் வர ஆரம்பிச்சிடும்.."

தேவ், "அப்ப உனக்கு ஒன்னும் தெரியாது அப்படி தானே?"

நிமலன், "அப்கோர்ஸ்.. நம்புடா நான் இவள இப்ப தான் பார்க்குறேன்.. கவர்மென்ட் மூலமா

அனுப்பி வச்சாங்க.. ஆனா என்ன இவள பார்க்-கும் போது ஏதோ ஒரு இனம் புரியாத உணர்வு வருது அது தான் என்னன்னு தெரியல" என்று அவனை தெளிவாய் குழப்பி விட்டு சென்றான்.

தேவ், "அடப்பாவி சிவனேன்னு தூங்கிட்டு இருந்த என்ன எழுப்பி அவ கிட்ட லூசுன்னு பெயர் வாங்கி கொடுத்தது மட்டும் இல்லாம இப்ப என்னை குழப்பிட்டு வேற போறல்ல இருடா உன்னை கவனிச்சிக்கிறேன்"

அதன்பிறகு அனைவரும் தங்களது வேலையை நோக்கி பயணமானார்கள்.. கந்தபு-ரதிலிருந்து 5 கிலோ மீட்டர் தூரத்தில் உள்-ளது முருகர் கோவில் இருந்த இடம்.. அது ஒரு அடர்ந்த காடு இப்பொழுது இருக்கும் உலகத்-தில் அந்த காடு மட்டும் பசுமை மாறாமல் குளுமையாக இருந்தது.. சுற்றிலும் மரங்களும், மலர்களும் குவிந்து கிடந்தன என்ன தான் அடர்ந்த காடாக இருப்பினும் அது அச்சமூட்-டுவதாக இருக்கவில்லை பார்ப்பவர் யாராயி-னும் அவ்விடத்தை நின்று இரசித்து விட்டு தான் செல்வார்கள்.. நடந்து சென்று கொண்டு இருந்தவர்களில் நிமலனும், அகலிகாவும் மட்-டுமே இனம் புரியாத மகிழ்ச்சியை உணர்ந்-தனர்.. ரிஷியால் அந்த காட்டில் கால் வைத்த-திலிருந்து நெருப்பில் நடப்பது போன்ற உணர்வு நடக்க நடக்க சோர்ந்து கொண்டே இருந்தான் அவன். தனுஜாவிற்கோ கிலி பிடித்து கொண்-டது தேவ்வுக்கும் தான்..

அந்த நேரம் அங்கு வந்தார் சந்திரசித்தர் ..

சந்திரசித்தர் , "என்ன நிமலா, பால முரு-கரை தேடும் பணி துவங்கி விட்டது போல் தெரிகிறதே?"

நிமலன், "ஆமா சித்தரே.. இத்தனை நாளா இந்த பக்கம் நான் நிறைய தடவை போய் இருக்கேன் ஆனா இன்னைக்கு மட்டும் ஏதோ புதுசா ஒரு உணர்வு வருது ஆனா அது ஏன்னு தெரியல"

சித்தரே எங்களுக்கும் என்றனர் மற்றவர்க-ளும்..

சந்திரசித்தர் ," காரண காரியம் இல்லாமல் எதுவும் நடப்பது இல்லை நிமலா"

ரிஷிக்கு மட்டும் விபூதியை கொடுத்து உடலில் பூசி கொள்ள செய்தார்.. மற்றொர்க-ளுக்கு அவர் செய்கையின் அர்த்தம் புரியாவிட்-டாலும் அவர் காரணத்தோடு தான் செய்வார் என்ற நம்பிக்கை இருந்தது அதனால் யாரும் எதுவும் கேட்கவில்லை.. அதன் பிறகு சித்தர்,

வாருங்கள் நானும் உங்களுடன் வருகிறேன் அனைவரும் சென்று பால முருகர் கோவிலை தேடுவோம்..

சிறிது தூரம் நடந்ததும் சந்திரசித்தர் ," இங்-கேயே நில்லுங்கள் இது தான் இந்த இடம் தான் எம்பெருமான் இருக்கிறார் இங்கையே தேட ஆரம்பியுங்கள் உங்களுக்காக அவர் வரு-வார் ஆனால் நீங்கள் அதற்காக ஒரு விசயம் செய்ய வேண்டும்..

நிமலன்," என்ன செய்யனும் சித்தரே சொல்-லுங்க எங்க குடும்பத்துக்காக செய்யறேன் ".

சந்திர சித்தர் சிரித்தப்படி.. "இதை நீ மட்டும் செய்ய முடியாது நிமலேந்திரா.. இதோ இருக்-கிறாளே இந்த அகலிகா அவளும் உன்னுடன் செய்ய வேண்டும்.. தனுஜாவும், தேவேந்திரனும் உங்களுக்கு தேவையானதை செய்வார்கள்.."

ரிஷி, "அப்ப நான் என்ன செய்யனும்? ".

சந்திரசித்தர் ," உனக்கான வேலை இங்கு இல்லை ரிஷி வேந்தா" என்றார் அவனை உற்றுப் பார்த்தப்படி

ரிஷிக்கு தான் உள்ளுக்குள் பயம் வர ஆரம்பித்தது.. இவருக்கு எப்படி அந்த காலன் சொன்ன பெயர் தெரியும்? அவன் சொன்னா மாதிரி நான் பழிவாங்க தான் வந்து இருப்பேனா? என்று யோசித்து கொண்டு இருக்கும் போது, சந்திர சித்தர் நீ நினைப்பது உண்மை தான் ரிஷி.. அதனால் தான் சொன்னேன் உனக்கான வேலை இங்கு இல்லை என்று.. அவர்கள் செல்லட்டும் நீ என்னுடன் வா..

அவர்களிடம் சில நிமிடங்கள் இங்கையே இருங்கள் நான் இவனிடம் சிறது உரையாடி விட்டு வருகிறேன் என்று அவனை கோவில் வாயிலை நோக்கி அழைத்து சென்றார்.

சந்திரசித்தர் , "என்ன ரிஷி வேந்தனுக்கு குழம்பம் மிகுந்து கிடக்கிறது போல தெரிகிறது? காலன் சொன்ன விஷயம் இந்த சித்தருக்கு எப்படி தெரியும் என்று யோசித்து கொண்டு இருக்கிறாய் தானே?

ரிஷிக்கு சர்வமும் உதறியது," உங்.. உங்களுக்கு எப்படி தெரியும்?

அவர் சிரித்து கொண்டே நான் முருக பக்தன் ரிஷி.. எனக்கு நன்மைகளும் தெரியும்.. தீமைகளும் தெரியும்.. பல ஜென்மங்களாக அவனின் தீவிர பக்தன் நான் அவன் கண் அசைவுகளுக்கு ஏற்ப நான் செயல்பட்டு கொண்டு இருக்கிறேன்.. உன் பூர்வ ஜென்மும் தெரியும் இனி என்ன நடக்க இருக்கிறது என்பதும் என் அப்பன் அவ்வப்போது தெரியப்படுத்தி கொண்டு இருக்கிறார் ஆனால் இதில் எனக்கு தெரியாதது ஒன்று தான் முன் ஜென்மத்தில் நீ நல்லவனாய்

இருந்து சில கூடா நட்பால் இறக்க நேரிட்டது.. இந்த ஜென்மத்தில் உன் நிலைமை என்ன? உன் உயிர் மண்ணில் இருக்குமா, விண்ணுலகம் செல்லுமா என்பதை நான் அறியேன்.."

ரிஷி," என்ன சொல்றீங்க நீங்க? நான் முன் ஜென்மத்தில் கெட்டவனா இருந்து இருக்கலாம்.. ஆனா இப்ப தான் எனக்கு எதுவும் தெரியாதே? அதுவும் இல்லாம நான் இதுவரைக்கும் யாருக்கும் எந்த கெடுதலும் பண்ணது இல்ல சித்தரே.. அப்புறம் எப்படி நான் இறப்பேன்? ".

சந்திரசித்தர் ," உன் கர்ம வினைகள் அப்படி.. நடப்பது உன் கையிலும் இல்லை என் கையிலும் இல்லை.. நடப்பது நடக்கட்டும் எல்லாம் என் அப்பனின் சித்தம்"

ரிஷி," உங்கள ஒன்னு கேக்கவா?"

சந்திரசித்தர் ," கண்டிப்பாக கேட்கலாம்.."

ரிஷி," நான் தான் முன்னாடி கெட்டவனா இருந்து இருக்கேன்.. இந்த கோவில் மறைய ஏதோ ஒரு வகையில காரணமா இருந்து இருக்கேன்.. அப்ப நான் கஷ்டத்தை அனுபவிச்சி தானே ஆகனும்.. கொடூரமா நடந்து கிட்ட என்னை யாரு மன்னிப்பாங்க? அதுவும் இல்லாம நீங்க ஏன் இதெல்லாம் சொல்லி என்னை எச்சரிக்கை பண்றீங்க? நீங்க என்னை பார்க்குற பார்வையில் கோபம் இல்லை பாசம் தெரியுது இதுக்கு காரணம் என்னனு நான் தெரிஞ்சிக்கலாமா? ".

சந்திரசித்தர் ," காரணம் தானே சொல்கிறேன்.. உன்னை பார்க்கும் போது என்னையும் அறியாமல் உன் மீதான பாசம் சுரந்து விடுகிறது ஏனெனில் உன்னுடைய முன் ஜென்மத்தில் நான் தான் உன்னுடைய தாய்மாமன் சந்திர வேந்தன்.

6

சந்திர சித்தர் சொன்னதை நம்ப முடியாமல் பார்த்தான் ரிஷி..

ரிஷி, "சித்தரே நீங்க சொல்றது எனக்கு புரியல.. எந்த ஜென்மம்? நான் எப்ப உங்க மருமகனா இருந்தேன்? எனக்கு எதுவுமே புரியல.. தயவு செய்து கொஞ்சம் தெளிவா சொல்றீங்களா?"

சந்திரசித்தர் , "சொல்கிறேன் வேந்தா கேட்டு கொள்.. ஆனால் அதை கேட்ட பிறகு உனக்கு பழி உணர்வு வராமல் குற்ற உணர்வு வந்தால் நீ மன்னிக்கப்படுவாய்..ஆனால் பழி உணர்வு தலை தூக்கினால் விளைவுகளுக்கு நான் பொறுப்பல்ல..

அதை கேட்ட ரிஷிக்கு பயம் வந்தாலும் அதை அடக்கியபடி சித்தரே ஒரு கேள்வி கேட்கனும்" என்றான் தயங்கியவாறே..

சந்திரசித்தர் , "கேள்.."

ரிஷி," அந்த சேனாதிபதி யாரு? அப்புறம் என் காதலி யாரு? அவங்க எங்க இருக்காங்க? அவங்களுக்கு முன் ஜென்மம் பற்றி ஞாபகம் வருமா? இல்ல நீங்க போய் நியாபகப்படுத்துவீங்களா?"

சந்திரசித்தர் , "கூடிய விரைவில் அவர்களை நீயே அடையாளம் காண்பாய் வேந்தா.. அவர்-

களுக்கு என் அப்பனே ஞாபகங்களை கொண்டு வந்து விடுவார்" இப்பொழுது உன் பூர்வ ஜென்மத்தை பற்றி சொல்கிறேன் கேள்.. மறந்து விடாதே எக்காரணம் கொண்டும் நீ இவ்விடத்தை விட்டு அசைய கூடாது.."

ரிஷி, "சரிங்க சித்தரே.."

சந்திரசித்தர் ,"அது அவ்வளவு சுலபம் இல்லை வேந்தா..சரி சொல்கிறேன் கேள்"

800 ஆண்டுகளுக்கு முன்பு,..

சத்தியநாடு, கண்ணுக்கெட்டிய தூரம் வரை பச்சை பசேலென வயல்களையும், வளைந்து ஓடும் ஆறும், ஆர்ப்பரித்துக் கொட்டும் அருவியும், காடுகளும் அதில் அழகான மயில்களும், முயல்களும், ஆபத்தான சிங்கமும், புலிகளும் கூட உண்டு.. அதற்கும் மேலாய் அன்புடனும் பாசமுடனும் மக்களும் அவர்களை வழி நடத்தி கொண்டிருக்கும் வேலவ வேந்தன்.. நீதி தவறாமைக்கு அந்த நாடு ஓர் எடுத்துக்காட்டு.. அரசருக்கு உற்ற துணைவியாக சுந்தரி தேவி அன்பு நிறைந்தவர், சினம் என்பதே அறியாதவர்.. அரசரும் அரசியும் காதலோடும், மகிழ்ச்சியோடும் வாழ்ந்து வந்தனர்.. ஆனால் அவர்களுக்கு அனைத்தும் இருந்தும் பிள்ளை செல்வம் மட்டும் இல்லை எவ்வளவோ பூஜைகள் யாகங்கள் செய்தும் பயன்தராது போகவே கவலையில் ஆழ்ந்தனர்.. இது மக்களுக்கு தெரிய வந்ததும் அவர்களும் கவலையில் ஆழ்ந்தனர்.. நாட்கள் தவறாது அவர்களின் குல தெய்வமான முருகர் கோவிலில் சிறப்பு பூஜை செய்து கொண்டு இருந்தனர்.. அந்த நேரம் அங்கு வந்த சிவன் அடியார்கள் "வேலவா கண்களை திற உன் கவலையை போக்க எம் சிவபெருமான் ஒரு வழி சொல்லி அனுப்பி

வைத்திருக்கிறார்..

அதை கேட்டதும் மனமுருக வேண்டிக் கொண்டு இருந்தவர்கள் கண்களை திறந்து முதலில் சுந்தரி தான் அவர்களிடம், "அடியார்-களே என்ன செய்ய வேண்டும், ஏதுவாயினும் நாங்கள் செய்ய காத்திருக்கிறோம்.. விரைந்து கூறுங்கள்"

"நீங்கள் கந்தபுர தேசம் சென்று அங்குள்ள சிவபுத்திரன் சந்நிதியில் 48 நாட்கள் விரதமி-ருக்க வேண்டும்.. நெய் தீபம் ஏற்றி சுப்ரம-ணிய சகஸ்ரநாம அர்ச்சனை செய்ய வேண்-டும்.. ஒவ்வொரு நாளும் ஒவ்வொரு மலர்-களை கொண்டு பூஜை செய்ய வேண்டும்.. இப்-படியாக வெற்றிகரமாக பூஜையினை எவ்வித தடையும் இன்றி முடித்தால் குழந்தைப்பேறு நிச்சியம் ஆனால் இதில் சிறு தடை வந்தாலும் என்று அவர் சொல்லி முடிக்கும் முன் , "என்ன சுவாமி குறை வந்தால் குழந்தை செல்வம் கிடைக்காதா? என்றார் சுந்தரி தேவி.

" குழந்தை செல்வம் பிறக்கும் ஆனால் ஏதேனும் ஒரு குறை இருக்கும் அதை அது அங்கஹீனமாகவோ அல்லது வேறு ஏதேனும் குறை கூட இருக்கலாம்.. ஏன் பிறக்கும் குழந்தை உங்களை விட்டு பிரியும் நிலை கூட வரலாம்"

அதை கேட்ட சுந்தரி தேவிக்கு பயம் ஏற்பட ஆரம்பித்தது.. பின்னர் சமாளித்து கொண்டு,

சுந்தரி தேவி, "கண்டிப்பாக எக்குறையும் வராமல் நாங்கள் விரதமிருப்போம் சுவாமி".

"அது நம் கையில் இல்லை எல்லாம் அவனிடத்தில்..நாங்கள் பின்னர் வருகிறோம் ஓம் நமசிவாய. " என்று சென்று விட்டனர்.

அவர்கள் சென்ற பிறகு தன் நாட்டின் விசு-வாசமான பிரதான மந்திரியிடம் பொறுப்பை ஒப்படைத்து விட்டு கந்தபுர தேசம் நோக்கி பயணமானார்கள்..

இவர்களின் வருகையை கந்தபுர அரசரான வீரசிம்ம பூபதிக்கு தன் ஒற்றனின் மூலம் தகவல் தெரிவித்தனர்.. அதன்படி அவர்களுக்கு தேவையான உதவிகளை செய்வதாக வாக்க-ளித்து அனுப்பி வைத்தார்..

அடுத்த ஐந்து நாட்களில் சத்திநநாட்டிலிருந்து கந்தபுர தேசத்திற்கு வந்தடைந்தனர் வேலவ வேந்தனும் சுந்தரி தேவியும்.. அரண்மனையில் உபசரிப்புகளை ஏற்று பின்னர் அங்கு தங்கு-வதை தவிர்த்து அந்த தேசத்தின் படை வீரர்-களுடனும் தங்கள் படை வீரர்களுடனும் பால முருகரை தரிசிக்க கிளம்பினர்..

பரந்து விரிந்த காட்டில் சாந்தமே உருவாய் நின்ற கோலமாய் பார்ப்பவரை கொள்ளை கொள்ளும் அழகுடன் நவரத்தினங்களான ஆன வேல் மற்றும் சேவற்கொடியுடனும் காட்சி தந்து கொண்டு இருப்பவரை காண இரு கண்-கள் போதாது என்ற நிலையில் இருந்தனர் வேலவ வேந்தனும் சுந்தரி தேவியும்.. அவர்கள் குல தெய்வமும் இவரே தான் ஆனால் சுப்-ரமணியர் அவர் இவ்வாறு குறும்பு நிறைந்த முகத்தோடு தன்னை நாடி வரும் பக்தர்களை பார்க்க மாட்டார்.. என்னே ஓர் அழகு என்று மெய்சிலிர்த்து நின்ற நொடி எங்கிருந்தோ வந்த மயில் அவரிடம் வந்தது..

அதைப்பார்த்தும் சுந்தரி தேவிக்கு அளவில்லா ஆனந்தம் பொங்கியது.. தோகை விரித்து நடந்த அதை பார்த்து கொண்டே இருந்தவர் தன்னையும் அறியாமல் அதை

பிடித்து வைக்க எண்ணினார்.. முருகரின் வாகனமான அம்மயிலை பிடிக்க நினைத்தது பெரிய பாவம் என்று வேலவ வேந்தன் எவ்வளவு கூறியும் கேளாமல் அதை பிடிக்க உத்தரவிட்டார் சுந்தரி..

ஆனால் அதை பிடிக்க இயலாமல் வீரர்கள் தோல்வியை தழுவி கொண்டு இருந்தனர்..

சில நிமிடங்கள் அவர்களையே பார்த்து கொண்டு இருந்த வேலவ வேந்தன் நேராக பால முருகரை வேண்டி விட்டு மயிலே என்னிடம் வருவாயாக என்ற அடுத்த நொடி அவரின் அருகில் சாந்தமாய் அமர்ந்தது.. சுந்தரி தேவியும் வீரர்களும் அதிசயித்து போயினர்..

சுந்தரி தேவி, "அரசே இது எவ்வாறு சாத்தியம்?"

வேலவன், "தேவி நீ மயிலை பிடிக்க நினைத்தது தவறு இல்லை ஆனால் அதை பிடித்து உன்னுடன் வைத்திருக்க நினைத்தாய் அது என் அப்பனின் வாகனம், பக்தியால் மட்டுமே உன்னால் அதை அருகில் வரவழைக்க முடியுமே தவிர அதிகாரத்தால் அல்ல..நீ அதை தவறி விட்டாய்.. முதலில் சராசரி பெண்ணின் மனதிலிருந்து விலகி ஒரு நாட்டின் மகாராணியாக யோசிக்க பழகி கொள் தேவி.. எந்த ஒரு உயிருக்கும் அதன் போக்கில் சுதந்திரமாக வாழ உரிமை உள்ளது.. அதை மறந்து விடாதே நாளை விடியலில் பூஜையை துவங்க வேண்டும் உறங்க செல்லலாம் வா"என்று குடிலுக்கு அழைத்து சென்றார்.. அவருக்கு காவலுக்கு வந்த வீரர்களை அவர்களது குடிலுக்கு சென்று உறங்குமாறு சொல்லிவிட்டு ஆழ்ந்த உறக்கத்திற்கு சென்றனர்..

மறுநாள் விடியல் அவர்களுக்கு சோதனை-யுடன் ஆரம்பித்தது தீடீரென கரு மேகங்கள் சூழ்ந்து அடைமழை பொழிய துவங்கியது.. பூஜைக்கு தேவையான பூக்களை எவ்விதம் கொண்டு வருவது என்று கலங்கினர் அத்தம்பதியினர்..

நேராக பால முருகர் சன்னதிக்கு சென்றனர் "முருகா இது என்ன சோதனை? இந்த அடை-மழையில் நாங்கள் எங்கணம் பூக்களை கொண்டு வருவது? ஏதாவது செய்யுங்கள் என் அப்பனே" என்று மனமுருகி வேண்டிய சில நொடிகளில் மழை பொழிந்த சுவடே இல்லாமல் வெளிச்சம் பரவியது..

சுந்தரி தேவியும் வேலவ வேந்தனும் அப்பா உன் கருணையே கருணை என்று உடனடியாக பூஜைக்கான ஏற்பாடுகளை செய்து அந்நாளின் பூஜையை சிறப்பாக செய்து முடித்தனர்..

அதே நேரம் மண்டோதரியின் சன்னிதியில் தாயே நம் வெற்றிக்கு வித்திட போகும் சிசுக்-கான பூஜை அந்த பால முருகன் சன்னதியில் துவங்கியது.. இனி நம் நோக்கம் விரைவில் நிறைவேறும் இத்தனை நாட்களாக நம்மை கட்டி வைத்த சிவன் அடியார்கள் மூலமாகவே தாங்கள் விடுதலை அடைய இருக்கிறீர்கள் என்று அந்த காடே அதிரும்படி சிரித்தான் காலன்..

"காலா நீ நினைப்பது போல் அது அவ்வளவு எளிதல்ல.. பிறக்க போகும் அந்த சிசு அவன் தந்தையை போலவே நீதி தவறாமல் இருப்-பான் அவன் இந்த நாட்டில் பிறக்க போகும் இளவரசியினால் தான் தீய வழிக்கு வருவான் ஆனால் அந்த நேரம் அவன் தெளிவாக முடி-வெடுத்து விட்டால் நாம் அழிவது உறுதி.. உன்

வாய் ஜாலம் தான் அவனை இவ்வழியில் வரவழைக்க உதவும்.. நினைவில் கொள் அவன் உன்னை எதிர்க்க பார்ப்பான் அதில் நீ தப்பிக்க வேண்டும்.. பிற்காலத்தில் இந்த நாட்டிற்கு வரும் சேனாதிபதியால் உனக்கு மரணம் உறுதி கவனம் " என்றது மண்டோதரியின் அசரீரி.

காலன்," தாயே அந்த சிறு பாலகர்கள் பல நூறு ஆண்டுகளாக உன்னை நோக்கி தவம் செய்து மந்திர சக்தி நிறைந்த என்னை அழித்து விட முடியுமா? பிறக்க போகும் சத்திய நாட்டின் முடி இளவரசனை இக்கணம் முதல் கண்காணிக்க போகிறேன்.. அவன் நடவடிக்கைகள் ஒவ்வொன்றையும் கூர்ந்து கவனித்து அவனை நம் வழிக்கு கொண்டு வருவேன்" என்று அவன் பிறக்க போகும் நாளை எதிர்நோக்கி காத்திருந்தான்.

நாட்கள் அதன் போக்கில் செல்ல 48 நாட்கள் விரதம் முடிவுறும் நாள் அன்று.. இன்று ஒரு நாள் வெற்றிகரமாக பூஜையை முடித்து விட்டால் போதும் என்ற நினைப்போடு சிரத்தையாக பணிகள் நடைப்பெற்று கொண்டு இருந்தன..

கடைசி நாளான அன்று பால முருகருக்கு பட்டாடை கட்டி சிறப்பு அலங்காரம் செய்து அவருக்கு விஷேசமான செவ்வரளி கொண்டு அர்ச்சனை செய்து கொண்டிருந்தனர் வேலவ வேந்தனும், சுந்தரி தேவியும்.. அந்த நேரம் ஒரு தேள் அங்கிருந்த மலர் குவியலில் இருந்து வெளியேற நினைத்தது அது அரசரை கடித்து விட போகிறது என்று நினைத்து அதனை அடித்து விட்டார் சுந்தரி தேவி.. அடித்த வேகத்தில் அதனின் ரத்தம் மலர்களில் விழுந்தது தெரியாமல் பூஜை நடந்து முடிந்தது..

பூஜைகள் முடிந்து தன் நாடான சத்திய நாட்டிற்கு சென்ற இரண்டாம் மாதம் சுந்தரி தேவி கற்பமுற்றார்.. எல்லாம் முருகரின் சித்தம் என்று எண்ணி மகிழ்ந்தனர் அத்தம்பதியர்.. நாடே விழா கோலம் பூண்டது.. ஒவ்வொரு மாதமும் ஒவ்வொரு சுவாமிக்கு சிறப்பு பூஜைகள் செய்து கொண்டிருந்தார் வேலவன்..

குழந்தை பிறக்கும் நாளும் வந்தது.. சுந்தரி தேவி அலறுவதை பொறுக்க முடியாமல் அரண்மனை மாடத்தில் உலாவி கொண்டிருந்த நேரம் வானிலையில் மாற்றங்கள் நிகழ தொடங்கின.. ஆனால் வேலவன் அதனை கவனிக்கவில்லை .. கரு மேகங்கள் சூழ்ந்து புயல் போல காற்று வீசியது, அந்த மேகங்களிலிருந்து சிவப்பான கண்கள் சடுதியில் தோன்ற மறைந்தது அதை கவனித்த அரண்மனை பண்டிருக்கு ஏதோ அபசகுனம் நிகழ போவது போல் தோன்றவே அரசரிடம் அதைப் பற்றி பேச நினைத்தார்..

பண்டிதர், "அரசே,நான் தங்களிடம் சில விசயங்களை பகிர வந்துள்ளேன்.. தாங்கள் அனுமதி அளித்தால் விரைந்து கூறிவிடுவேன்"

“பண்டிதரே என்ன விசயம்? இப்பொழுது தான் சொல்ல வேண்டுமா? எனக்கு வாரிசு பிறக்க இருக்கிறது.. இந்த நாட்டிற்கு இளவரசனோ இளவரசியோ பிறக்க போகிறார்கள்.. சிறது நேரம் கழித்தோ அல்லது நாளை காலை சபை கூடும் போது நீங்கள் கூற வருவதை பற்றி ஆலோசிக்கலாம்.."

பண்டிதர், "ஆனால் அரசே.. நான் கூற வருவது என்னவெனில்" என்று அவர் முடிக்கும் முன்னரே குழந்தையின் அழுகுரல் கேட்டது.

அதனை கேட்டதும் வேலவ வேந்தன் அறையை நோக்கி சென்று விட்டார்.. அவர் சென்ற அடுத்த நொடி கரு மேகங்களுக்குள் இருந்த சிவப்பு கண்கள் பண்டிதரை பார்த்து "அடேய் பண்டிதா அரசருக்கு விசுவாசமா? முன்னெச்சரிக்கை செய்ய போகிறாயா? நாளை நீ இங்கு பார்த்ததை அரசரிடம் கூறினால் உன் மரணம் நிச்சயம் என்று ஆங்காரமாய் ஒலித்தது அக்குரல்.."

7

நாடே விழா கோலம் பூண்டது.. நாட்டிற்கு வாரிசு அதுவும் இளவரசர் பிறந்த சேதி கேட்டு நாட்டு மக்கள் யாவரும் அரண்மனை நோக்கி படையெடுக்க தொடங்கினார்கள்.. ஆடல் பாடல் என மக்களை கலைஞர்கள் மகிழ்வித்து கொண்டிருந்தனர்.. அரசரோ அந்த வருடம் முழுதும் மக்களுக்கு சலுகைகளை அறிவித்து இருந்தார்.. ஆனால் பண்டிதரின் வீடு மட்டும் இருளில் மூழ்கி இருந்தது.. தன் விசுவாசமா இல்லை உயிரா என்று நினைக்கும் போது விசுவாசமே தலை தூக்கியது.. தன்னை இத்தனை வருடங்களாக ஆதரவளித்து உண்ண உணவு, உடுக்க உடை, இருக்க இடம் தந்து பாதுகாத்து வந்த அரசருக்கு துரோகம் நினைக்க மனம் வரவில்லை.. நாட்டின் நலனுக்காக தன் உயிரே போனாலும் பரவாயில்லை என்ற முடிவுடன் தன் வீட்டிலிருந்து அரண்மனை நோக்கி பயணமானார் பண்டிதர்..

அவர் கிளம்பிய அந்த நொடியிலிருந்து சிவப்பு கண்கள் அவரை பின் தொடர ஆரம்பித்தது.. 'அடேய் பண்டிதா நான் உன் உயிரை குடிப்பேன் என்று எச்சரித்தும் உன் அரசனுக்கு சூழ்நிலையை விளக்க செல்கிறாயா? போ உன் விதி முடியும் நேரம் என் உருவத்தில் நெருங்கி

கொண்டிருக்கிறது’.

காற்று பலமாக வீச தொடங்கி அவர் ஒரு அடி கூட முன்னேற முடியாமல் செய்தது.. என்ன செய்வது என்று யோசித்தவர் ஒரு முடிவுக்கு வந்தவராய் முருகரின் காயத்ரி மந்திரத்தை விடாமல் உச்சரித்தார் அதன் பலனாக காற்று நின்றது..

அரண்மனையை நெருங்க நெருங்க பயம் கவ்வ ஆரம்பித்தது பண்டிதருக்கு எப்படியோ விழா நடக்கும் இடத்திற்கு விரைந்த அவரை தக்க மரியாதையுடன் வரவேற்றனர் அரசரும், அரசியாரும்..

வேலவன், "பண்டிதரே நேற்று குழந்தை பிறந்தது முதல் தங்கள் வதனத்தை நான் காணவே இல்லையே எங்கு சென்றீர்கள்? உடல்நிலை சுகம் தானே?"

சுந்தரி தேவி, "ஆமாம் நானும் இதையே தான் கேட்க நினைத்தேன்.. தங்கள் வதனம் பார்க்க சரியில்லை கண்கள் ஏன் நீர் நிறைந்து காணப்படுகிறது? ஏதேனும் பிரச்னையா? "

பண்டிதர், "ஆம் நான் உங்கள் இருவரிடமும் பேச வேண்டும்.. "

வேலவன்," கூறுங்கள்"

பண்டிதர், "அது இங்கே அனைவர் முன்னிலையிலும் நான் கூற விரும்பவில்லை அரசே" என்றார் பயத்தோடு சுற்றும் முற்றும் பார்த்தபடி

ஏதோ விபரீதம் என்று உணர்ந்தவர்கள் அவரை விழா நடக்கும் இடத்திற்கு சற்று தள்ளி அழைத்து சென்று விசியம் என்னவென்று கேட்டனர்..

பண்டிதர்," அரசே நம் நாட்டின் இளவரசருக்கு பெரும் ஆபத்து வர காத்திருக்கிறது அவர் கிரக நிலை சரியில்லை அவரை கவன-

மாக பார்த்து கொள்ளுங்கள்.."

சுந்தரி தேவி, " ஐய்யோ பண்டிதரே என்ன இது? யாரால் ஆபத்து? எதனால் ஆபத்து? விரைந்து சொல்லுங்கள்"

அவர் சொல்ல நினைக்கும் நேரம் அவர் கண் எதிரே கோரமாய் ஓர் உருவம் மனித மண்டை ஓடுகள் கழுத்து நிறைந்திருக்க பற்கள் இரண்டு விகாரமாய் நீண்டிருக்க கையில் பலவகையான ஆயுதங்களுடன் அந்தரத்தில் உக்ரமாய் ஆடி கொண்டிருந்தது.. பண்டிதரின் கண்கள் பயத்தில் துடிக்க ஆரம்பித்தது இதை கண்டு கொண்ட அரசர் என்னவென்று திரும்பி பார்க்க அவர் கண்களுக்கு எதுவும் தெரியவில்லை.. அதை கண்டதும் அவர் முருகரின் காயத்ரி மந்திரத்தை உச்சரிக்க ஆரம்பித்தார்.. இதை கண்ட அரசர் என்னவென்று கேட்க முயற்சித்தார்..

வேலவர், " பண்டிதரே என்னவாயிற்று? ஏன் இப்படி கலக்கம் கொண்டுள்ளீர்கள்? அங்கே எதைப் பார்த்து அச்சம் கொள்கிறீர்கள்? கூற வந்ததை விரைந்து கூறுங்கள்.. சித்தர்கள் வரும் நேரம்".

பண்டிதர் சொல்லலாம் என்று நினைத்த போது அவர் குரல் வளம் போய் விட்டிருந்தது.. சரி எழுதி காண்பித்து விடலாம் என்று நினைத்து அங்கிருந்த சிறு கல்லினை கொண்டு சுவற்றில் எழுத எண்ணிய போது அவருக்கு தீடீரென்று நாசியில் இருந்து ரத்தம் வர ஆரம்பித்தது.. கை கால்கள் வெட்டி இழுக்க ஆரம்பித்தது அவரால் எதுவும் செய்ய முடியாமல் போனது.. அரசரும் அரசியும் அரண்மனை வைத்தியரை அழைத்து பார்த்தும் எந்த பயனும் இல்லை சிறிது நேரத்தில் அவர் உயிர் பிரிந்தது..

அந்த நேரம் சித்தர்கள் வரவும் அவர்களிடம் ஓடினர் இருவரும்..

சுந்தரி தேவி, "சித்தர்களே இங்கு என்ன அபத்தம் நடக்கிறது? என் குழந்தைக்கு என்ன ஆபத்து வரவிருக்கிறது? தயை கூர்ந்து கூறுங்-கள்" என்று மன்றாடி கொண்டிருந்தார்..

நேராக அந்த கோர உருவம் இருப்பதை கவனித்தவர்கள் நமசிவாய பஞ்சாட்சரத்தை உச்சரித்து பின்னர் வீபூதியை அதன் மீது தூவி-யதும் அந்த இடத்தை விட்டு தன் இருப்பிடத்-திற்கு சென்று விழுந்தது..

அங்கே விழுந்ததும் அவனை காப்பாற்ற பார்-கிறாயா? அது சாதாரணமாக முடியாது.. இந்த மண்டோதரியை எதிர்க்கும் திறமை அவனுக்கு இல்லை சித்தர்களே.. நினைவில் கொள்ளுங்-கள்.. என் சக்தியை அதிகரிக்க இருக்கும் அவனை நான் அழிய விடமாட்டேன்.. அதே நேரம் என்னை அழிக்க பிறக்க போகும் சிசுவை இப்புவியில் வர விட மாட்டேன் என்று ஆக்-ரோஷமாக கர்ஜித்தது..

அங்கே.. அரண்மனையில் சித்தர்கள் "வேலவா நான் சொல்வதை கவனமாக கேளுங்கள்.. உங்கள் புத்திரன் விசேஷமானவன் எப்படி என்றால் சிவபெருமான் மூலமாக அவர் புத்திரனின் சன்னதியில் செய்த பூஜையின் பலனாக பிறந்தவன்.. ஆனால் பூஜையில் ஏற்-பட்ட அபத்தம் காரணமாக இவனுக்கு பல பிரச்சினைகள் வரவிருக்கிறது அதை அவன் சாமர்த்தியமாக கையாள வேண்டும்.. "

சுந்தரி தேவி," ஐய்யோ சுவாமி என்ன சொல்கிறீர்கள்? நாங்கள் என்ன தவறு செய்-தோம்? எதனால் இந்த ஆபத்து? இதற்கு என்ன உபாயம்?"

ரிஷிகள்," அதற்கு இறை வழி ஒன்றே சிறந்தது.. நித்தமும் உங்கள் குல தெய்வத்தினை வணங்கி அவருக்கு பணிவிடை செய்து வந்தால் அவனுக்கு வரவிருக்கும் ஆபத்து நெருங்க யோசிக்கும்.. ஆனால் திருமண வயதை நெருங்கும் போது அது அவ்வளவு சாத்தியமில்லை.. மனோதிடம் அவசியம் கன்னிகையினால் ஆபத்து.. அவள் மேல் கொண்ட பித்தினால் அவன் மனம் தடுமாறும் அதில் அவன் உயிர் போகும் வாய்ப்பு அதிகம் ".

வேலவன்," யாரால் என் புத்திரனுக்கு ஆபத்து? அவனை தாங்களே அழைத்து சென்று விடுங்கள்.. பெற்றவர்களுக்கு தன் பிள்ளைகள் கண் எதிரே இருந்து அவஸ்தைப்படுவதை விட தூரமாய் நன்றாக இருந்தாலே போதும் "என்றார் கண்ணீர் மல்க.

சித்தர்கள்," எங்களால் அது முடியாது வேலவா.. எங்களுக்கு இட்ட பணியை நாங்கள் செவ்வனே செய்து விட்டோம்.. அவனாகவே எங்களை தேடி வந்தால் ஈசனின் அருளால் அவனுக்கு ஆபத்து நேராமல் பார்த்து கொள்வோம் ஆனால் உங்கள் ஆசைக்காக இதை எங்களால் முடியாது நாங்கள் வருகிறோம் ஓம் நமசிவாய" என்று முழங்கி கொண்டே சென்றவர்களை தடுத்தார் சுந்தரி தேவி..

சுந்தரி தேவி," சித்தர்களே கன்னிகையால் ஆபத்து என்று சொன்னீர்களே!! அந்த கன்னிகை யார்? எங்கு இருக்கிறாள்? ஏதேனும் சொல்லுங்கள்" என்று மன்றாடினார்..

சித்தர்கள்," அது முடியாது அம்மா.. காலம் கனியும் பொழுது தாங்களே அறிந்து கொள்வீர்கள்.. ஆனால் அவளால் அவனுக்கு மரணம் துரத்துமே தவிர அவள் உங்கள் மகனின் சத்ரு

அல்ல.. உங்கள் மகனின் சத்ரு பிறக்கும் நேர-முமம் நெருங்கி கொண்டு இருக்கிறது..அவன் உங்கள் புத்திரனின் சத்ருவா என்பதை காலம் தான் தீர்மானிக்கும்.. இனி நாங்கள் சொல்ல ஒன்றும் இல்லை.. விடை பெறுகிறோம்".

பெயர் சூட்டும் விழாவிற்கு வந்துவிட்டு என் புத்திரனுக்கு ஆசிர்வாதம் செய்யாமல் செல்கி-றீர்களே என்ற வேலவரின் அழைப்பில் ஒரு கணம் நின்றவர்கள்.. பின்னர் என்ன தோன்றி-யதோ" வேலவா நான் குழந்தையை ஆசிர்வா-தம் செய்கிறேன் என்று குழந்தையின் அருகே வந்தவர்கள்.. இவன் ஈசனின் சொல்படி பிறந்-தவன் ஆனதால் இவன் ரிஷிவேந்தன் என்று அழைக்கப்படுவான்.. நாடும் மக்களும் நலம் பெற போராடுவான்.. போர் கலைகளில் சிறந்து விளங்குவான் இது அனைத்தும் திருமண வயது நெருங்கும் வரை தான்" என்று நல்ல விதமாக சொல்ல ஆரம்பித்தவர் இறுதியில் அவர்களை மறுபடியும் பயத்தில் ஆழ்த்தினார்..

விழா கோலம் பூண்டு இருந்த அரண்மனை இருளில் முழ்க தொடங்கியது.. வரிசையாக பண்டிதரின் மரணம் தங்கள் தவ புதல்வனை பற்றிய செய்திகள் என அனைத்தும் அவர்களின் அறையில் யாரையும் அனுமதிக்கவில்லை.. பசி மறந்து உறக்கம் மறந்து குழந்தைக்கு மட்டும் தேவையானதை செய்ய தாதி பெண்களை விட்டுவிட்டு இரண்டு நாட்களாக இருந்தவர்-களை கலைத்தது சந்திரனின் குரல்..

சந்திரன் சுந்தரியின் தமையன்.. வேலவ வேந்தன் என்றால் அவனுக்கு அவ்வளவு பிரி-யம்.. குழந்தை பிறந்த சேதி கேட்டு அவனால் வர முடியாததால் இன்று அரண்மனைக்கு வந்-தான்.. அவன் வந்தவுடன் அனைத்தையும் தாதி

பெண்கள் மூலமாக அறிந்தவன் அவர்களை தேற்றும் வழியை கண்டு கொண்டான்.. நேராக ரிஷி வேந்தனை தூக்கி கொண்டு அவர்களின் அறைக்கு விரைந்தான்..

சந்திரன், "அக்கா என்ன இது இவ்வாறு அமர்ந்திருக்கிறாய்..? அரசே தங்களுக்கு என்ன ஆயிற்று? அரச அலுவலில் கூட நாட்டம் செல்லாமல் இரண்டு நாட்களாக இவ்வாறு இருப்பது ஏன்? இதோ இந்த குழந்தையை தாதி பெண்களை விட்டு கவனிக்க சொன்னதன் காரணம் என்ன? உங்களின் கவலைக்கான காரணம் நான் அறிவேன்.. அதற்காக ஒரு அரசர் இவ்வாறு சோர்ந்து போகலாமா? எழுப்புங்கள் இருவரும்.. இவ்வாறு கவலை தோய்ந்து இருக்கும் உங்களின் வதனம் காண சகிக்கவில்லை.. வளர்ந்த என்னாலே முடியாத போது இதோ என் மருமகனால் முடியுமா? பாவம் அதனால் தான் இவன் அழுகிறான் போல இருக்கிறது.. அப்படி தானே மருமகனே என்று அவன் கேட்டதும் ரிஷி வேந்தனும் தன் பொக்கை வாயை திறந்து சிரிக்க ஆரம்பித்தான்.. அதைப் பார்த்தவர்கள் கவலை மறுந்து சிரிக்க ஆரம்பித்து இருந்தனர்.. இது தான் நீங்கள்.. அவனை என் பொறுப்பில் இருக்க அனுமதி தாருங்கள் அவனுக்கு என்னை மீறி தான் துன்பம் நெரும்.."

வேலவ வேந்தன் சுந்தரி தேவியிடம் கண்களால் அனுமதி வாங்கினார்.. அவரும் சம்மதம் சொல்லவே சந்திரனின் பாதுகாப்பில் அவன் வளர அனுமதித்தார்..

நாட்கள் நகர ரிஷி வேந்தனுக்கு தேவையானதை செய்த உடன் சந்திரன் அவனை சுப்ரமணியரிடம் தூக்கி சென்று விடுவான்.. குழந்தை

முதலே அவனுக்கு மந்திரங்களை சொல்ல ஆரம்பித்தான்.. அம்மந்திரங்களை செவியில் கேட்கும் பொழுது ஒரு வயது பாலகனான வேந்தன் தன்னை மறந்து சிரிப்பான்.. அதை குரூரமாக பார்த்து சிரித்து கொண்டு இருப்பான் காலன்..

ஒரு வருடம் கழித்து.. கந்தபுரத்தின் அரண்மனை தலைமை வீரரான முருகனின் மனைவி சகுந்தலை பிரவச வேதனையில் துடித்து கொண்டிருந்தார்.. அவர் காட்டில் உள்ள பால முருகரின் சன்னதிக்கு செல்ல தனியே வந்து கொண்டு இருந்த நேரம், குழந்தையின் பிறப்பு காலத்தை உணர்ந்த மண்டோதரி காலனை ஏவி அவனை உயிருடன் வர அனுமதிக்க கூடாது என்று உத்தரவிட்டது..

காலன், "தாயே எதற்காக அக்குழந்தையை அழிக்க வேண்டும்? அவர்களை பார்த்தால் தெய்வாம்சம் நிறைந்தவர் போல் தெரியவில்லையே!! நம் சக்தியை பெருக்கி கொள்ள தான் சத்திய நாட்டின் இளவரசன் இருக்கிறானே? இக்குழந்தை சாதாரண வீரனின் குழந்தை தானே?".

மண்டோதரி, "அடேய் மூடனே பிறக்க போகும் இந்த குழந்தை தான் நம் சத்ரு.. இக்குழந்தை பிறந்தால் நம் அழிவு நெருங்குகிறது என்று அர்த்தம்.. சொன்னதை செய் "என்று கர்ஜித்து அனுப்பியது.

காலன் மண்டோதரியின் பக்தன் தான்..பல உயிர்களை காணிக்கை ஆக்கியவன் தான் அதில் சிறு குழந்தை கூட அடக்கம்.. ஆனால் இன்று ஏனோ அவன் மனம் தடுமாற ஆரம்பித்தது.. இந்த குழந்தையை அழிக்க மனம் வரவில்லை அதனால் சகுந்தலை செல்லும்

வழியில் பெரிய கல்லினை வர செய்தான்.. அவனை பொறுத்த வரையில் அவன் கையால் அக்குழந்தை இறக்க வேண்டாம் கல்லினால் தடுக்கி விழுந்து அதுவாக அழியட்டும் என்று நினைத்தான்.. அதன்படி சகுந்தலை அக்கல்லில் தடுக்கி விழுந்த அடுத்த நொடி பிரசவ வலி எடுக்க ஆரம்பித்தது.. சுற்றிலும் மனிதர்களின் அரவம் இல்லாத நேரத்தில் அவர் குழந்தையை காப்பாற்ற தெய்வமே துணை என்று பால முருகனின் சன்னதிக்கு முன்னேற துவங்கி-னார்..

ஆனால் அவரால் அவ்வளவு சுலபமாக அடியை எடுத்து வைக்க முடியவில்லை.. காலனால் ஏற்படுத்தப்பட்ட சூழல் காற்று அவரை நடக்க விடாமல் செய்தது.. ஒரு கட்-டத்தில் அவரால் ஒரு அடி கூட எடுத்து வைக்க முடியவில்லை.. அதை கண்ட காலன் குரூரமாக சிரிக்க ஆரம்பித்தான்..

8

தன் குழந்தையின் உயிர் காக்க ஒவ்வொரு அடியாக எடுத்து வைக்க முயற்சி செய்து கொண்டிருந்தாள் சகுந்தலை.. காலனும் அவரை முன்னேற விடாமல் தடுக்க காற்றோடு மழையை உருவாக்கினான்.. கர்ப்பிணி பெண் எவ்வளவு தூரம் இடர்களை தகற்க முடியும்? தனக்கு என்ன நேரினும் தன் குழந்தைக்கு எது-வும் ஆக கூடாது என்று தானே தாயுள்ளம் யோசிக்கும்.. அதே போல் சகுந்தலை வேண்-டுதல் எல்லாம் தன் சிசுவை காப்பாற்றவே இருந்தது.. எப்படியோ முன்னேறி கோவிலின் சற்று தொலைவில் அதாவது சுமார் ஒரு மைல் தூரத்தில் உள்ள தோரண வாயிலை அடைந்த அடுத்த நொடி அவருக்கு இடராய் இருந்த அனைத்தும் இதெல்லாம் பிரம்மையோ என்-னும் அளவிற்கு கடந்து சென்று விட்டது.. காலனும் மண்டோதரியின் பாதத்தில் இருந்-தான்..

மண்டோதரி, "காலா உனக்கிட்ட பணியை செய்யாமல் என் பாதத்தில் வந்து விழுந்து விட்டாயே.. அவளை அந்த பால முருகனின் பாதுகாப்பு வளையத்திற்குள் செல்ல வழிவகை செய்து விட்டு இங்கே என் கண்முன்னே நிற்-காதே.. தொலைவில் சென்றுவிடு.. பிறகு

அழைக்கிறேன்" என்று சினம் கொண்டு பேசி-னாள்..

அவளின் ஆக்ரோஷத்தை கண்டு பயந்த காலன் மன்னிப்பை வேண்டி விட்டு அவ்விடம் விட்டு நகர்ந்தான்..

மண்டோதரி தன் சக்திக்கு ஆபத்தை விளை-விக்க போகும் அக்குழந்தை பிறக்கும் நேரத்தை கணித்து கொண்டிருந்தாள்.. சற்று நேரத்தில் கிருத்திகை நட்சத்திரத்தில் ஆண் மகவு பிறக்க போவதையும் அறிந்தாள்.. ஆனால் அவள் அறி-யாத ஒன்று அவனின் அடையாளம்.. அதை கண்டுபிடிப்பதற்குள் அவன் இவளை நெருங்கி விடுவான் என்பது தான் விதிக்கப்பட்டது..

அங்கே.. சூழலும் மழையும் நின்ற காரணத்-தால் தட்டு தடுமாறி கோவிலின் வாசலை அடைந்தார் சகுந்தலை.. அங்கே சில பெண்கள் வழிப்பாட்டிற்காக வந்து இருந்தனர்.. சகுந்தலை யின் நிலை கண்டு ஓடி வந்தவர்கள் சிறிது மறைவான இடத்திற்கு கொண்டு சென்று பிர-சவம் பார்த்தனர்.. சில நிமிடங்களில் முதுகில் வேல் முத்திரையுடன் அழகான ஆண் மகவை ஈன்றேடுத்தார்..

நாட்கள் நகர பெயர் சூட்டும் விழாவிற்கு ஏற்பாடு செய்திருந்தார் முருகன் - சகுந்தலை தம்பதியினர்.. யாரும் எதிர்பாராத வகையில் அங்கு வந்து சேர்ந்தார் ராஜா வீரசிம்மன் பூபதி மற்றும் அரசியர் பூவிழியார் தேவி.. அவர்களை இன்புற வரவேற்று உபசரித்தனர் விழா தம்பதி-யினர்.. நல்ல நேரத்தில் குழந்தைக்கு நிமலேந்-திரன் என்ற பெயரை சூட்டினார் அரசர்.. அதே நேரம் அரசி பூவிழியார் மயங்கி விழவும் அந்த இடத்தில் இருந்த அனைவரையும் கலக்கத்தில் ஆழ்த்தியது..

அவரை சோதித்த அரண்மனை வைத்தியர் அரசியார் கர்ப்பமுற்று இருப்பதாக சொல்லவும் அனைவருக்கும் மட்டற்ற மகிழ்ச்சி ஏனெனில் திருமணம் முடிந்து ஐந்து வருடம் ஆகியும் குழந்தை பேறு இல்லை அவர்களுக்கு.. கூடி இருந்த மக்கள் இதெல்லாம் இந்த நிமலேந்திரன் பிறந்த வேலையே என்று புகழ் பாடவும் அரசரும் அதை ஆமோதித்தார் ஏனெனில் அவன் விசேஷ குழந்தை என்பது அரசருக்கு தெரியுமே.. அன்றிருந்து முருகனை சேனாதிபதியாக நியமித்தார் அரசர்.. அதுமட்டுமல்ல நிமலேந்திருக்கு போர் கலைகள் தன் மேற்பார்வையில் நடக்கும் என்பதையும் பருவ வயது அடைந்ததும் அவன் செயல்பாடுகள் பொறுத்து சேனாதிபதி பொறுப்பை ஏற்று கொள்ள வேண்டும் என்றும் கட்டளை விதித்தார்..

மறுவருடம் கந்தபுரம் ராஜ்யத்திற்கு இளவரசி பிறந்தாள்.. ஆம் பெண் மகவை ஈன்றேடுத்தார் பூவிழியார் தேவி.. பிறப்பிலேயே ஓம் சின்னத்தை தன் வலது கையில் கொண்டு பிறந்திருந்தாள் இளவரசி அகலிகை தேவி.. இவளின் ஜாதகத்தை கணித்த அரண்மனை ஜோசியர் இவள் யாரும் வெல்ல முடியாத தைரியத்தோடு விளங்குவாள்.. அழகும் ஆளுமையும் நிறைந்து காணப்படுவாள்.. ஆனால் இவளுக்கு ஆபத்து அதிகம் இருக்கும்.. அதை தடுக்கும் வல்லமை இவளுக்கு அந்த முருகர் வழங்கி இருக்கிறார்... திருமண வயதில் ஆபத்து மிகுந்து காணப்படும்.. ஆனால் கவலை கொள்ள தேவையில்லை என்றார்..

அரசரும் அரசியாரும் "எந்த ஆபத்து வந்தாலும் என் குல தெய்வம் காத்து நிற்பார்" என்றனர் மனமார..

அரண்மனை விட்டு வெளியே வந்ததும் கலக்கத்தில் ஆழ்ந்தார் ஜோசியர்..

அதை கண்டு உடனிருந்த ஜோசியர் " குருவே, ஏன் தங்களின் வதனம் கலங்கி இருக்கிறது? ஏதேனும் பிரச்னையா? அன்று சேனாதிபதி வீட்டில் இருந்து வரும் போதும் இதே போல் தான் இருந்தீர்கள்.. என்னவாயிற்று?..

ஜோசியர்," சிஷ்யா, நம் இளவரசி நான் சொன்னது போல் அனைத்திலும் சிறந்து விளங்குவார் ஆனால் திருமண வயதில் அவருக்கு பெரிய கண்டம் இருக்கிறது.. அதே போல் சேனாதிபதி மகனுக்கும் உள்ளது.. இவர்கள் இருவருக்கும் அவ்வயதில் உயிர் பிரியும் வாய்ப்பு உண்டு..

" என்ன சொல்கிறீர்கள் குருவே? இதை ஏன் தாங்கள் அவர்களிடம் உரைக்கவில்லை?".

ஜோசியர், "எப்படி சொல்ல முடியும், பல காலம் பிறகு பிறந்த சிசுக்கள் இவர்கள்.. அவர்களிடம் எப்படி ஆயுட் காலம் குறைவு என்று கூற முடியும்? மனமுடைந்து விடமாட்டார்களா? எல்லாம் அந்த பால முருகர் பார்த்து கொள்வார்.. காரண காரியம் இன்றி ஏதுவும் இப்புவியில் நடப்பது இல்லை.. என் மனம் சரியில்லை.. நான் கோவில் வரை சென்று வருகிறேன்.. நீ குருகுலம் செல் என்று அவரை அனுப்பி விட்டு பால முருகரை சந்திக்க கிளம்பி விட்டார்..

நாட்கள் அதன் போக்கில் நகர சத்திய நாட்டின் இளவரசன் ரிஷி வேந்தன் வீரத்திலும் விவேகத்திலும் சிறந்து விளங்கினார்.. பதின்ம வயது பாலகன் போர் கலையிலும், பக்தியிலும் சிறந்து தேர்ச்சி பெற்று இருந்தான்.. அவனை நாட்டு மக்கள் அனைவரும் கொண்டாடினார்..

இவனின் நற்பண்புகள் பார்க்க பார்க்க வேலவருக்கு சித்தர்கள் சொன்ன வாக்குகள் பொய்க்குமோ என்ற எண்ணம் உருவானது.. அவருக்கு மனதில் இருந்த பயம் துளி துளியாக குறைந்து கொண்டு வந்தது..இந்த மகிழ்ச்சி நிலைக்குமா?..

அங்கே.. கந்தபுரம் அரண்மனையில் ஆதவனின் ஒளியை மிஞ்சும் அளவுக்கு வாள்கள் பிரகாசத்தை பரப்பி கொண்டிருந்தது.. வாற்போர் தீவிரமாக நடந்து கொண்டிருந்தது அந்த நாட்டின் இளவரசிக்கும், சேனாதிபதி மகனுக்கும் இடையில் நடந்த அந்த வீர விளையாட்டில் ஒருவருக்கு ஒருவர் விட்டு கொடுக்காமல் விளையாடி கொண்டு இருந்தனர் அந்த பதின்ம வயது மக்கள்.. இருவரின் போர் திறமையை கண்டு களித்து கொண்டு இருந்தார் வீரசிம்ம பூபதி.. நேரங்கள் கடந்ததே அன்றி விளையாட்டு மட்டும் முடியவே இல்லை.. அரசரும் பல முறை அழைத்தும் அவர்கள் இருவரும் நிறுத்தவில்லை.. ஒரு கட்டத்தில் ராணி பூவிழியார் தேவி ஒரு அதட்டல் சத்தம் கொடுக்கவும் இருவரும் சத்தமின்றி சென்று அமர்ந்து விட்டனர்.. இதை கண்ட வீரசிம்மன் "தேவி உன் குரலுக்கு நாட்டு மக்கள் மட்டுமல்ல நாங்களும் பயந்து நடுங்குகிறோம்" என்றார் கேலி தோணியில்..

பூவிழியார் தேவி, " என்ன அரசருக்கு இன்று கேலி பேச்சுகள் அதிகம் காணப்படுகிறது? மனது மகிழ்ச்சியின் உச்சத்தில் இருக்கிறது போல் தெரிகிறதே!! காரணம் என்னவோ?".

அவரும் சிரித்து கொண்டே," தாங்கள் ஒன்றை கவனித்தீர்களா தேவி..? சில வருடங்களாக நம் அகலிகைக்கு வரும் ஆபத்துகள் குறைந்து உள்ளது.. ஜோசியர் சொன்னது போல்

அவளை ஆபத்து துரத்தி கொண்டே இல்லை.. அதனால் வந்த மகிழ்ச்சியே இது.. அதிலும் இந்த நிமலேந்திரன் விசேஷ குழந்தையம்மா.. இதுவரை நம் குழந்தைக்கு வந்த ஆபத்தை தகர்த்தெறிந்து காத்து வருகிறான்.. இவர்கள் கைகள் இணைந்து விட்டால் எப்பேர்ப்பட்ட துர் சக்தியும் தூர பறந்து விடும் என்று நம் அரண்மனை பண்டிதர் சொன்னார்.. இதை சில நேரங்களில் நம் கண்களும் கண்டு இருக்கிறதே!! ".

பூவிழியார்," ஆம் அரசே.. இவர்கள் இருவரும் நம் நாட்டின் செல்வங்கள்.. ஆனால் நம் இளவரசி திருமண வயதை எட்டி விட்டால் அவளுக்கு வரும் ஆபத்துகளை எவ்வாறு இவனால் தகற்ற முடியும்? திருமணம் முடிந்த பின் நம் இளவரசி ஏதோ ஒரு நாட்டிற்கு அல்லவா சென்று விடுவாள்.. அப்பொழுது இவளின் பாதுகாப்பிற்கு உகந்த மணமகனை அல்லவா நாம் தேட வேண்டும்?" என்று கலக்கத்தில் ஆழ்ந்தார்.

வீரசிம்மன்," ஐயோ தேவி நம் மகளுக்கு இப்பொழுது பதின்ம வயது தான்.. பருவ வயதை அடைய இன்னும் சில காலம் தேவைப்படும்.. அதுவும் இன்றி திருமண விசயத்தில் என் மகள் என்ன முடிவு எடுக்கிறாரோ அதுவே என் விருப்பம்.. எனக்கு பின் என் ராஜ்யத்தை கட்டி ஆளும் திறமை இவளை மணமுடிக்கும் மணமகனுக்கு அவசியம் தேவை.. அதனால் நீ கலக்கம் கொள்ளதே.. குழந்தைகள் சோர்ந்து உள்ளனர்.. அவர்களுக்கு உணவு வழங்கு.. செல் ".

பூவிழியார்," இங்கே பாருங்கள்.. அந்த நிமலேந்திரருக்கு நீங்கள் நிறைய சலுகைகள் தரு-

வது போல் தெரிகிறது.. இது சரியாக தோன்றவில்லை.. எப்பொழுதும் அவனுடனே இவள் ஆண் பிள்ளை போல் உலா வருகிறாள்.. அவனும் இளவரசி என்ற நினைப்பு இல்லாமல் இவளிடம் நெருங்கி பழகுகிறான்.. அந்தபுரம் வருகிறான்.. சரிசமமாக உணவு அருந்துகிறான்.. அரண்மனை முழுவதும் இவன் என்னவோ முடி இளவரசன் போல் அனைவரையும் வேலை வாங்குகிறான்.. இதெல்லாம் எங்கு சென்று முடியும் என்று தெரியவில்லை.. தாங்களும் இதை எதையும் கண்டு கொள்வதே இல்லை.. ".

வீரசிம்மன்," இங்கே பார் தேவி.. அவர்கள் இருவரும் சிறுவர்கள்.. கள்ளம் கபடமற்று விளையாடி கொண்டு இருக்கிறார்கள்.. அதுவும் இன்றி அவனால் தான் இந்த குழந்தை பிறந்தது.. இவனால் தான் இன்று வரை உன் குழந்தை பாதுக்காக்கப்படுகிறாள் என்று நினைவில் கொள்.. இனி இவ்வாறு பேசாதே.. அவர்களுக்கு உணவு வழங்கும் வேலையை பார்.. "என்றார் சற்றே காட்டமாக..

'இவனை எவ்வாறு என் மகளின் வழியில் இருந்து விலக்கி வைப்பது என்று எனக்கு தெரியும்' என்று கறுவி கொண்டார் பூவிழியார்..

இவர்களின் எண்ணங்களை காற்றோடு காற்றாக வேடிக்கை பார்த்துக் கொண்டு இருந்த காலன்", மூடர்களே சில காலம் உங்களை தொந்தரவு தராமல் இருப்பதற்கு காரணம் அவர்களின் ஆபத்து துரத்தவில்லை என்று அர்த்தம் கொண்டு அனர்த்தமாய் பிதற்றிக் கொண்டு இருக்கிறீர்கள்.. மண்டோதரியின் திட்டங்கள் உங்களுக்கு தெரிய வாய்ப்பில்லை.. பாவம் அற்ப மனிதர்கள் தானே நீங்கள்.. ஹா

ஹா இனி தான் அவர்களுக்கு பிரச்சனை ஆரம்பம் ஆக போகிறது.. அதை நான் கண்குளிர காணப்போகிறேன்.. ஹா ஹா..". என்று கோரமாக சிரித்தான்..

இதை எல்லாம் கவனித்து கொண்டு இருந்த சித்தர்களோ," எம்பெருமானே தங்களின் சித்தம் தான் என்ன? வேலவரின் சித்து விளையாட்டு என்ன? எதற்காக இந்த விளையாட்டு? உங்களின் பக்தர்களை சோதித்து பார்ப்பது தங்களின் வழக்கம் தான்.. ஆனால் இந்த சோதனை கடும் வேதனையில் ஆழ்த்த போகும் என்பது அறிந்தும் ஏதற்காக இந்த விளையாட்டு? நீயே துணை என் அப்பனே..

9

தீயவர் சூழ்ச்சியில் நல் உள்ளம் வீழுமா?

மங்கையின் மனம் கவர்ந்த மணாளன் யாரோ?

சில வருடங்களுக்கு பின் பருவ வயதை எட்டி இருந்தனர் நம் கதையின் நாயகர்கள் நாயகிகள்.. பருவ வயதை அடைந்து விட்டாலே அடுத்தது என்ன? திருமணம் தானே!!

போர் கலையிலும், அழகிலும் அவளை வெல்ல யாரும் இல்லை.. ஆம் அகலிகை பேர-ழகி.. பார்க்கும் இளம் காளைகள் யாவரும் அவள் இதயம் கோர்க்க ஆசை சொல்வர்.. ஆனால் அவளோ தன்னோடு இணைந்து வளர்ந்த சேனாதிபதி மகனான நிமலேந்திரன் மீது ஆசை கொண்டாள்.. அவள் நேசம் யாவும் அவனுக்கே என்று சூளுரைத்து கொண்டாள்.. அந்த எண்ணம் எப்போது அவள் மனதில் உதித்தது என்று அவள் அறியாள்.. தன் தந்தை அவனை புகழ்வதாலோ அல்லது பல இன்-னல்களிலிருந்து அவளை காப்பாற்றியதாலோ எதுவோ!! அவன் அழகன் இல்லை ஆனால் பல பெண்கள் அவன் கண்ணசைவிற்கு ஏங்கு-வதை அவள் பார்த்து இருக்கிறாள்.. இன்று தன் மனதை அவனிடம் உரைக்க வேண்டும் என்று

எண்ணி கொண்டு அவனை தன்னுடன் பால முருகன் சன்னதிக்கு அழைத்து செல்ல விரும்-பினாள் அகலிகை தேவி.. பட்டத்து இளவரசி..

அகலிகை, "தந்தையே, நான் தங்களிடம் பேச வேண்டும்".

வீரசிம்மன், "என்னிடம் பேச அனுமதி வாங்க வேண்டுமா அகலிகை? பேசு? என் செல்ல இளவரசிக்கு என்ன வேண்டும்?".

அகலிகை, "தந்தையே நான் பால முருகர் சன்னதிக்கு சென்று வர அனுமதி தாருங்-கள்"என்றாள் பணிவாக.

பூவிழியார், "அதெல்லாம் ஒன்றும் தேவை-யில்லை.. உனக்கு திருமண வயது எட்டி விட்-டது.. இனியும் ஆண் பிள்ளை போல் சுற்று-வதை நிறுத்தி கொள்.. அரண்மனையில் பூஜை அறையிலேயே நீ பால முருகரை தரிசனம் செய்யலாம்.. எங்கும் செல்ல அனுமதி கிடை-யாது "என்றார் காட்டமாக.

அகலிகை," தந்தையே தாங்கள் சொல்லுங்-கள்.. நான் தனியாக செல்ல மாட்டேன்.. எனக்கு துணையாக தாரகையை கூட்டி செல்கிறேன் ".

வீரசிம்மன்," தாரகை மட்டும் வேண்டாம்.. நீ நிமலேந்திரனை துணைக்கு அழைத்து செல்.. அவன் உனக்கு பாதுக்காப்பாக வருவான்.. நான் அவனை வரவழைக்கிறேன்".

அவள் எதிர்பார்த்ததும் இதை தானே!! அதனால் உடனே ஒப்புக் கொண்டாள்..

பூவிழியார், "அரசே, நாட்டில் வேறு பாது-காவலர்களே இல்லையா? எப்பொழுதும் அவன் எதற்கு? அவன் வரவேண்டாம்.. அவன் பார்-வையே சரி இல்லை.. தங்கள் அரியாசனத்-திற்கு அவன் ஏங்குவது போல் தோன்றுகிறது.. அவனை மலை போல் நம்புவது சரியல்ல"என்-

றார் எதையோ மனதில் வைத்து கொண்டு.

வீரசிம்மன், "தேவி, முறையற்ற வார்த்தைகள் வேண்டாம்.. அவன் சிறு வயதில் இருந்தே நம் கண்ணெதிரே வளர்ந்தவன்..எந்த நேரமும் நாட்டின் நலனில் மட்டுமே அவன் கவனம்.. அவன் தந்தைக்கு பிறகு அவனே இந்நாட்டின் சேனாதிபதி.. இனி ஒருமுறை அவனை பற்றி அவதூறாக பேசாதே" என்று வழக்கம் போல் எச்சரித்தார்.

பூவிழியார், "தாங்கள் என் பேச்சை கேட்க வேண்டும் ஏனெனில் நான் இந்நாட்டின் மகாராணி.. அவன் இந்த நாட்டின் சேனாதிபதியாக நான் அனுமதியேன்.. அதற்கு போட்டி ஏற்பாடு செய்யுங்கள்.. அவனை விட திறமையான வீரர்களும் நம் நாட்டில் உள்ளனர்"என்றார் மிடுக்குடன்.

வீரசிம்மன், "சரி உன் ஆசைப்படி நான் சேனாதிபதி பதவிக்கு ஒரு போட்டி அறிவிக்கிறேன்.. அதில் நிமலேந்திரனே வெற்றி வாகை சூடுவான்.. அவன் இன்றி வேறு ஒருவர் வெற்றி பெற்றால் இனி இந்நாட்டில் நீ எடுப்பது தான் இறுதி முடிவு.. சம்மதமா? ".

பூவிழியார்," முழு சம்மதம்..".

‘நான் அவ்வளவு எச்சரித்தும் அவன் என் மகளுடன் பேசுவதை நிறுத்தவில்லை.. நாட்டின் மகாராணி என்ற மதிப்பும் இல்லை.. ஆணவம், கர்வம், இவன் கர்வத்தை இந்த போட்டியில் வீழ்த்தி காட்டுகிறேன்’என்று மனதினுள் அவனை கறுவி கொண்டிருந்தார்.

அவர் இவ்வாறு யோசித்து கொண்டு இருந்த நேரம்,

அகலிகை, "தந்தையே இப்பொழுது சொல்லுங்கள்.. நான் தான் கோவில் சென்று வரவா?.

வீரசிம்மன்," தாராளமாக சென்று வா மகளே.. யாரங்கே நிமலேந்திரனை அரண்மனைக்கு விரைந்து வர சொல்லுங்கள் ".

பூவிழியார்," நான் இவ்வளவு சொல்லியும் என் பேச்சை கேட்பதாக இல்லை.. உனக்கு மகாராணி என்ற மரியாதையும் இல்லை உன் தாய் என்பதும் நினைவில் இல்லை.. இளவரசி என்பதை மறந்து எந்த நேரமும் சேவகனோடு சுற்றி திரிவதால் ஏற்பட்ட பழக்கம்.. இந்த போட்டியில் அவன் தோற்றக்க தான் போகிறான் பாருங்கள்".

அகலிகை," தாயே இந்த போட்டியில் நிமலேந்திரனே வெல்லுவான்.. ஒருவேளை அவன் தோற்றால் அந்த கணம் முதல் தாங்கள் சொல்வது அனைத்தையும் ஏன் எதற்கு என்று கேட்காமல் அப்படியே செய்கிறேன்" என்று அவ்விடத்தை விட்டு அகன்று விட்டாள்.

சிறிது நேரத்தில் நிமலேந்திரன் தன் நண்பன் தேவேந்திரனோடு வந்து சேர்ந்தான்..

அவர்கள் நால்வரும் பயணத்தின் பொழுது ஒரு வார்த்தை கூட பேசவில்லை.. புரவியும் கூட அவர்களின் மௌனத்தை கலைக்காத வகையில் அன்ன நடை பயின்றது..

அகலிகையின் மனதில் தன் நேசத்தை எவ்வாறு புரிய வைப்பது என்று எண்ண ஓட்டமே அதிகமாக இருந்தது.. அதை கலைக்கும் வகையில் தேவேந்திரன், "என்ன பட்டத்து இளவரசி ஏதோ சிந்தனையில் ஆழ்ந்து இருப்பது போல் தெரிகிறதே!! காரணம் என்ன என்று இந்த சேவகன் அறியலாமோ?".

அகலிகை அவனை முறைத்தப்படி "இன்னொரு முறை உன்னை நீ சேவகன் என்று கூறி கொண்டால் விளைவு விபரீதம் ஆகிவி-

டும் கவனம்" என்று எச்சரித்தாள்.

நிமலேந்திரன், "நாங்கள் தங்களின் சேவகர்கள் தானே? நான் இந்த நாட்டின் சேனாதிபதியின் மகன் இதோ இவன் படைத்தளபதியின் மகன்.. அப்பொழுது நாங்களும் சேவகர்கள் தான்.. இதை தங்களால் மறுக்க முடியாது இளவரசி" என்றான் சற்றே அழுத்தமாக.

அகலிகை, "தாரகை அவரை பேச வேண்டாம் என்று சொல்.. நான் அவர் மீது கடும் சினத்தில் உள்ளேன் ".

நிமலேந்திரன்," தாரகை இளவரசியரின் கோபத்திற்கு காரணம் என்னவோ? கொஞ்சம் அறிந்து கூறேன்".

தாரகை," ஐய்யோ உங்கள் பசிக்கு நான் உணவா? தாங்களே ஏதாவது பேசி கொள்ளுங்கள்.. என்னை விடுங்கள்.. நான் முன்னே சென்று பூஜைக்கான ஏற்பாடுகளை செய்ய சொல்கிறேன்.. தேவா என்னோடு வந்து விடுங்கள், இல்லையேல் உங்களையும் என்போல் ஆக்கி விடுவார்கள்"என்றதும் அவனும் அதற்கு ஆமோதித்து அவளோடு சென்று விட்டான்.

அவர்கள் சென்றதும் அகலிகையும் நிமலேந்திரனும் அதுவரை அடக்கி வைத்திருந்த சிரிப்பை தங்கள் வயிறு வலிக்கும் அளவிற்கு சிரித்து முடித்தார்கள் அவர்கள் சிரித்துக் கொண்டிருப்பதைப் பார்த்த காலன் ,"உங்களின் சிரிப்பு சில காலம் மட்டுமே நீடித்திருக்க போகிறது தங்களின் விதிப்படி உங்களுக்கு கிரகநிலை சரியில்லை அந்த நேரம் உங்களை இருவரையும் தனித்தனியே பலி கொடுத்தால் எம் மண்டோதரியின் சக்தி பல மடங்காக பெருகிவிடும் யாவரும் அவளுக்கு அடிமையாகி விடுவார்கள்.."என்று தனக்குள் பேசிக்

கொண்டிருந்தவன் திடீரென்று அவர்களுக்கு சங்கடத்தை தர எண்ணி தன் மந்திர சக்தியின் மூலம் பல ஏவல்களை அவர்கள் கண்முன்னே அனுப்பினான்..

கருநிற ஏவல்கள் அவர்களை சுற்றிக் கொண்டிருப்பதை பார்த்ததும் ஒரு நொடி ஸ்தம்பித்து போனார்கள் சிலகாலமாக இதை-யெல்லாம் அவர்கள் காணவில்லை இப்பொழுது திடீரென்று இதனை கண்டவுடன் என்ன செய்-வது என்று தெரியாமல் சுற்றும் முற்றும் வேடிக்கை பார்த்துக்கொண்டிருந்தனர் ஏவல்கள் அவர்களை நெருங்கும் சமயம் நிமலேந்திரன் பண்டிதர் சொன்னதுபோல் அகலிகையின் கையைத் பிடித்துக்கொண்டு முருகன் காயத்ரி மந்திரத்தை உச்சரிக்க ஆரம்பித்தான்..

எப்பொழுது எல்லாம் அவன் அவள் கரம் பற்றுகிறானோ அந்த நேரம் அவர்கள் உடலில் பலவித மாற்றங்கள் நிகழ்வதை பலமுறை உணர்ந்து இருக்கிறார்கள் இம்முறையும் அது நிகழ்வதைக் கண்டு என்னவென்று புரியாமல் நின்றிருந்தனர் திடீரென்று அகலிகையின் கையிலிருந்து சூரியனிலிருந்து எழும் ஒளிக்க-திர்களை போல் பிரகாசமாக ஒளிக்கீற்று ஒன்று நீண்டு சென்று ஏவல்களை பஸ்பம் ஆக்கியது.. சில நொடிகளில் நடந்த இந்த காட்சியை காலன் செய்வதறியாது பார்த்துக்கொண்டு நின்-றான் அதேநேரம் அவர்களுக்காக தன் கரத்-தினை அங்குமிங்கும் சுற்றிக்கொண்டு இருந்த-வள் கண்ணில் படாத காலன் இருந்த பக்கமும் ஒளிக்கீற்றை நீட்டினாள் அது காலன் மேல் பட்டதும் எப்பொழுதும்போல் மண்டோதரியின் பாதத்தில் இருந்தான்.

அதன்பின்பு பாலமுருகன் சன்னதியை அடைந்து அவரை மனதார தரிசித்துவிட்டு தாரகையிடம் மட்டும் நிமலேந்திரனிடம் பேசப் போவதாகவும் அந்த பக்கம் தேவேந்திரனை வரவிடாமல் பார்த்துக் கொள்ளும்படியும் சொல்லிவிட்டு தன் மன்னவன் இருக்கும் இடத்தை அடைந்தாள்..

அகலிகை," என்ன வருங்கால சேனாதிபதிக்கு யோசனை பலமாக உள்ளது எதைப் பற்றி என்று தெரிந்துகொள்ளலாமா?".

நிமலேந்திரன்," இளவரசி இங்கு என்ன வேலை தங்களின் தரிசனம் முடிந்துவிட்டது என்றால் அரண்மனைக்கு செல்லலாமா?"எனக் கேட்டான் அவளின் பேச்சை தடுக்கும் விதமாக.

அகலிகை," நான் தங்களிடம் பேசவே இவ்விடம் வந்தேன்".

நிமலேந்திரன்," என்ன விஷயம்?".

அகலிகை," நான் என்ன சொல்லப்போகிறேன் என்பது தங்களுக்கும் தெரிந்திருக்கும் ஏனெனில் என் ஒவ்வொரு செய்கைக்கும் அர்த்தம் உணர்ந்தவர் தாங்கள்."

நிமலேந்திரன்," வீண்பேச்சு வேண்டாம் என்று நினைக்கிறேன் தங்கள் வந்த நோக்கத்தை விரைந்து சொல்லிவிடுங்கள் பொழுது கழிகிறது"என்றான் சற்றே கோபமாக.

அகலிகை," நேரடியாக சொல்லிவிடுகிறேன் எப்பொழுதும் என்னை சுற்றி ஆபத்து வரும்போது பிடிக்கும் இந்த கரங்களை என் வாழ்நாள் முழுவதும் பிடித்து சுற்றிவர எண்ணுகிறேன்.. பாதுகாக்கும் நோக்கோடு பார்க்கும் இந்த கண்கள் காதலோடு பார்க்காதா என்று ஏங்குகிறேன்.. பாதுகாவலனாக மட்டுமல்லாமல் காதலனாய் கணவனாய் உற்ற துணையாய் என் இறுதி-

வரை இருக்க வேண்டும் என்று ஆசை கொள்கிறேன் இது நடக்குமா? தங்களின் சிறுவயதில் தோழியை மணக்க தங்களுக்கு சம்மதமா?"எனக்கேட்டு அவன் பதிலுக்காக காத்திருந்தாள்.

நிமலேந்திரன்," அகலிகை என்ன விளையாட்டு இது ? நான் உங்களைப் பாதுகாக்கும் பொருட்டு மட்டுமே இத்தனை வருடங்களாக உங்களுடன் பயணித்தேன் இது என் அரசரின் கட்டளை.. மற்றபடி சிறு வயது முதல் நல்ல தோழியாக மட்டுமே தங்களை பாவித்து வருகிறேன் அது தவிர வேறு எந்த ஒரு எண்ணமும் என் மனதில் இல்லை. சிறுபிள்ளைத்தனமாக மனதைக் குழப்பிக் கொள்ளாமல் உன் பெற்றோர்களின் விருப்பத்திற்கு ஏற்ப திருமணம் செய்து கொள் இனியொருமுறை இவ்வாறு பேசிக்கொண்டு என் பின்னே வராதே இது எச்சரிக்கை அல்ல கட்டளை." என்று அவளிடம் காட்டமாக பேசிவிட்டு தன் புரவியின் மேல் ஏறி அமர்ந்து கொண்டான் இனி பேச எதுவும் இல்லை என்பது போல்..

அவனையே பார்த்துக்கொண்டிருந்த அகலிகையை தாரகை வந்து என்னவென்று கேட்க நடந்த அனைத்தையும் அவளிடம் ஒப்பிவித்தாள்..

தாரகை," அவர் பொய் உரைக்கிறார் என்பது உனக்கும் நன்கு தெரியும் அதற்கு காரணம் உன் தாய் தானே நாட்டின் மஹாராணி பேச்சை மீறி அவரால் என்ன செய்துவிட முடியும் என்று நீ நினைக்கிறாய்? அதையும் மீறி நீங்கள் இணைவது தெய்வ சித்தமாயிருப்பின் அதற்கு என் உயிரையும் தருவேன் இது சத்தியம்.. முதலில் அவர் அறிவித்திருக்கும் சேனாதிப-

திக்கான போட்டியில் நிமலேந்திரன் வெற்றி வாகை சூட வேண்டும்.. சில காலம் பொறுத்திரு காலம் கனியும் அதுவரை காத்திருப்போம் பொழுது கழிகிறது அரசியார் தேடுவார் விரைந்து கிளம்புங்கள்."

சேனாதிபதியாக விருப்பமுள்ள இளைஞர்கள் தற்போது நடக்கவிருக்கும் போரில் எதிரிகளுக்கு சிம்ம சொப்பனமாக விளங்கும் எதிரிநாட்டு மன்னனும் நம் அரசியாரின் தமையனுமான அரசர் சடகோப பூபதியை வென்று வர வேண்டும் இதுதான் போட்டியின் விதிமுறை அவரே இந்த நாட்டின் சேனாதிபதி என்று நாட்டின் ஒவ்வொரு மூலைக்கும் தண்டோரா போடப்பட்டது..

போர் தொடுக்க ஓலை அனுப்பியிருக்கும் நாடு ஒரு பேரரசு.. பல ஆயிரம் சேனை வீரர்களுடன் காலாட்படையும் , யானைப் படையும் குதிரைப்படையும், தேர் படையும் ஒற்றர் படையும் அடங்கும். இதன் விவரம்,

காலாட்படை அல்லது ஆட்படை

மனிதர்களை மட்டும் கொண்ட படைப்பிரிவு

குதிரைப்படை அல்லது திரைப்படை

குதிரைகளையும் அதன் மீதமர்ந்து போரிடும் மனிதர்களையும் கொண்ட படைப்பிரிவு

யானைப்படை அல்லது கரிப்படை

யானைகளையும் அதன் மீதமர்ந்து போரிடும் மனிதர்களையும் கொண்ட படைப்பிரிவு

தேர்ப்படை

தேர்களின் மீதமர்ந்து போரிடும் மனிதர்களை கொண்ட படைப்பிரிவு

ஒற்றர் படை

ஒற்றர்களை மட்டும் கொண்ட இரகசிய படைப்பிரிவு.

படைகளை ஆயுதம் கொண்டு வகைப்படுத்தலாம்,

விற்படை - வில்லினை ஆயுதமாக கொண்டவர்கள்

வேற்படை - வேலினை ஆயுதமாக கொண்டவர்கள்

மற்படை - ஆயுதம் இன்றி போராடுவோர்

வாட்படை - வாளினை ஆயுதமாக கொண்டவர்கள்..

இதில் மேலும் சில படைகள் போருக்காக செயல்படுவார்கள் .. இவ்வாறு அனைத்து வீரர்களையும் அடக்கியது அந்த பேரரசு அதனின் சிறு பகுதி என்றாலும் வெற்றிகொண்டு அந்நாட்டு அரசரை வெல்வது என்றால் இலகுவான காரியமா என்ன? நாட்டில் பல வீரர்கள் பின்தங்கிய நிலையில் 1500 பேர் கொண்ட படை மட்டும் சேனாதிபதி காண போரில் முன் நிற்பதாக உறுதியளித்தனர் அதில் நிமலேந்திரனும் தேவேந்திரனும் அடக்கம்..

போருக்கான அனைத்து ஏற்பாடுகளும் செய்து விட்ட நிலையில் பூவிழியார் தேவி மட்டும் கள்ளச் சிரிப்பு ஒன்றை சிந்திக் கொண்டிருந்தார்..

‘சேனாதிபதி ஆசை உள்ளதா உனக்கு இந்தப் போர் முடியும் பொழுது உயிர் இம்மண்ணில் கால் பதிக்காது.. அரசனை வென்று நீ இவ்விடம் கூட்டி வந்தாலும் மண்ணை மிதிக்கும் சமயம் உன் சிரம் தரையில் உருள்வது உறுதி’

போருக்கான முரசு கொட்டி நாட்டிலுள்ள பெண்கள் குழந்தைகள் அனைவரையும் பாதுகாப்பாக இருக்க சொல்லிவிட்டு வீட்டில் உள்ள அனைத்து வீரர்களும் போருக்காக வீர வாள் ஏந்தி போர்க்களத்தை நோக்கிச் சென்றுகொண்-

டிருந்தனர்..

நிமலேந்திரனும் தேவேந்திரனும் அரசரிடம் ஆசி பெற அரண்மனை நோக்கி சென்று கொண்டிருந்த சமயம் அரசியார் அவர்களைத் தடுத்தார்..

பூவிழியார்," நில்லுங்கள் இருவரும் எங்கே சென்று கொண்டிருக்கிறீர்கள்? யாரிடம் அனுமதி பெற்று அரசவைக்கு சென்று கொண்டிருக்கிறீர்கள்?".

"அரசியாருக்கு எங்கள் பணிவான வணக்கங்கள்.. நாங்கள் அரசரிடம் ஆசி பெறவே இவ்விடம் வந்தோம்".

பூவிழியார்,"அரசரை தற்பொழுது சந்திக்க இயலாது நாங்கள் செல்லலாம்".

வீர சிம்மன்," தேவி நான் இங்கேதானே இருக்கின்றேன் அவர்களை ஏன் தடுக்கிறாய்? வாருங்கள் செல்வங்களே என்று அவர்களை வரவேற்று அவர்களை ஆசிர்வதித்தார். "விஜயீ பவ" ..

10

அரசரிடம் ஆசிர்வாதம் வாங்கிவிட்டு போர்களம் நோக்கி செல்ல ஏத்தனித்தவர்களை தடுத்தது அந்த குரல்..

"இந்திரா நில்லுங்கள் ஒரு நிமிடம் நான் சொல்வதை கேட்டு விட்டு புறப்படுங்கள்" என்று அங்கு வந்து நின்றாள் அகலிகை.

"என்ன இளவரசிரியாரே? ஏதேனும் செய்ய வேண்டுமா?" என்றான் நிமலேந்திரன்.

"என் மனது ஏதோ சஞ்சலமாக உணர்கிறது தங்களுக்கு ஏதோ ஆபத்து வர போவதை போல் தோன்றுகிறது.. ஆனாலும் இந்த போர் மிகவும் முக்கியம் ஆதலால்.. "என்று அதற்கு மேல் பேச முடியாமல் நின்றிருந்தாள்.

தேவேந்திரன், " ஆதலால் என்ன விரைந்து கூறுங்கள்.. எங்களுக்காக அங்கே காத்திருப்பார்கள்"என்று அவசரப்படுத்தினான்.

" இந்தாருங்கள் இதை உங்களுடன் எடுத்து செல்லுங்கள் "என்று ஒரு சிறிய அளவிலான மூட்டையை கொடுத்தாள்.

" என்ன இது? "

" இது பால முருகருக்கு அர்ச்சனை செய்யப்பட்ட வில்வம் இது தங்களுக்கு எந்த தீங்கும் வரவிடாமல் பாதுக்காக்கும் தயவு செய்து இதை தங்களுடன் எடுத்து செல்லுங்கள்"

" சரி எடுத்து செல்கிறேன்.. அரசியார் தாங்கள் என்னுடன் பேசுவதை பார்த்தால் கோபம் கொள்ள கூடும்.. நீங்கள் உள்ளே சொல்லுங்கள் நாங்கள் வருகிறோம்"

எதிரி நாட்டு மன்னன் எதிரிகளின் சிம்ம சொப்பனம், நீதி தவறாதவன், வாள் வீச்சில் வல்லவன், இதுவரை அவனை எதிர்த்த யாரும் அவனை வென்றது இல்லை.. இத்தனை அறிந்தும் நாட்டின் சேனாதிபதி போட்டிக்காக அவன் அவர்களோடு போரிட வந்திருக்கிறார் என்றால்.. அதற்கான காரணத்தை யோசித்து கொண்டே சென்றான் நிமலேந்திரன்..

"என்ன ஏதோ தீவிர யோசனையில் இருப்பது போல் உள்ளதே?"

"ஆம் தேவா எனக்கு இந்த போட்டியே ஏதோ கண்துடைப்பு போன்று தெரிகிறது.."

"ஏன் அப்படி தோன்றுகிறது?"

"எதிரி நாட்டு மன்னர் சடகோப பூபதியை நினைத்து தான்.. அவர் வீரத்திலும் வாள் வீச்சிலும் வல்லவர் அவரை கண்டால் எதிரில் நிற்கும் எப்பேர்பட்ட வீரனாயினும் ஒரு நொடி நடுங்கி தான் போவார் என்று தந்தை சொல்லி கேட்டதுண்டு அப்படி இருக்க அவர் ஏன் இந்த சிறிய போட்டிக்கு தன் படைகளின் சிறிய பகுதியை திரட்டி கொண்டு இங்கு வர வேண்டும் அவருக்கு இதில் என்ன லாபம்? "

"அவர் இந்நாட்டு மகாராணியின் சகோதரன் தானே அவர் கேட்டு கொண்டதின்படி வந்து இருக்கலாம் நீ ஏன் உன் மனதை குழப்பி கொள்கிறாய்..உன் எண்ணம் முழுவதும் இப்போரில் அவரை வென்று கூட்டிக்கொண்டு வருவதிலேயே இருக்க வேண்டும் அதை விடுத்து வேறு சிந்தனைகள் வேண்டாம்..

அவரை பிடித்து கொண்டு வருவதை தான் நம் அரசர் அவரின் மீதுள்ள பகையால் சிறைபி-டித்து கூட்டி வர சொன்னார்.. இவர்களுக்கு இடையில் நாம் தான் வசமாக சிக்கி கொண்-டுள்ளோம்"

"நமக்கு இட்ட பணியை செவ்வனே செய்-வோம் இப்பொழுது அது தான் நம் ஒரே இலக்கு"

பேசி கொண்டே போர் நடக்கும் இடத்தை அடைந்திருந்தனர்..

ஒவ்வொரு வீரரும் பத்து வீரர்களுடன் போர் புரிய வேண்டும் அதில் வென்று அடுத்த நிலையில் உள்ளவர்கள் படைத்தளபதிகளுடன் போர் புரிவர்.. கடைசியாக இருக்கும் சொற்ப வீரர்களுடன் வாள் சண்டையிடுவார் சடகோப பூபதி.. அவரை வென்று வெற்றி வாகை சூடுப-வனே கந்தபுரத்தின் சேனாதிபதி..

அங்கு இருந்த படை வீரர்களை பார்த்த கந்-தபுரத்தின் இளைய வீரர்கள் சிலர் இவர்களுடன் எப்படி போரிட்டு அடுத்த கட்டத்தை அடைவது என்று தங்களுக்குள் பேசி கொள்ள தொடங்கி-னர்.

ஆனால் நிமலேந்திரனும் தேவேந்திரனும் மட்டும் அவர்களை வென்று எவ்வாறு சடகோப பூபதியை அடைவது என்று யோசிக்கலாயினர்..

போட்டிக்கான அழைப்பு வந்ததும் முதலில் பத்து வீரர்களுடன் ஒரு வீரன் போரிட தொடங்கினர் அதில் 1500 லிருந்து 1000 ஆக குறைந்தது இளைஞர்களின் எண்ணிக்கை.. அடுத்த கட்டத்தை எதிர்நோக்கி காத்திருந்த வேலை அப்படை அவர்கள் பறவை போன்ற வடிவில் நின்றனர்.. அதை உடைத்து எப்படி அடுத்த கட்டத்திற்கு முன்னேறுவது என்று

நிமலேந்திரன் தீவிரமாக யோசிக்க தொடங்கி-னான்.. அவன் தந்தை பல போர்களம் கண்ட-வர் அவர் ஒவ்வொரு போரும் அவருக்கு வித்-தியாசமான அனுபவத்தை கொடுத்து கொண்டு இருப்பதாக சொல்வார்.. நிமலேந்திரனுக்கு அதை கேட்பதில் ஆர்வம் அதிகம் போர்க-ளத்தில் வியூகம் இருந்தால் அதை எவ்வாறு உடைத்தெறிந்து எதிரியை தாக்குவது என்று கேட்டு அதை தெரிந்து கொள்வதில் அத்தனை ஆர்வம்.. பறவை போன்ற வியூகத்தை உடைக்க முதலில் அதன் தலைப்பகுதியில் நிற்பவர் போரினை வழிநடத்துபவர் முதலிலும் அதன் பின்பு எதிரி நாட்டு மன்னன் இருப்பார் சிறகு பகுதியில் இன்னும் சில வீரர்கள் இருப்-பர்..

நடுவில் வில் ஏந்திய வீரர் எதிரி நாட்டு வீரர்களை முன்னெற விடாமல் தடுப்பர்.. இதையெல்லாம் கடந்து மன்னரை கைது செய்ய வேண்டும் என்பது புதிதாக களம் கண்-டவர்களுக்கு எவ்விதம் இருக்கும்? இருப்பினும் தன் திட்டத்தினை தன் நண்பனிடம் உரைத்-தான் நிமலேந்திரன் அவனுக்கும் அது சரி என்று தோன்றவே மற்ற வீரர்களுக்கும் பகிர நினைக்கையில் அவர்கள் இவர்கள் எதிர்பாராத நேரம் எதிரி படையை நோக்கி முன்னேறி இருந்தனர்.. இதை கவனித்த தேவேந்திரன் "நிமலா அங்கே பார் அவர்களுக்கு நம் உதவி தேவை.. அவர்களின் அம்பு மழையை கண்டால் வெறும் போட்டிக்கான செயல் என்று எண்ண தோன்றவில்லை.. வா அருகே செல்வோம்"

அதன்படி அவர்கள் எதிரிகளின் வியூகத்தின் அருகில் சென்றனர் கண் இமைக்கும் நேரத்தில் தேவேந்திரன் சிறகு பக்கம் சென்று அங்கே

வீரர்களை துவம்சம் செய்ய ஆரம்பித்தான் அதை கண்ட எதிரி நாட்டு வீரர்கள் அவனின் ஆக்ரோஷத்தை கண்டு பிரமித்து நின்ற வேலையில் இங்கே தலை பகுதியில் நிமலேந்திரன் காற்றை விட வேகமாக தன் வாளை சுழற்றி கொண்டு முன்னேறினான்..

அவனை கண்ட சடகோப பூபதி இவ்வீரனை தன் தமைக்கை ஏன் வீழ்த்த சொன்னார் என்பது அவன் வாள் வீசும் அழகே எடுத்துரைத்தது..

காற்றுக்கே தடை விதிக்கும் அவன் வாள் வீச்சு..

கண்களின் கூர்மையில் ஆதவனும் ஆச்சரியப்படுவான்..

அவன் புஜங்களின் பலம் கண்டு யானைகளின் பின்நிற்கும்..

அவன் வேகத்திற்கு புரவிகளும் பின்தங்கும்...

நிமலேந்திரனை ரசித்து பார்த்து கொண்டு இருந்த சடகோப பூபதியின் அருகில் கண் இமைக்கும் நேரத்தில் நெருங்கி இருந்தான் நம் நாயகன்..

நிமலேந்திரன் அவரை தலைதாழ்த்தி வணங்கி விட்டு "அரசே தங்களுடன் போர் புரிய அனுமதி வேண்டும் கிடைக்குமா?"

சடகோப பூபதி, "நான் தயார்.. வீஜயிபவ" என்று புன்முறுவல் பூத்தார்.

அவர்கள் இருவரின் வாளும் சரிசமமாய் சுழன்றது.. ஒருவருக்கோருவர் விட்டு கொடுக்காமல் சண்டையிட்டு கொண்டு இருந்தனர்.. அந்தி சாயும் நேரமும் நெருங்கி கொண்டு இருந்தது... போர் எதுவாயினும் அந்தி சாயும் வேளையில் முடிக்க வேண்டிய கட்டாயம்.. இருவரும் ஆக்ரோஷமாக சண்டையிடுவதை பார்த்தவர்கள் இவர்களை எவ்வாறு தடுப்பது

என்று யோசித்து கொண்டு இருந்தவர்களுக்கு அங்கே கண்ட காட்சி ஸ்தம்பிக்க வைத்தது..

நிமலேந்திரன் சடகோப பூபதியை வீழ்த்தி இருந்தான்.. கண் இமைக்கும் நேரத்தில் அவரின் வாளை தன் வசம் கொண்டு வந்து அப்போரில் வென்று வெற்றி வாகை சூடியிருந்தான்.. இதை அவர் தோல்வியாக கருதவில்லை என்பது அவர் முகத்தில் தெரிந்த பிரகாசத்திலேயே தெரிந்தது.. சண்டை முடிந்ததும் நேராக சடகோப பூபதியிடம் சென்றவன் "அரசே என்னை மன்னித்து அருளுங்கள் தங்களை வீழ்த்துவது தான் இப்போரில் வெற்றி பெற இருக்கும் ஒரே வழி.. இதில் நான் தோற்றால் என் அரசருக்கு பெரும் கலங்கம்.."

சடகோப பூபதி, "நிமலேந்திரா நீ என்னிடம் மன்னிப்பு வேண்ட வேண்டிய அவசியம் இல்லை இது ஒரு போட்டி ஒவ்வொரு வீரனும் வெற்றி பெறவே போராடுவர் நீயும் அதை தான் செய்தாய்.. எனக்கு உன்னுடன் போர் புரிந்ததில் மகிழ்ச்சியே ஒரு நல்ல வீரனுடன் போர் புரிந்த திருப்தி எனக்கு.. உன் வாள் வீச்சிற்கு நான் ரசிகனாகி போனேன்.. அனைவரும் வாருங்கள் அரண்மனை செல்வோம் "

அதன்படி அரண்மனைக்கு அனைவரும் செல்ல தொடங்கினர்.. சடகோப பூபதிக்கு தன் தமைக்கை அவரிடம் சொன்ன வாக்கை மீறியதில் எந்த வருத்தமும் இல்லை. அவனின் புன்னகை முகமும் எதிரியாயினும் அவரின் வயதிற்கு தரும் மரியாதை போர்களத்தில் அவனின் வேகம் என அவன் புறம் அவரின் மனம் போனது.. இவன் இந்நாட்டின் சேனாதிபதியாக இருந்தால் எப்பேர்ப்பட்ட வீரனாலும் அந்நாட்டின் மீது படையெடுக்க கூட யோசிப்-

பார்கள் இவனை ஏன் தன் தமைக்கை வீழ்த்த சொன்னாள் என்று புரியாமல் தவித்துக் கொண்டு இருந்தார்..

அரண்மனையில்,

பூவிழியார், "சடகோபா என்ன காரியம் செய்து விட்டு வந்து இருக்கிறாய்? என்றார் ஆக்ரோஷமாக.

சடகோப பூபதி, " கோபம் கொள்ளதே விழி அவன் இந்நாட்டின் கோட்டையை போன்றவன் அவனை மீறி இந்நாட்டிற்கு எந்த தீங்கும் நிகழாது.. அவனை கொல்வது இந்நாட்டிற்கு இழைக்கும் மிகப்பெரிய தீங்கு.."என்று தன் தமைக்கைக்கு புரிய வைக்க முயன்றார்.

பூவிழியார், "அவனுடன் என் மகள் சரிசமமாய் பழகுவது என் மனதிற்கு சஞ்சலமாக உள்ளது.. அரசரும் நான் சொல்வதை செவிமடுத்து கேட்கவில்லை..அகலிகையும் இதையே தான் செய்துக் கொண்டு இருக்கிறாள்.. "

சடகோப பூபதி," விழி நீ ஒரு தாயாக யோசிக்காதே இந்நாட்டின் மகாராணி நீ.. அந்த நிலையில் இருந்து யோசி.. அவன் இந்நாட்டிற்கு மிகப்பெரிய பொக்கிஷம்.. தீய எண்ணத்தை கைவிடு.. நான் வருகிறேன் "என்று அவர் சென்று விட்டார்.

தன் தமையனே தனக்கு எதிராக மாறியதில் அவருக்கு பெரும் கோபத்தை ஏற்படுத்தியது.. அவனை தன் மகளிடம் இருந்து பிரிப்பதற்கு ஆலோசனை செய்தார் அதற்கு ஒரே முடிவு இதுதான் என்று முடிவெடுத்து விட்டு மறுநாள் அரசரிடம் பேச வேண்டும் என்று முடிவெடுத்து விட்டு மற்ற அலுவல்களை காணச் சென்றார்.

நாடே விழா கோலம் பூண்டது போல இருந்தது.. தாங்கள் எதிர்ப்பார்த்த வீரன் தங்கள் நாட்-

டின் சேனாதிபதி ஆனதில் ஆரவாரமாய் கொண்டாடினர்.. அரசரும் வீரர்களை கவுரவிக்-கும் விதமாய் பாராட்டு விழா ஏற்பாடு செய்தி-ருந்தார்..

இதையெல்லாம் தன்னுடைய மாடத்தில் இருந்து பார்த்துக் கொண்டு இருந்தாள் அகலிகை.. அந்த நேரம் அங்கு வந்த தாரகை "என்ன இளவரசிரியாரே தங்கள் வதனம் மகிழ்ச்சியாக இருப்பதற்கு பதில் கலக்கமாக உள்ளதே? என்ன காரணம் என்று அறிந்து கொள்ளலாமா?"

அதற்கு புன்னகையை சிந்தியவள்"ஒன்றும் இல்லை தாரகை.. சொப்பனத்தால் வந்த கலக்-கம்"

தாரகை, "புரியவில்லையே தேவி விளக்க-மாக சொன்னால் தானே இந்த சேவகிக்கு புரி-யும்"

அகலிகை அவளை முறைத்து விட்டு" இன்-னொரு முறை நீ உன்னை சேவகி என்று சொல்லி கொண்டால் நீ என் கோபத்திற்கு ஆளாக கூடும் ஜாக்கிரதை" என்று தன் கலக்-கத்தை சொல்ல துவங்கினாள் " என் மனம் கவர்ந்த மன்னவன் ஒரு மாவீரரை வீழ்த்தி வெற்றி வாகை சூடி உள்ளார்.. ஆனாலும் என் மனதில் தோன்றிய சஞ்சலம் இன்னும் நீங்-காமல் இருப்பதன் காரணம் தான் விளங்க-வில்லை "

தாரகை, "அதை பகிர்ந்தால் மட்டுமே என்-னால் அறிய முடியும்"

அகலிகை," நேற்று நித்திரையில் எனக்கு ஒரு சொப்பனம் வந்தது.. அதில் இந்திரனுக்கு ஏதோ நிகழ போவது போல இருந்தது.. அதற்-காக தான் காலையில் அவரிடம் அர்ச்சனை

செய்த வில்வ இலையை கொடுத்தனுப்பினேன் அதன் பலனாக அவர் எந்த தீங்கும் நேராமல் நன் முறையில் வந்த பிறகும் என் கலக்கம் குறையவில்லை தாரகை"

தாரகை," கலக்கம் வேண்டாம் இளவரசி நிமலேந்திரனுக்கு இனி எந்த தீங்கும் நேராது.. வாருங்கள் அரசவைக்கு செல்வோம்"

இருவரும் அரசவைக்கு சென்று அங்கே நடந்த நிகழ்ச்சியில் கலந்து கொண்டனர்.. சடகோப பூபதி நிமலேந்திரனின் சாகசத்தை வியந்து கூறினார்.. மக்களின் ஆரவாரம் விண்ணை பிளந்தது.. இதையெல்லாம் பார்த்த ஒரு ஜோடி கண்கள் மட்டும் குரோதத்தால் சிவந்தது அது வேறு யார் நம் பூவிழியார் தான்.. விருந்து உபசரிப்பு சிறப்பாக நடந்து கொண்டு இருந்தது இதில் எதிலும் அரசியார் கலந்து கொள்ளவில்லை என்பது அரசருக்கு மக்களிடையே பெரும் கலங்கத்தை விளை-வித்து கொண்டிருந்தது.. சடகோப பூபதியும் எதுவும் சொல்ல முடியாமல் அமைதியாக இருந்தார்.. தேவேந்திரன் தான் அரசியாருக்கு உடல்நிலை சரியில்லை என்று உரைத்து மக்-களை சமாதானம் செய்தான்..

தேவேந்திரன், "நிமலா இன்னும் என்ன யோசனை?"

நிமலேந்திரன், " யோசனை ஒன்றும் இல்லை.. மகாராணியாருக்கு என்னை கண்-டாலே பிடிக்காது.. நான் இப்போட்டியில் தோல்வியுறவே அவர் விரும்பி இருப்பார் நானும் அதை நினைத்து கொண்டு தான் போர்-களம் வந்தேன் ஆனால் சிறு வயது முதலே என்னுள் இருந்த உத்வேகம் என்னை வெற்றி பெற செய்து விட்டது.. எதிரிகளின் ஆயுதத்தை

தாங்கும் என்னால் அவரின் சொற்களை தாங்க இயலவில்லை.."

தேவேந்திரன்," மகாராணியார் உன் நல் உள்ளத்தை புரிந்து கொள்ளும் நாள் வெகு தூரத்தில் இருக்காது.. நன்மையோ தீமையோ அதை அந்த பால முருகரின் காலடியில் சமர்ப்பணம் செய்து விடு அவர் பார்த்து கொள்வார்"

நிமலேந்திரன்," நான் அவரை தவிர வேறு யாரை நம்புவேன் தேவா.. விழா முடிந்ததும் நாம் சென்று அவரை தரிசித்து வருவோம்.. அவரின் திருமுகத்தை கண்டால் மனதில் நிம்மதி பிறக்கும்"

தேவேந்திரன்," சரி செல்வோம்.. தற்போது இளவரசியை கவனி கண்களாலேயே உன்னை பொசிக்கி கொண்டு இருக்கிறார்"

அவன் அவளை நிமிர்ந்து பார்க்கும் பொழுது அவனை தீயென முறைத்து கொண்டு இருந்தாள் அகலிகை..

'என்ன இன்று ஆக்ரோஷம் அதிகமாக உள்ளதே.. அப்பனே உன் அடியேனை காப்பற்றப்பா'

அந்த நேரம் அவன் அருகே வந்த தாரகை," நிமலா இளவரசிரியர் தங்களிடம் பேச வேண்டுமாம்..விழா முடிந்ததும் கானகம் அருகே வர சொல்லி உத்தரவு"

நிமலேந்திரன், "எதுவாயினும் நாளை விடியலில் பேசி கொள்ளலாம் என்று நான் சொன்னதாக சொல்லி விடு தாரகை" என்று கிளம்ப எத்தனித்தவன் அங்கேயே மயங்கி சரிந்தான்..

11

சந்தோஷம் நிறைந்த அவ்வேளையில் தாரகை-யிடம் அகலிகை வர சொன்னத்திற்கு மறுப்பு தெரிவித்தவன் அரசரிடம் அனுமதி வாங்கி விடைப்பெற எண்ணி அவர் புறம் திரும்பிய நிமலேந்திரன் தீடீரென்று மயங்கி சரிந்தான்..

அதை கண்டு அக்கூடத்தில் இருந்த அனை-வரும் பதட்டமாக அகலிகை மட்டும் நிமலேந்-திரன் மயங்கி சரிந்த வேளை கூட்டத்தில் இருந்து ஒருவன் நழுவி செல்வதை பார்த்தாள்.. அவனின் முகமே சொன்னது நிமலேந்திரனின் இந்நிலைக்கு அவனே காரணம் என்று.. ஏனெ-னில் அரசர் உட்பட அனைவரும் அவனின் நிலை கண்டு பதறியபடி இருக்க அவனின் உதட்டில் மட்டும் இளநகை பூத்தது.. நொடியும் தாமதிக்காது "காவலர்களே அவனை கைது செய்யுங்கள்" என்றாள் அவ்விளைஞனை சுட்-டிக்காட்டி.

அவளின் ஆணைக்கிணங்க சடுதியில் அவனை கைது செய்து அகலிகையின் முன் நிறுத்தினர்.. இதற்கு நடுவில் நிமலேந்திரனை சோதித்த அரண்மனை வைத்தியர் "இவர் உடலில் நஞ்சு பரவி இருக்கிறது..உணவில் கலக்கப்பட்டு இருக்கும் என்ற ஐயம் எழுகிறது.. "என்றதும் அனைவர் முகத்திலும் பதற்றம்..

வைத்தியர் அவ்வாறு சொன்னதும் சடகோப பூபதி தன் தமைக்கையை தேடினார் அவர் அக்கூடத்தில் இல்லை என்பதை அறிந்து கொண்டு சினம் தலைத்தூக்க அதனை கட்டுப்படுத்தும் வழி தெரியாமல் திணறி கொண்டு இருந்தார்..

வீரசிம்மன், " வைத்தியரே என்ன இது எல்லோரும் இதை தானே உண்டோம் அப்படி இருக்க நிமலேந்திரன் உடலில் மட்டும் நஞ்சு எவ்வாறு சாத்தியம்?"என்றார் புரியாமல்.

வைத்தியர் , "நான் அறியேன் அரசே.. உடலில் நஞ்சு முழுவதும் பரவவில்லை.. என் சீடனை ஔதடம் கொண்டு வர பணித்திருக்கிறேன்.. விசாரம் கொள்ள வேண்டாம் அரசே" என்றார் பணிவாக.

அகலிகை , " சொல் எதற்காக அவ்வாறு செய்தாய்? "

இளைஞன் , "நான் என்ன செய்தேன் இளவரசியாரே? என்னை எதற்காக கைது செய்தீர்கள்?" என்றான் பணிவாக.

அகலிகை," நிமலேந்திரனின் உணவில் நஞ்சு கலந்தது நீ தானே? " என்றாள் கோபமாக

இளைஞன், " அதற்கு என்ன ஆதாரம் இளவரசிரியாரே? நான் குற்றமற்றவன்."

" நீ குற்றவாளி என்று நிரூப்பிக்கப்பட்டால் என்ன தண்டனை தரலாம் நீயே சொல் இளைஞனே" என்று அங்கு வந்தார் சடகோப பூபதி.

வீரசிம்மனிடம் திரும்பியவர் "அரசே இதற்கு தங்களின் அனுமதி வேண்டும்.. "என்றார் பணிவாக.

" உன் விசாரணை துவங்கட்டும்"என்றார் அரசருக்கே உரிய தோரணையில்.

சடகோப பூபதி தன் கூரிய விழிகளால் அவ்விளைஞனை துளைத்தெடுக்க ஆரம்பித்தார்..

அவர் பார்வையின் வீரியம் தாங்க முடியாத-வன் சிரம் தாழ்த்த எண்ணிய அடுத்த நொடி அவன் கையில் இருந்த தாயத்தை பறித்தார் சடகோப பூபதி.

அதை அவர் பறித்ததும் அவனின் கண்கள் அச்சத்தில் துடிக்க ஆரம்பித்தது.. உடலில் நடுக்கம் ஏற்படுவதை அவனை பிடித்து இருந்த காவலர்களால் உணர முடிந்தது..

"யார் அங்கே இந்த தாயத்தை உடைத்து இவனின் அதரத்தில் பூசி விடுங்கள்"

"அரசே வேண்டாம்.. வேண்டாம்" என்றான் கலவரமாக.

அகலிகை, "ஏன் மறுக்கிறாய் அதில் என்ன இருக்கிறது.. இது சாதாரண தாயத்து தானே?"

"இல்லை இல்லை இதில் கருநாகத்தின் விஷம் உள்ளது.. இவனை பழிதீர்க்கவே இதனை எடுத்து வந்தேன்" என்றான் அவசர-மாக.

அதைக் கேட்டதும் சடகோப பூபதி மட்டு-மல்ல அங்கிருந்த அனைவரின் முகம் கோபத்-தால் சிவந்தது.

அகலிகை அவன் முன்னே சென்று," நிம-லேந்திரனை ஏன் கொல்ல துணிந்தாய்? எதற்-காக இவ்வாறு செய்தாய்? யார் சொல்லி செய்-தாய்?"

அவள் கேட்டு கொண்டு இருந்த சமயம் நிம-லேந்திரன் கண்விழித்து எழுந்தான்.

" நான் யார் சொல்லியும் செய்யவில்லை இளவரசிரியாரே.. சிறுவயது முதலே என்னை என் திறமையை என் வீட்டில் உள்ளவர்கள் பாராட்டியது இல்லை.. எப்பொழுதும் இந்த நிம-லேந்திரன் புகழ் பாடுவர்.. அவனை அவ்வீட்டின் மகனாகவே நினைக்க ஆரம்பித்து விட்-

டனர்..சேனாதிபதி போட்டியில் பங்கு கொள்ள போகும் செய்தியை நான் என் வீட்டில் அறிவித்த போது அவர்கள் எதற்காக இதில் கலந்து கொண்டு நேரத்தை விரயமாக்குறாய் அமைதியாக இரு என்றனர்.. எனக்கு அதில் உடன்பாடில்லை ஆகவே நான் அதில் பங்கு கொண்டு வெற்றி பெற எண்ணினேன் ஆனால் என்னால் முடியவில்லை.. அதில் இவன் மீது இருந்த பழி உணர்வு மேலும் பெருகியது அதற்காக தான் இவ்வாறு செய்தேன் "

அதை கேட்டதும் கோபம் கொண்ட வீரசிம்மன்" வீரர்களே இவனை கைது செய்து சிறையில் அடையுங்கள்"

அவனை இழுத்து செல்ல நினைக்கும் அந்த நொடி" அரசே எனக்கு ஒரு கோரிக்கை இருக்கிறது.. அதை சொல்ல தங்களின் அனுமதி வேண்டும் "என்று அங்கு வந்தான் நிமலேந்திரன்.

அதுவரை அமைதியாக இருந்தவன் தற்போது என்ன சொல்ல போகிறான் என்று அரண்மனையில் குழுமி இருந்த அனைவரும் ஒரு எதிர்பார்ப்போடு அவன் வதனத்தை பார்க்க தொடங்கினர்.

வீரசிம்மன், " சொல் நிமலேந்திரா"

நிமலேந்திரன்," இவனுக்கான தண்டனையை ரத்து செய்ய வேண்டி தான் என் கோரிக்கை"

இதை கேட்டதும் அனைவரும் முகமும் யோசனையில் ஆழ்ந்தது அந்த இளைஞன் உட்பட.

வீரசிம்மன் , "நிமலேந்திரா என்ன சொல்கிறாய்? இவன் உன் உயிர் பறிக்க எண்ணியவன் அவனை ஏன் விடுவிக்க சொல்கிறாய்? "என்றார் சீற்றமாக

"மன்னிக்க வேண்டும் அரசே.. இவன் சிறு வயது முதலே என்னோடு வளர்ந்தவன்.. இவன் அன்னை என் மீது தான் ஈன்ற மகனுக்கும் மேல் பாசம் வைத்திருக்கிறார்.. நானும் அவர்களின் மீது அளவு கடந்து பாசத்தை வைத்துள்ளேன்.. இவனை என் உடன்பிறந்த சகோதரனாக பாவிக்க தொடங்கி விட்டேன்.. அதனால் தான்"

வீரசிம்மன், " என் ஆணையை திரும்ப பெற இயலாது நிமலேந்திரா.. இவன் தவறு செய்து இருக்கிறான் அதற்கான தண்டனை அவன் அனுபவித்தே தீர வேண்டும்.. இது என் ஆணை மீறினால் நீயும் அவனுடன் சேர்ந்து நாடு கடத்தப்படுவாய்"என்றார் அந்த அரண்மனையே அதிரும்படி.

அதற்கு மேல் பேச முடியாதவன்" என்னை மன்னித்து விடுங்கள் வேந்தே.."என்றான் சிரம் தாழ்த்தி.

அதிலும் சினம் குறையாதவர்" அனைவரும் இங்கு இருந்து செல்லலாம்.. நிமலேந்திரா நான் உன்னை எனது விருந்தினர் மண்டபத்தில் சந்திக்கிறேன்.. அங்கு சென்று காத்திரு.. "

அதற்கு மேல் எதுவும் பேச முடியாமல் அவரவர் தன் பணிகளை செய்ய சென்றனர்.. தேவேந்திரனும் நிமலேந்திரனும் அரசருக்காக காத்திருந்த வேளை அங்கு தாரகையோடு வந்தாள் அகலிகை..

" இந்திரா ஏன் இவ்வாறு செய்தீர்கள்.. என் தந்தையின் கோபத்திற்கு ஆளாகி உள்ளீர்கள்.. தவறு செய்தவன் தண்டனை பெறுவது இயல்பு தானே.. அதிலும் தாங்கள் இன்று இந்நாட்டின் அரசரின் ஆணையை அனைவர் முன்னிலையிலும் திரும்ப பெற சொல்லி கோரிக்கை வைத்-

தது தவறு என்று நான் சொல்லி தான் நீங்கள் அறிய வேண்டும் என்பது இல்லை.. இருப்பினும் ஏன் அவ்வாறு செய்தீர்கள்.. இதனால் அரசர் எவ்வித நடவடிக்கையும் தங்கள் மீது எடுக்கலாம் என்பது தாங்கள் அறியாததா? நீதி தவறாதவர் என் தந்தை அவரின் தீர்ப்பினை எதிர்ப்பது தவறு.. அவரின் கோப முகத்தை கண்டிராதவர்கள் நாம்.. இன்று என்ன அபத்தம் நிகழ போகிறதோ என்று அச்சத்தில் என் மனம் கலக்கம் கொண்டுள்ளது.. ஆனால் தாங்கள் நான் பேசுவதற்கு ஒரு பதிலும் உரைக்காமல் நிலவை ரசிப்பது ஒன்று தான் தங்கள் தலையாய கடமை என்பது போல் நிற்பது ஏனோ? "

தேவேந்திரன், " நிமலேந்திரா என்ன இது இளவரசியின் கூற்று நியாயமானது தானே.. பதில் உரைப்பாயாக"

தாரகை, " அண்ணா எதாவது கூறுங்கள்.. அரசர் வரும் நேரம்"

" இத்தனை கேட்டும் நீ மௌனம் சாதிப்பது ஏன் நிமலேந்திரா"என்று அவன் தோள் தொட்டு திரும்பினான் தேவேந்திரன்.

திரும்பியவனின் முகத்தை கண்டவர்கள் அதிர்ச்சியில் உறைந்தனர்.. கண்ணீர் என்பதே என்னவென்று அறியாதவன் கண்களில் இருந்து கண்ணீர் வந்து கொண்டு இருந்தால் பாவம் அவர்கள் உறைந்து நிற்பதில் ஆச்சரியம் ஒன்றும் இல்லையே..!

தேவேந்திரன், "நிமலா என்ன ஆயிற்று ஏன் உன் கண்கள் கலங்கி உள்ளது? இதுவரை நீ இப்படி இல்லையே.. ஏதேனும் பிரச்னையா? உடலில் ஏதேனும்..?"

நிமலேந்திரன், "அதெல்லாம் ஒன்றும் இல்லை தேவா.. இன்று அரசரை அவமதித்து

விட்டேன்.. இத்தனை வருடத்தில் அவரிடம் பாச பார்வை ஒன்றையே பார்த்து பழகிய எனக்கு அவரின் இந்த முகம் என் மனதினை வேதனைப்படுத்துகிறது அதுவே என்னையும் அறியாமல் கண்களில் இருந்து நீராய் வழிகிறது" என்றான் கண்களில் நீர் வழிய.

அகலிகை, "அரசர் கோபம் கொள்வார் என்று தெரிந்தும் ஏன் அவ்வாறு பேசினீர்கள்? "

நிமலேந்திரன்," என்னை வளர்த்த தாய் தன் ஈன்ற பிள்ளைக்காக கைகூப்பி நிற்கும் வேலையில் நான் என்ன செய்ய முடியும்? அவரின் அழுகை என் புத்தியை பேதலிக்க செய்தது.. எனக்கு என்ன நேரினும் மனமார ஏற்று கொள்ள நினைத்து தான் அவ்வாறு பேசினேன்"

" ஒருவேளை அரசர் உங்களை நாடு கடத்தி இருந்தால்? "

" இருந்தால் என்ன.. எனக்கு விதிக்கப்பட்டது என்று நினைத்து சென்றிருப்பேன்" என்றான் எங்கேயோ வெறித்தபடி.

"பின்னர் ஏன் அவ்வாறு சொன்னதும் வாயடைத்து நின்றீர்கள்? "

" வல்லவநாட்டு அரசர் (சடகோப பூபதி) சொன்னத்திற்கிணங்க"

" என்ன சொல்கிறாய் "என்று அங்கு வந்தார் வீரசிம்ம பூபதி.

அரசர் அங்கு வந்ததை கண்டு தலைதாழ்த்தி அனைவரும் தங்கள் வணக்கத்தை தெரிவிக்க அதை சிறு தலையசைப்புடன் ஏற்றுக்கொண்ட அவர்.." சொல் அவர் உன்னிடம் என்ன சொன்னார்? "

" நா.. நான் அவ்விளைஞனை பற்றி பேசி கொண்டு இருந்த வேலையில் தாங்கள்

என்னை நாடு கடத்தி விடுவீர்கள் என்று அறிவித்த போது.. இதற்கு மேல் பேசாதே என்று என்னிடம் சமிக்ஞை செய்தார்.. அவர் எதற்காக அவ்வாறு சொன்னார் என்று நான் அறியேன் அரசே"

" நான் காரணத்தை கூறவா? "

"கூறுங்கள் தந்தையே"

" இந்த நாடு வீரமான, விவேகமான ஒரு சேனாதிபதியை இழக்க வேண்டாம் என்று நினைத்து அவ்வாறு செய்திருப்பார்.."

"அரசே என்னை மன்னித்து விடுங்கள்.. நான் அச்சமயம் அவ்வாறு நடந்து கொண்டதற்கு காரணம் உள்ளது.. தங்களை அவ மதிக்க நான் அவ்வாறு செய்யவில்லை.. அதற்கு தண்டனை எதுவாயினும் நான் ஏற்றுக்கொள்ள தயாராக உள்ளேன்"

" அக்காரணம் என்னவென்று நான் நன்கு அறிவேன்.. அவ்விளைஞனின் தாய் உன்னிடம் கைகூப்பி வேண்டுவதை நான் கண்டு கொண்டேன்.. ஆயினும் ஒரு அரசனாக என் கடமையை நான் ஆற்ற வேண்டும்.. இன்று உன்னால் ஒரு குற்றவாளி தப்பித்தான் என்ற அவப்பெயர் வந்து விட கூடாது என்பதற்காக தான் அந்த தண்டனை.. ஒரு நாட்டின் சேனாதிபதி அந்நாட்டு மக்களின் நலனை கருத்தில் கொண்டு செயல்பட வேண்டும்..போர் காலத்தில் மட்டுமல்ல.. குற்றம் புரிந்தவர் தன் தந்தை எனினும் அங்கே அவர் குற்றவாளி என்று நிரூபிக்கப்பட்டால் நீதி தவறாமல் தண்டனை வழங்குபவனே அரசன்.. என் பணியை நான் சிறப்பாக செய்தேன் என்று நினைக்கிறேன்.. "

தேவேந்திரன்," அரசே தாங்கள் நீதி தவறாதவர் என்று பிறக்காத பிள்ளைக்கு கூட தெரி-

யுமாயிற்றே எங்களுக்கு தெரியாமல் போகுமா? நான் சிறுபிள்ளையாக இருக்கும் பொழுதிலிருந்து இதை கேட்டு தானே வளர்ந்தேன்.. என் தாய்க்கு பிறகு என்னை தாலாட்டு பாடி தூங்க வைத்த பெருமை தங்களையே சாரும் அரசே" என்றான் நிலைமையை சகஜமாக்கும் விதமாக.

நிமலேந்திரன்," தேவேந்திரா என்ன இது உன் விளையாட்டு தனத்தை எங்கே காட்டுவது என்று அறியாத சிறுபிள்ளையா நீ"என்று கடிந்து கொண்டான்.

அகலிகை," தந்தையே இவனுக்கு செல்லம் கொடுக்காதீர்கள் என்று சொன்னேனே கேட்டீர்களா? பாருங்கள் இந்த தாட்டானை"

" அதை ஒரு மந்தி சொல்வது தான் வேடிக்கையாக உள்ளது அரசே" என்றான் அவனும் அவளுக்கு சலைத்தவன் இல்லை என்பதை போல்.

" போதும் நிறுத்துங்கள் உங்கள் சண்டையை "என்று கர்ஜித்தார்.

அதில் அவர்களின் சண்டையை நிறுத்தியவர்கள் "தேவேந்திரா தற்போது என் கோபம் உன் மீது தான்.. உன் குறும்புத்தனம் பிடித்து என் மகளுக்கு இணையாக உன்னை வளர்த்தற்கு நீ என்னை பரிகாசம் செய்கிறாயா? இதற்கான தண்டனையை நீ அனுபவித்தே தீர வேண்டும்"

இதை கேட்ட பதறிய அகலிகை, "தந்தையே வேண்டாம் அவன் ஏதோ விளையாட்டாக பேசி விட்டான்.. அவனை மன்னித்தருளுங்கள்"

" முடியாது.. அவன் செய்த குற்றத்திற்கு இன்று நான் சொல்லும் என் வீர பராக்கிரத்தை அவன் தூங்காமல் கேட்க வேண்டும் இதுவே அவனுக்கான தண்டனை "என்றதும் அனைவ-

ரின் மனதிலும் நிம்மதி பிறந்தது..

" நிமலேந்திரா இவனை இங்கேயே விட்டு செல்.. படை தளபதியிடம் இவனை நான் இன்று அரண்மனையில் தங்க சொன்னதாக தெரிவித்து விடு.. நாளை விடியலில் உங்க-ளுக்கான பதிவி ஏற்பு விழா நடைபெறும் "

அவனும் அரசரின் பாதம் தொட்டு வணங்கி விட்டு செல்ல "டேய் இந்திரா உன் ஆருயிர் நண்பனை இவ்வாறு விட்டு செல்வது முறை-யன்று"

" அரசரை ஏளனம் செய்தாய் அல்லவா உனக்கு இந்த தண்டனை தேவை தான்.. அரசே இவனை கட்டி வைத்து கொள்ளுங்கள் இல்-லையேல் தங்களிடம் இருந்து தப்பிக்க வழி தேடுவான்"

அவரும் சிரித்தப்படி அவனை வழியனுப்ப தேவேந்திரன் மட்டும் அவன் செல்லும் திசை நோக்கி பாவமாக அமர்ந்திருந்தான் அரசரின் குரல் கேட்கும் வரை (பாவம்டா அந்த மனு-ஷன்.. உங்களுக்கு கொடுங்கோல் அரசனா எழுதி வச்சி இருந்து இருக்கனும்)

உள்ளே..

சடகோப பூபதி," என்ன விழி உன் திட்டம் பலிக்கவில்லை போலும்?" என்றார் சீற்றமாய்.

பூவிழியார், "எதைப்பற்றி பேசுறீர்கள் அண்ணா?எனக்கு விளங்கவில்லை"

"ஓஓ.. நிமலேந்திரனை அழிக்கும் உன் திட்-டம் இம்முறையும் தோல்வியை தழுவியது போலும்"

"என்ன சொல்கிறாய்? நான் என்ன தீட்டம் தீட்டினேன்?"

" அவன் உணவில் நஞ்சு கலந்தது உன் வேலை தானே?"

"என்ன பிதற்றிக் கொண்டு இருக்கிறீர்கள்? அதற்கும் எனக்கும் எவ்வித சம்பந்தமும் கிடையாது.."

"பின்னர் ஏன் நீ அங்கிருந்து வந்தாய்? "

" அவன் மீது எனக்கு கோபம் இருக்கிறது அது உண்மை தான் ஆனால் தாங்கள் ஒரு அரசியாய் என்னை சிந்திக்க சொன்னீர்கள்.. என் நாட்டு மக்களின் நலனுக்காக அவனை எதுவும் செய்ய மாட்டேன்.. அவனை என் மக்களிடமி-ருந்து பிரிக்கும் வழிவகையை நான் சிந்தித்து வைத்துள்ளேன் "

" அது என்ன? "

" என் மகளின் திருமணம்"

12

இது தேவர்கள் குடியிருக்கும் நகரமோ என்று எண்ணும் அளவிற்கு கந்தபுரம் விழா கோலம் பூண்டு இருந்தது.. சிறியவர்கள், பெரியவர்கள் என அனைவரும் தங்கள் மனம் கவர்ந்தவன் தங்கள் நாட்டிற்கு சேனாதிபதி ஆக போகிறான்.. அதற்கான பூஜை பால முருகர் சன்னதியில் நடக்கவிருக்கிறது அந்த காட்சியை மனம் முழுதும் நிறைத்து கொள்ள பால முருகர் கோவிலில் சூழ்ந்திருந்தனர்.

விழா நடக்கும் அரங்கத்தில் ஆயிரக்கணக்கான மக்கள் சூழ்ந்திருந்தனர்..

பட்டம் சூட்டும் விழா அரங்கத்திற்கு செல்லும் முன் அரசர் வீரசிம்ம பூபதி, அரசி பூவிழியார், இளவரசி அகலிகை மற்றும் விழா நாயகர்கள் நிமலேந்திரன், தேவேந்திரன், மற்றும் இதர வீரர்கள் சூழ பால முருகர் சன்னதியை நோக்கி வந்து கொண்டு இருப்பதை காண கண் கோடி வேண்டும்.. சடகோப பூபதி தன் நாட்டினது பணியை கவனிக்க சென்று விட்டதால் அவரால் இவ்விழாவை சிறப்பிக்க முடியவில்லை..

பால முருகருக்கு சிறப்பு அபிஷேகம் நடைபெற்றது.. பட்டாடை அணிந்து நவரத்தின வேலுடன் மாறனை(மன்மதன்) மிஞ்சிய

அழகன் முருகன் ராஜ அலங்காரத்தில் கம்பீ-ரமாய் இருப்பதை கண்டால் மனம் அவர்பால் செல்வதில் வியப்பு ஒன்றும் இல்-லையே!அனைத்தும் நன்றாகவே சென்று கொண்டு இருந்தது அவரின் வாகனம் அங்கு வரும் வரை..

பூஜைகள் முடிந்து சேனாதிபதி மற்றும் படைத்தளபதிக்கான கீரிடம் அரசரிடம் கொடுக்க போகும் நேரம் எங்கிருந்தோ வந்த மயில் அவ்விரண்டு கீரிடத்தையும் தட்டி விட்டு பறந்தோடியது..அதை கண்டு அனைவர் முகத்-திலும் கலக்கம் பிறக்க ஆரம்பித்தது.. அரசர் இதை அபசகுனமாக எண்ணினார் அவர் மட்டும் அல்ல அங்கு சூழ்ந்திருந்த அனைவரும் இதே நிலையில் தான் இருந்தனர்.. நிமலேந்திரனின் தந்தையும் அவனது தாயும் சொல்ல முடியா கவலையில் ஆழ்ந்தனர்.. எனினும் பால முரு-கரின் ஆசி தன் மகனுக்கு என்றும் இருக்கும் என்று தன்னை தானே சமாதானம் செய்து கொண்டவர்கள் அரசரைசயும் சமாதானம் செய்ய தொடங்கினர்..

முருகன், "அரசே கலக்கம் வேண்டாம்.. உங்-கள் வதனத்தை கண்டு கூடி இருக்கும் மக்-களும் அச்சம் கொள்கிறார்கள்.. தயை கூர்ந்து வாருங்கள் நாம் இங்கிருந்து செல்வோம்.. அனைத்தையும் இவர் பார்த்து கொள்வார்" என்றார் பால முருகரை காண்பித்து..

வீரசிம்மன், "தாங்கள் சொல்வதும் சரியே சேனாதிபதியாரே.. பொழுது கழிகிறது வாருங்-கள் விழா மண்டபத்திற்கு செல்வோம்.."

இதற்கிடையில் அகலிகை, " அரசே இந்த விழாவை பின்னர் ஒருநாள் வைத்து கொண்-டால் என்ன? "

அரசர் அவளிடம் விளக்கம் சொல்லும் முன்பு அங்கு வந்த ஜோடிதர் "இளவரசிரியாரே நடப்பது எல்லாம் அவன் செயல் இதை மாற்றுவது நம் கையில் இல்லை..எனவே கலக்கம் கொள்ளாமல் விழாவை நடத்துவது தான் சிறந்தது"

மற்றவர்களுக்கும் ஜோடிதர் சொன்னது சரி என தோன்ற இவள் மட்டும் நிமலேந்திரனை பார்த்தாள். அவனோ இதற்கும் தனக்கும் எவ்வித சம்பந்தமும் இல்லை என்பது போல் தன் கருநிற புரவியை தடவி கொடுத்தபடி நின்றிருந்தான்.. அவனின் செய்கை தேவேந்திரனுக்கும் விளங்கவில்லை.. நடப்பது நடக்கட்டும் என்று விழா அரங்கத்திற்கு சென்றனர்..

விழா அரங்கிற்குள் நுழையும் போதே வாழ்த்து மழை விண்ணை பிளந்தது.. வீரசிம்மரையும், பூவிழியாரையும் மலர் தூவி வாழ்த்தி வணங்கியபடி இருபுறமும் மக்கள் நின்றிருந்தனர்.. மற்ற வீரர்களையும் அதே போல் பூக்களை தூவி வாழ்த்தியபடி நின்றிருந்தனர்..

சேனாதிபதிக்கான கீரிடம் நிமலேந்திரனின் சிரசில் அலங்கரிப்பதை பார்த்து தேவர்கள் பூமாரி பொழிவதை போல் அங்கிருந்த மரங்களில் இருந்து மலர்கள் தானாக அவன் மேல் விழுந்தது..

அகன்ற தோள்கள், எதிரிகளை எரிக்கும் தீப்பிழம்பாய் கண்கள் ஒளி வீச, கையில் கேடயமும் வாளும் ஏந்தி கம்பீரமாய் நிற்பவனை கண்டு அனைவரும் பெருமையாய் உணர்ந்தனர்..

பூவிழியார் மட்டும் நாட்டு மக்களுக்காக எதுவும் பேசாமல் அமைதியாக இருந்தார் அதே நேரம் தன் புதல்வியின் கண்களையும்

கவனிக்க தவறவில்லை.. அவளின் பார்வை நிமலேந்திரனின் மீது கர்வத்தோடு படர்வதை அவர் விரும்பவில்லை.. இது தான் தக்க சமயம் என்று எண்ணியவர் தன் திட்டத்தை செயல்படுத்த ஆரம்பித்தார்..

ஆரவாரம் செய்து கொண்டு இருந்த மக்களை நோக்கி தன் கையசைத்து அமைதியடைய செய்தார் பூவிழியார்.

தங்கள் நாட்டின் அரசி தேவையில்லாமல் பேச விழைய மாட்டார் என்று நன்கு அறிந்த மக்கள் அவரின் முகத்தில் இருந்த சந்தோ- ஷத்தை தங்கள் சந்தோஷமாக எண்ணியவர்கள் அவரின் சொல்ல போகும் சொல்லிற்காக அவலாக பார்க்க தொடங்கினர்.

"இந்த மங்களகரமான வேளையை மேலும் மங்களகாரமாக்க உங்களிடம் ஓர் நற்செய்தியை சொல்ல விழைகிறேன்"என்றார் மகிழ்ச்சி பொங்க.

அவர் என்ன சொல்ல போகிறார் என்று அரசர் உட்பட அனைவரும் புருவம் முடிச்சிட அரசியாரின் வதனத்தை பார்த்தவாறே இருந்- தனர்.

"நம் நாட்டின் பட்டத்து இளவரசியின் திரு- மணம் வெகு விரைவில் நடைபெறவிருக்கிறது அதற்கான ஏற்பாடுகள் சிறப்பாக நடைபெறு- கின்றன.. என் மகளுக்கு உற்ற துணைவன் யார் என்று கூற வேண்டுமே..கூறலாமா? என்றதும் மக்களும் கூறுங்கள் என்று ஆரவாரம் செய்ய தொடங்கினர்.

"அனைத்து சாம்ராஜ்யமும் அறிந்த வீரன், நாட்டு மக்களின் ஆமோக அன்பை பெற்றவன், அழகன், இச்சிறு வயதில் பெரிய பெரிய சாம்- ராஜ்யத்தை கதிகலங்க செய்தவன், அனைத்-

திற்கும் மேலாக முருகரின் தீவிர பக்தன்.. சத்தியநாட்டின் முடி இளவரசன் ரிஷி வேந்தன் தான் இளவரசிக்கு தேர்ந்தெடுக்கப்பட்ட மணவாளன்.. உங்கள் அனைவருக்கும் சம்மதம் தானே?"என்றார் மக்களை பார்த்து.. அவர்களும் மகிழ்ச்சியின் உச்சத்திற்கு சென்றனர்.. ஈறைந்து திங்கள் கருவில் சுமக்காவிடினும் தங்கள் பிள்ளையாக பாவித்தவர்களுக்கு அடுத்தடுத்து நன்மை நடப்பது அந்த பால முருகரின் செயல் என்று நம்பினர்.. அதை பார்த்த பூவிழியாரின் மனமும் மகிழ்ச்சியில் தள்ளியது.. ஆனால் இத்தனை நடந்தும் மறந்தும் அரசர் பக்கமோ தன் புதல்வியின் பக்கமோ அவர் திரும்பவே இல்லை.. ஒரு வேளை திரும்பி இருந்தால் அவர்கள் கோபத்தில் எரிமலையாய் கொதித்து கொண்டு இருப்பதை பார்த்திருப்பார்..

இவை அனைத்தையும் கேட்டு கொண்டு இருந்த தேவேந்திரன் மனம் கலங்க நிமலேந்திரனை பார்த்தான்.. இப்பொழுதும் அவன் முகத்தில் எவ்வித மாற்றமும் இல்லை..

அவனை நெருங்கியவன் "இந்திரா என்ன இது? ஏன் எவ்வித உணர்வும் காட்டாமல் இருக்கிறாய்? பார்வையால் உன்னிடம் உரையாட முயலும் இளவரசியை பார் நீ அவரை கவர்ந்து சென்றாவது அவர் கரம்கோர்க்க மாட்டாயா என்று அவர் கண் பேசுவது உனக்கு புரியவில்லையா?" என்றான் ஆதங்கமாய்

"அனைத்தும் நான் அறிவேன்.. இப்புவியில் நான் விரும்புவது என் சேவற்கொடியோனையும் என் தேவியையும் தான்.. ஆனால் இது சாத்தியம் அன்று.. விட்டுவிடு தேவா நாம் செல்லலாம் இனி அரச பணியை கவனிப்பது ஒன்றே நம் தலையாய கடமை.. நான் பால

முருகரை தரிசிக்க செல்கிறேன் நீ வருவதா-யின் இருவரும் செல்லலாம் "என்றவன் அரச-ரிடமும் பெற்றவர்களிடமும் கூறிவிட்டு தன் புரவியை காற்றை விட வேகமாக செலுத்தி சென்று விட்டான்..

அவன் செல்வதை பார்த்தவன் அவன் பின்-னோடு தன் புரவியை அவனுக்கு இணையாக செலுத்தி சென்றான் தேவா.

கோவிலுக்கு சென்றவன்" முருகா என்ன இது இந்நாள் முழுதும் என் மனம் கலக்கத்தில் ஆழ்ந்து இருக்கிறது முன் இரவு கண்ட சொப்-பனத்தில் நான் உன்னை வணங்கி கொண்டு இருக்கும் போதே தாங்கள் கோவிலோடு மறைவதை போல தோன்றியதே இதன் அர்த்-தம் என்ன? எனக்கு விளக்கம் கூறுங்கள்.. நீயே அனைத்தும் என்றிருந்த எனக்கு என் தேவியின் அன்பை ஏற்றுக் கொள்ளதே அது நாட்டிற்கும் எங்கள் உயிருக்கும் பெரிய ஆபத்தை கொண்டு வரும் என்று அசரீரியாய் ஒலித்தாய்.. ஏன் என்று கேட்டதற்கு பதில் சொல்லாமல் அமை-தியானாய்.. இன்று என் தேவியின் வதனத்தை காண முடியாமல் அவ்விடம் விட்டு ஒரு பேடியை போல் இவ்விடம் உன்னிடம் ஆறுதல் தேடி வந்து விட்டேன்..எனக்கு பதில் கூற வாருங்கள் என் அப்பனே "என்று கோபத்தில் ஆரம்பித்தவன் இறுதியில் அழுகையில் முடித்-தான்..

இவன் பேச ஆரம்பிக்கும் சமயம் அங்கு வந்த தேவா அனைத்தையும் கேட்டான்.. எதற்-கும் கலங்காத தன் தோழன் கலங்குவதை பார்த்தவன் அவனை ஆர தழுவி கொண்டான்..

" இந்திரா கலங்காதே காரண காரியம் இன்றி எதுவும் இப்புவியில் நடக்காது என்று நீ அடிக்-

கடி சொல்வாய் அல்லவா? இதுவும் முருகரின் சித்தம் என்று நினைத்து கொள்.. கலங்காதே நீ தற்போது இந்நாட்டின் சேனாதிபதி.. இச்சிறு விசயத்திற்கு கலங்கலாமா? வா என்னோடு" என்று முருகரின் முன் நிறுத்தினான் அவரை வணங்கி விட்டு தங்கள் இருப்பிடத்தை நோக்கி செல்ல தொடங்கினர்..

இதையெல்லாம் கவனித்து கொண்டு இருந்த காலன்" கனவில் வந்து தன் பக்தர்களை எச்ச-ரிக்கை செய்கிறாரா.. விதியின் விளையாட்டை மாற்ற நினைக்கிறார்.. பாவம் மூடர்கள் அவர் எச்சரிக்கை எதற்காக என்று தெரியாமல் பிதற்றி கொண்டு செல்கின்றனர்.. இன்னும் சில திங்கள் மட்டுமே என் மண்டோதரி உங்களை அழிக்க வீரு கொண்டு இருக்கிறார்"என்று காற-றோடு காற்றாக அவர்களை பின் தொடர்ந்து கர்ஜித்து கொண்டு இருந்தான்..

அங்கே அரண்மனை உப்பரிகையில் வெறி கொண்ட பெண் வேங்கையாய் அங்குமிங்கும் நடந்து கொண்டு இருந்தாள் அகலிகை அவளுக்கு நேரெதிரில் சினம் கொண்ட சிங்-கமாய் வீரசிம்மன்.. இவர்களுக்கு சிறிதும் சளைத்தவள் நான் அல்ல என்பது போல் அமர்ந்திருந்தார் பூவிழியார்.

அகலிகை, "என் விவாஹம் பற்றி யாரி-டமும் கலந்து ஆலோசிக்காமல் மக்களுக்கு அறிவித்தது ஏன்?"

பூவிழியார், "உன் நலனில் அக்கறை கொண்ட நான் யாரிடமும் கலந்து ஆலோசிக்க தேவையில்லை என்று நினைக்கிறேன்" என்-றார் கோபமாக.

வீரசிம்மன், "என் புதல்வியின் திருமணம் பற்றி என்னிடம் கூட தெரிவிக்காதது ஏன்?

அவள் மீது எனக்கு அக்கறை இல்லை என்று நீ எண்ணி கொண்டு இருக்கிறாயா விழி?"என்றார் அவரும் சினமாக.

"மன்னிக்க வேண்டும் அரசே இது நம் புதல்வியின் வாழ்க்கை.. அவளை ஒர் நல் இடத்தில் கொண்டு சேர்ப்பது நம் கடமை.. அதில் தாங்களும் அறிவீர்கள் என்று நம்புகிறேன்"

" முடிவாக என்ன சொல்ல விழைகிறீர்கள்?"

"உன் மணவாளன் சத்தியநாட்டின் முடி இளவரசன் என்கிறேன்"

" இதற்கு நான் மறுப்பு தெரிவித்தால்..?"

"மறுப்பு தெரிவிக்க என்ன அவசியம் உள்ளது? இதோ பார் வேந்தனின் சித்திரம்..உடனே அரசரிடம் திரும்பி இவனை விட என் புதல்விக்கு சிறந்த மணவாளன் எவரும் இல்லை என்பது என் கருத்து" என்று அவ்விடம் விட்டு நகர்ந்தார்.

அகலிகை," தந்தையே எனக்கு இதில் சற்றும் உடன்பாடில்லை.."என்றாள் உறுதியாக.

வீரசிம்மன்," ஏன் அவ்வாறு சொல்கிறாய் அகலிகை? உன் அன்னை சொல்வதில் தவறேதுமில்லையே.. வேந்தன் நல் வரன் தான்.. எனக்கும் இதில் சம்மதம் தான்.. உனக்கு எங்கள் முடிவு இப்பொழுது தெரிந்து விட்டது அல்லவா மக்களுக்கும் அறிவித்தாயிற்று அதனால் யோசித்து பார் நாங்கள் உன் நன்மைக்காக மட்டுமே சிந்திப்போம்.. உன் விருப்பம் இன்றி எதுவும் நடவாது..எங்கள் கூற்றில் உனக்கு சம்மதம் இல்லை எனில் நீ பால முருகரை கேள் மகளே உன் குழப்பத்திற்கான விடை கிடைக்கும்"என்று அவரும் சென்று விட்டார்.

தன் அறைக்கு வந்தவள் முழு நிலவின் ஒளியை இரசிக்க முடியாமல் இருந்தாள்.. நில-

வில் தன் மனம் கவர்ந்தவனின் முகம் தெரிய அப்பேதையின் கண்களில் கண்ணீர் அருவியாய் பொங்கியது..

'அப்பனே என் அனைத்துமானவனே இங்கு நிகழ்வது யாது? சொப்பனத்தில் போர்க்கான அறிகுறி வந்ததே இதன் காரணம் என்னவோ? இச்சமயத்தில் திருமணம் பற்றிய நிகழ்வு எதனால்? எனக்கு கூறுங்கள் அப்பனே'

அச்சமயம் அசரீரியாய் ஓங்கி ஒலித்தது ஓர் குரல் "அகலிகை நீ வேந்தனை மணம் கொள் அது மட்டும் தான் உன் உயிரையும் உன்னை சுற்றி இருப்பவர்கள் உயிரையும் காக்கும்"

"யார்.. யார் நீ.. எனக்கு உத்தரவிட நீ யார் என்று கூறு" என்றாள் அதிகாரமாய்.

"நான் யார் என்று அறிந்து கொள்ள முனை-யாதே நான் சொல்வதை கேள் அதுவே இந்-நாட்டை காக்கும் முக்கியமாக நிமலேந்தி-ரனை.. அவன் உயிர் இம்மண்ணில் நிலைக்க வேண்டுமாயின் நான் சொல்வதை கேட்பது ஒன்றே வழி"

" எங்களை காக்க என் அப்பன் இருக்கிறார்.. அரூபமாய் இருக்கும் உன் பிதற்றலை கேட்க என்னிடம் அவகாசம் இல்லை..என் கண் முன்னே தோன்ற அச்சம் கொள்பவன் என்னை மிரட்டுவதால் நான் அச்சம் கொண்டு விடு-வேன் என்று எவ்வாறு நினைத்தாய் மூடனே.. இங்கிருந்து சென்று விடு இது தெய்வ சக்தி நிறைந்த இடம் அழிய போவது நீயே" என்றாள் சினமாக

" எனக்கா அச்சம்? சிறு பெண்ணாயிற்றே என்று கரிசனம் பார்த்த என்னை பரிகாசம் செய்கிறாயா உன்னை என்ன செய்கிறேன் என்று பார் "என்று முதலில் தன் உருவத்திற்கு

வந்த காலன் அவளை நோக்கி தன் மந்திர சக்தியை பிரயோகித்தான்.

அவன் உருவத்தை கண்ட சிறு பெண் முதலில் அச்சம் கொண்டாலும் அடுத்த நொடியே தைரியத்தை வரவழைத்துக் கொண்டு முருகரின் மூல யந்திரத்தில் உள்ளதை சொல்ல ஆரம்பித்தாள் " ஓம் சரவணபவ, ரவணபவச, வணபவசர, ணபவசரவ, பவசரவண, வசரவணப ரீம் ஓம் நமஹ "

என்று தொடர்ந்து உச்சரிக்க துவங்கினாள்.. அம்மந்திரத்தின் வீரியம் துஷ்ட சக்தியான காலனின் உடல் சொல்ல முடியா வேதனையை அனுபவிக்க ஆரம்பித்தது. குல தெய்வத்தின் அருள் பூரணமாக இருக்கும் இடத்தில் எவ்வித துஷ்ட சக்தியும் நுழைய முடியாது என்பதற்கு காலனே உதாரணம்.

"ஏய் பெண்ணே மந்திர உச்சாடனம் செய்வதை நிறுத்து.."என்றான் வலியில்

அவன் சொல்வதை பொருட்படுத்தாமல் தொடர்ந்து சொல்லி கொண்டு இருந்தவள் ஓம் முத்திரை இருக்கும் தன் வல கரத்தினை அவனை நோக்கி காட்டவும் அவன் மண்டோதரி காட்டில் தூக்கி வீசப்பட்டான்..

அவன் மறைந்ததும் நேராக தன் தோழி தாரகையிடம் சென்றவள் நிமலேந்திரனை தன்னை வந்து சந்திக்குமாறு உத்திரவிட்டாள்.

13

மனதில் ஒருவனின் நினைப்பை சுமந்துக் கொண்டு மற்றொருவனை கணவனாக ஏற்க அகலிகைக்கு துளியும் விருப்பம் இல்லை.. அவனும் அவளை நேசிக்கிறான் என்று அவன் கண்களில் இவள் கண்டிருக்கிறாள் ஆயினும் தன் மேல் உள்ள காதலை ஏற்று கொள்ளாமல் இருப்பது தான் இந்நாட்டின் இளவரசி என்பதினாலா! அல்லது வேறு ஏதேனும் காரணம் இருக்குமோ? என்று பலவாறு தன் எண்ண ஓட்டத்தினை செலுத்தி கொண்டு இருந்தாள்.

அந்த நேரம் தாரகை வரவும் ஆவலாக தன் மன்னவன் வருகிறானா என்று பார்த்தாள் ஆனால் அவன் வரும் தடயம் தெரியாததால் தாரகையின் மீது தனது கூர் பார்வையை வீசினாள்.. அவளின் பார்வையின் வீரியத்தை தாங்க முடியாதவள் நிமலேந்திரனின் சந்திக்க சென்றதை பற்றி நினைக்க ஆரம்பித்தாள்.

அகலிகை சொல்லி நிமலேந்திரனை காண சென்றவள் அவனிடம் அகலிகை அழைத்து வர சொன்ன செய்தியை சொன்ன நொடி "தாரகை உன் தோழி தான் அறிவிலியாய் என்னை அழைத்து வர சொன்னாள் என்றால் நீயும் இங்கே வந்து இருக்கிறாய் இச்சாமத்தில் ஒரு பெண்டிரை தனித்து காணுவது தவறேன்று

உனக்கு தெரியாதா? நீ என் தமைக்கை என்பதினால் உன்னை எளிதில் விட்டுவிடுவேன் என்று நினையாதே இங்கிருந்து சென்று விடு தாரகை.." என்றான் கோபமாக.

அவள் செல்லும் சமயம் "தாரகை அவளை இனி அரசு சம்மந்தப்பட்ட விசயங்களை தவிர வேறு எந்த காரணத்திற்காகவும் நான் உன் தோழியை சந்திக்க மாட்டேன் என்று கூறிவிடு" என்றான் கர்ஜினையாக.

நினைவில் இருந்து மீண்டவள் தன் தமையன் சொன்ன செய்தியை அப்படியே தன் தோழியிடம் ஒப்புவிக்க அவனின் சினத்தை விட பெண் வேங்கையின் வேகம் அதிகமாக ஆக்ரோஷமாக இருந்தது.. இத்தனை வருடங்களில் அதனை ஒரு போதும் அவள் கண்டதில்லை இன்று சினம் கொண்டு அரண்மனை குளத்தினை அளந்து கொண்டு இருந்தாள் நம் நாயகி அது அவளின் பிடித்த இடமும் கூட.. சந்தோஷமாயினும் கோபமாயினும் எந்த ஒரு முடிவு எடுக்க வேண்டுமாயினும் இங்கே தான் வருவாள் இன்று அந்த காலன் அவளை அச்சுறுத்தியதை அவனிடம் சொல்லி அதற்கான உபாயத்தை கண்டறிய சொல்ல வேண்டும் என்றும் தன் மனதில் உள்ளதை மறுமுறை சொல்லி அவனின் பதிலை பெற வேண்டும் என்றே அவனை வர சொல்லி இருந்தாள்.. தோழியாக கூட உதாசீனம் செய்து இருக்கலாம் அதற்கான உரி◌ிமை உண்டு ஆனால் நாட்டின் இளவரசியாக அவள் அழைத்தும் அந்நாட்டின் சேனாதிபதி வரவில்லை என்றால், இதற்கு பெயர் என்ன? என்று தாரகையிடம் சீறினாள்..

"இப்பொழுது கேள் தாரகை உன் ஆருயிர் தமையன் இப்பொழுது இக்கணமே என்னை

வந்து விழா மண்டபத்தில் சந்திக்க வேண்டும் இது இளவரசியின் கட்டளை மீறினால் பெரும் தண்டனைக்கு ஆளாக கூடும் விரைந்து செல் அழைத்து வா நிமலேந்திரனை" என்றாள் அதிகாரமாய்.

தாரகை இதற்கு மேலும் ஏதேனும் பேச முயன்றால் என்ன நடக்கும் என்பது தெரிந்து விட்டது.. அவளுக்கு நினைவு தெரிந்த நாளில் இருந்து தன் தமையனை இந்திரா என்று மட்டுமே அழைத்து வந்தவள் இன்று அவனின் முழு பெயரை ஆக்ரோஷமான உச்சரிப்பை கேட்டதும் சப்தமும் ஒடுங்கியபடி தன் தமையனை அழைத்து வந்தாள்.

அவன் வந்ததும் தாரகையை வெளியேற்றியவள் "வாருங்கள் சேனாதிபதி அவர்களே நான் அழைத்தும் வர மறுத்ததின் காரணம் என்னவோ ? நான் உங்களிடம் காதல் மொழி பேசுவதற்காக அழைக்கவில்லை முக்கியமான விசயம் அதைப் பற்றி விவாதிக்கவே உங்களை சந்திக்க முயன்றேன் தாங்கள் தான் முருகரின் தீவிர பக்தர் ஆயிற்றே அவர் அடிக்கடி தங்கள் சொப்பனத்தில் ஏதாவது உரைப்பாரே தற்போது ஏற்பட்டு இருக்கும் சூழலை அவர் அசரீரியாய் ஒலித்தாரா அல்லது ஏதேனும் சொப்பனம் கண்டீர்களா?"

" எதைப் பற்றி பேசுகிறீர்கள் என்று தெளிவாக கூறினால் மட்டுமே என்னால் தங்கள் வினாக்களுக்கு விடை அளிக்க முடியும் இளவரசிரியாரே.. மேலும் ஏதேனும் அரச காரியமாய் இருப்பின் அதை நான் இந்நாட்டின் அரசரிடம் பேசி கொள்வேன் தங்களிடம் பேச வேண்டியது இல்லை என்று தாங்கள் அறீவிர்கள் என்று நினைக்கிறேன்" என்றான் அவளுக்கு

சற்றும் சளைத்தவன் தான் இல்லை என்பதாய்.

" இது அரச காரியம் அல்ல நான் உப்பரிகையில் நின்றிருந்த சமயம் என்னை நோக்கி ஓர் கரு உருவம் வந்து என்னை சத்தியநாட்டின் இளவரசனை திருமணம் செய்ய சொன்னது நான் முருகரின் மூல மந்திரத்தை உச்சரித்ததும் அது மாயமாகி போனது.. சில நாட்களாக என் சொப்பனத்தில் போர் மூளுவதற்கான அறிகுறிகள் தெரிகிறது அது ஏன் என்று என்னால் அறிய முடியவில்லை அதைப் பற்றி கூறவே நான் தங்களை இவ்விடம் அழைத்தேன்"

அதை கேட்டவன்" எனக்கும் சில நாட்களாக சொப்பனத்தில் பல விசயங்கள் தெளிவில்லாமல் வருகிறது..இதற்கான விடையை எம் சேவற்கொடியோனை அன்றி வேறு எவரும் கூற முடியாது. சரி நாளை விடியலில் இதைப் பற்றி அரண்மனை பண்டிதரிடம் விவாதிப்போம்.. தயாராக இருங்கள் இளவரசிரியாரே" என்று கிளம்ப எத்தனிக்கையில் இந்திரா என்ற அழைப்பை அவனை அவ்விடம் விட்டு நகர விடாமல் செய்தது.

அவன் அவள் புறம் திரும்பாமல் அப்படியே நிற்க" ஏன் சேனாதிபதிக்கு திரும்பி நின்று என்னவென்று கூட கேட்க மனமில்லையோ?"

" வந்த வேளை முடிந்தது என்று நினைக்கிறேன் இதற்கு மேல் நான் இங்கிருப்பது முறையல்ல"

"எனக்கு சில வினாக்களுக்கு விடை அறிய வேண்டும்"

"தங்கள் வினாக்களுக்கு விடையளிக்க நம் நாட்டில் நிறைய அறிஞர்கள் இருக்கின்றனர் அவர்களிடம் கேட்கலாமே"

" எனக்கான விடை தங்களால் மட்டுமே அளிக்க முடியும்"

"தேவி என்ன தெரிய வேண்டும் தங்களுக்கு.. விரைந்து கூறுங்கள்"

" தேவி என்றழைத்து தங்கள் மனதில் எனக்கான இடத்தை தாங்களே உணர்த்தி விட்டீர்கள் இந்திரா"

"தாங்களாக எதையும் கற்பனை செய்துக் கொள்ள வேண்டாம்"

"என்ன நான் கற்பனை செய்து பேசுகிறேனா? உங்கள் மனதிடம் கேளுங்கள் அது என் மீதுள்ள நேசத்தை உங்களிடம் கூறும்.. இன்று அதற்கான விடை உங்களிடம் இருந்து பெறாமல் ஒரு அடி இவ்விடம் விட்டு தங்களை நகர விட மாட்டேன்" என்றாள் சீற்றம் கொண்டவளாய்.

" என் மனதில் உள்ளது ஒன்று மட்டுமே அது இந்நாட்டின் நலன் அதை தவிர வேறேதும் இல்லை"

" அதை உங்கள் சேவற்கொடியோனை சாட்சியாக வைத்து கொண்டு சொல்ல முடியுமா தங்களால்? நான் அப்பொழுது நம்புகிறேன் என் பெற்றோர் சொல்லும் வரனுடன் என் வாழ்வை அர்ப்பணித்து கொள்வேன்" என்றாள் கலங்கிய விழிகளுடன்.

அவன் சற்று அதிர்ந்தாலும் தைரியத்தை வரவழைத்துக் கொண்டு" நாளை விடியலில் தங்கள் மீது எனக்கு நேசம் இல்லை என்பதை என் அப்பனை சாட்சியாக வைத்து கொண்டு கூறுவேன்.. சத்தியநாட்டின் இளவரசனை மணமுடிக்க தயாராக இருங்கள்"என்று கூறிவிட்டு சென்று விட்டான்.

கதிரவன் தன் செங்கதிர்களை வெளி கொணர காத்திருக்கும் முன் காலை வேளை அரசரிடமும் அரசியிடமும் அனுமதி பெற்று பால முருகரை தரிசனம் செய்ய தயாராகி-னாள்.. அவர்களை பொருத்தமட்டில் வேந்தனை திருமணம் செய்ய அனுமதி பெறவே கோவி-லுக்கு செல்ல நினைக்கிறாள் என்று சரியாக தவறாக புரிந்து கொண்டனர்.

அங்கே தேவேந்திரன் "இந்திரா இது தவறேன்று உனக்கு புரியவில்லையா? உன் மனதில் உள்ளதை அவளிடம் கூறிவிடு அது தான் இருவருக்கும் நன்மை பயக்கும்.. இருக்-கும் சூழ்நிலையை விளக்கி கூறினால் புரிந்து கொள்வாள்.. ஒரு நாட்டின் இளவரசியை இங்-கணம் நடத்துவது முறையன்று.. உன் மனதை-யும் வேதனைப்படுத்தி கொண்டு அவருடைய மனத்தையும் வேதனைப்படுத்துவதில் உனக்-கென்ன அவ்வளவு இன்பம்? .. உன்னால் ஒரு முடிவுக்கு வர முடியவில்லை என்றால் எப்-பொழுதும் போல் பால முருகரிடம் கேள்.. தவம் இரு அல்லது தியானம் செய் ஏதாவது ஒருவகையில் அவரை உன் மனக்கண்ணில் நிறுத்து அவர் உனக்கான விடை அளிப்பார்.."

அதற்கு ஓர் விரக்தி சிரிப்பை உதிர்த்து விட்டு" சர்வமும் அறிந்த அந்த சர்வேஸ்வரன் மகனுக்கு நான் சொல்லி தான் என் நிலை தெரியவேண்டுமா என்ன? நான் பலமுறை அவரிடம் இதற்கான விடையை அறிய முற்-பட்டு விட்டேன் தேவா..ஆனால் எனும் போதே "நிமலேந்திரா உன் நேசத்தால் இந்நாட்டில் பெரிய போர் ஏற்பட போகிறது அது தடுப்பது உன் கடமை..போரினை தடுப்பது உன்னால் முடியாது மேலும் அரக்கர்களின் அட்டூழியம்

ஆரம்பிக்க போகிறது அதற்காக நீ அஞ்ச வேண்டாம் உன் வேல் முத்திரை உனக்கு தக்க சமயத்தில் உதவி செய்யும்.. நல்லவர்கள் தீய-வராக மாற்றப்படுவர் தீயவர்கள் மேலும் தீய-வர்களாக உரு கொள்வர்..அதனை வென்று வா என் ஆசி உனக்கு என்றும் உண்டு" என்று அரண்மனை பிரதான ஜோடிதர் விளக்கி கொண்டிருந்தார்.

" ஐயா தாங்கள் எவ்வாறு இங்கு? என்-னனவோ கூறுகிறீர்கள் இது எவ்வாறு சாத்தி-யம்? இது உங்களுக்கு எவ்வாறு தெரியும்.. என் ஜாதகத்தை கணித்தால் சில விசயங்கள் மட்-டுமே புலப்படும் ஆனால் தாங்கள் கூறுவதை கேட்டால் அவ்வாறு தெரியவில்லையே மெய் கூறுங்கள் தாங்கள் யார்? என்னை எச்சரிக்கை செய்பவர் எங்கள் ஜோடிதர் அன்று"

உடனே அவ்உருவம் காற்றோடு பிரகாசமாய் ஒளிர்ந்தது.." என்னை கண்டு கொண்டாயா நிமலேந்திரா ஹா ஹா.. நான் சொல்வது போல் நடந்து கொள் அதே சமயம் உன் உற்ற தோழனையும் உன் தமைக்கையையும் கவன-மாக பார்த்து கொள்.. அவர்களின் ஜாதகத்தில் தற்போது கிரக நிலை சரியில்லை.. விஜயிபவ" என்று ஒளி வீசும் வேல் கொண்டு அவனை ஆசிர்வதித்து சென்றார் பால முருகர்..

அரூபமாய் வந்து அவனின் குழப்பத்தை தீர்க்காமல் மேலும் குழப்பி விட்டு தன் பிள்ளை விளையாட்டை ஆமோகமாய் நடத்தி விட்டு மறைந்தார் பால முருகர்.

" இந்திரா என்ன இது எதாவது உரைப்பா-யாக"

" என்ன உரைக்க வேண்டும்"

"அகலிகைக்கு என்ன சொல்ல போகிறாய்? உன் நேசத்தின் நிலை என்ன?"

"நடப்பது நடக்கட்டும் நான் என் நேசத்தை மறைக்க தான் போகிறேன்.. அதுவும் இன்றி என் இரு கண்ணேன இருக்கும் உங்கள் இருவருக்கும் கிரக நிலை சரியில்லை என்று உரைத்திருக்கிறார் என் அப்பன்.. அவர் சொல்லில் எனக்கு அச்சம் பன்மடங்கு உயர்ந்து நிற்கிறது"

யார் இதையெல்லாம் அறிய கூடாது என்று நினைத்தானோ அவளே இதுவரை நடந்த அனைத்தையும் கண்டு"ஓஓ அவர்களின் கிரக நிலை மட்டும் தான் சரியில்லை என்று உரைத்தாரா இந்த பால முருகர்.. இவர்களுக்காக உன் நேசத்தை மறைத்து நாட்டிற்கு நன்மை செய்ய போகிறீர்களா இந்திரா.. உங்கள் நேசத்தை நீங்கள் மறைக்கலாம் ஆனால் நான் என் நேசத்தை மறைக்க விரும்பவில்லை" என்று அவன் கையில் இருந்த வாள் கொண்டு தன் கழுத்தை அறுக்க துணிந்தாள் அகலிகை.

நொடியில் சுதாரித்த நிமலேந்திரன் அவள் பட்டு கன்னங்களில் அறைந்தான்.

" இந்திரா என்ன இது இவள் இந்நாட்டின் இளவரசி என்பதை நினைவில் கொள்"என்றான் தேவேந்திரன் சீற்றமாக.

" எனக்கு நினைவில் உள்ளது தேவா.. இவள் செய்த காரியத்திற்கு வேறு என்ன சொல்ல சொல்கிறாய்.. பால முருகரின் மீது நான் எவ்வளவு உயிராய் இருக்கிறேனோ அதே அளவு நேசம் இவள் மீது உள்ளது.. இவள் உயிரை துறந்தால் நான் மட்டும் இப்பூவுலகில் வாழ்ந்து விடுவேனா..?"

அகலிகை, " என் மீது நேசம் உள்ளதை தங்கள் வாய்மொழியாக கேட்க நான் என் உயிரை தரவும் தயங்க மாட்டேன் இந்திரா"

தேவேந்திரன், " என்ன பேசுகிறாய் அகலிகை நாங்கள் உன் தோழர்கள் என்பதால் தான் அரசர் எங்களுடன் எவ்வித பாகுபாடும் இல்லாமல் தங்களுடன் நட்பாக இருக்க இன்று வரை அனுமதித்து இருக்கிறார்..இந்திரனுடனான உங்கள் நேசத்தை பற்றி அவர் அறிந்தால் இவன் தலை இம் மண்ணில் உருளும் என்பதை நீங்கள் மறந்து விட்டீர்களா? அதிலும் உங்கள் நேசத்தால் இந்நாட்டில் போர் மூளும் என்று தெரிந்தும் ஓர் இளவரசியாய் நீங்கள் செய்வது முறையல்ல.."

"எனக்கில்லாத அக்கறை இந்நாட்டின் மீது உங்களுக்கு உள்ளதா?"

நிமலேந்திரன்," ஆம் அதிகம் உள்ளது ஏனெனில் நாங்கள் இந்நாட்டின் பாதுகாப்பை மட்டுமே தலையாய கடமை என்று சபதம் எடுத்து இருக்கிறோம் அது எங்கள் பணியும் கூட.. இதையெல்லாம் விளக்க எனக்கு விருப்பம் இல்லை இளவரசிரியாரே நான் உங்களை விரும்பவில்லை.. உங்களுக்கான விடை கிடைத்தது அல்லவா? தேவா இளவரசியை அரண்மனையில் விட்டு விடு நான் நாட்டின் எல்லை வரை சென்று பாதுகாப்பை பற்றி அறிந்து வருகிறேன்"என்று ஒரு கணம் கூட நில்லாமல் சென்று விட்டான்.

கண்களில் நீர் திரள அவன் உருவம் மறையும் வரை பார்த்து கொண்டு இருந்தவள் அதன் பின் தேவேந்திரனுடன் அரண்மனை நோக்கி சென்றாள்..

அவளிடம் பேசி விட்டு வந்த நிமலேந்திரன் தன்னிலை இல்லாமல் புரவியை செலுத்தி கொண்டு இருந்தான் அவன் நிலையை உணராத புரவியோ காட்டின் மறுமுனைக்கு சென்று கொண்டு இருந்தது.. தீடீரென்று ஏதோ தோன்ற சுற்றிலும் தன் கூர் பார்வையை சுழல விட்டான்.. அங்கு..

14

தன்னிலை மறந்து மனம் போன போக்கில் சென்று கொண்டு இருந்தவன் தன் புரவி தீடீ-ரென ஓர் இடத்தில் அசையாமல் நிற்பதையும் விகாரமாய் ஏதோ சத்தம் கேட்பதையும் உணர்ந்தவன் என்னவென்று பார்க்க அந்த அடர்ந்த காட்டு பகுதிக்குள் நுழைந்தான்.. அந்த காட்டின் மறுபகுதிக்கு மக்கள் யாரும் செல்ல மாட்டார்கள்.. இருள் நிறைந்த அந்த காட்டில் சென்றவர் யாரும் உயிருடன் திரும்பவில்லை என்றே சேதியே அங்கே யாரையும் செல்ல விடாமல் பல வருடங்களாக தடுத்து வந்தது.. அங்கே என்ன இருக்கிறது விகார சத்தம் எதனால் வருகிறது என்று இதுவரை யாரும் அறிய முற்படவில்லை..அச்சம் என்ற சொல்லை வெறுக்கும் வீரனான நிமலேந்திரன் அதை அறிய எண்ணினான்.. நொடியில் எடுத்த முடிவில் தன் கருநிற புரவியை ஓரமாக நிற்க சொல்லி விட்டு தன் வாளை எடுத்து கொண்டு புறப்பட்டான்..

சத்தம் வந்த திசையை நோக்கி சென்ற-வனின் கண்ணில் பட்டது ஒரு சிறு பெண், கழுத்தில் மாலையுடன் நெற்றியில் நீண்ட குங்-குமம், கையில் மண்டைஓடுகள் சகிதம் கண் முழி முன் நிற்க அவளை பார்க்கும் யாருக்கும்

ஒரு நொடி பயம் கவ்வும்.. ஆனால் நிமலேந்திரன் அப்பெண் யார் என்று அறிய விரும்பினான்.. அவளை நெருங்கும் அவ்வேளையில் தலையில்லா முண்டம் ஒன்று முன்னே வர அதி வீரரான அவனே ஓர் அடி பின்னே நகர்ந்தான்.. தலை எங்கே இருக்கும் என்று சுற்றும் முற்றும் ஆராய்தவனின் பின்னால் "என்னை தான் தேடுகிறாயா சேனாதிபதி?" என்ற விகார குரலில் திரும்பியவனின் முன்னால் அந்தரத்தில் பறந்து கொண்டு இருந்தது காலனின் தலை..

நிமலேந்திரன் சற்றும் அஞ்சாதவனாக "யார் நீ என்னை எவ்வாறு இனம் கண்டு கொண்டாய்?"

காலன், "நான் யார் என்பது இங்கு முக்கியமில்லை ஆனால் நீ.. உன் உயிர் அது என்னால் பறிக்க பட போகிறது ஹா ஹா ஹா" என்று அந்த காடே அதிரும்படி சிரித்தான்.

நிமலேந்திரன், "யார் நீ இந்த நேரத்தில் இவ்வனத்தில் நீ என்ன செய்து கொண்டு இருக்கிறாய்? இப்பெண் யார்?"

"நான் காலன் இதோ என் தேவி மண்டோதரி.. இந்நாட்டின் சேனாதிபதியாக இருக்கும் உன்னையும் இந்நாட்டின் இளவரிசையும் அழிக்க பல வருடங்களாக காத்திருக்கும் அழிவில்லாதவன் நான்.."

"என்னையா ஏதற்காக? என்னை அழித்தால் உனக்கென்ன கிடைக்க போகிறது?"என்றான் குழப்பமாக.

"ஹா ஹா நீ அந்த பால முருகரின் அருள் பெற்றவன் உன்னிடம் இருக்கும் ஓர் முத்திரை அது எங்களை அழிக்க வல்லது.. அதற்கான நேரம் நெருங்கும் முன் உன் உயிரும் இளவ-

ரசியின் உயிரும் பறிக்கப்பட்டும்.. உங்களை அழித்து வேறு ஓர் இளவரசினின் மூலமாக என் தேவி அழிவில்லா சக்தியை பெற்று விடுவார்.. அதன் பின் யாரலும் ஏன் இந்த வனத்தையும் நாட்டையும் பாதுகாத்து கொண்டு இருக்கிறாரே அந்த சிவபுத்திரன் தேவ சேனாதிபதி அவரால் கூட முடியாது" என்றான் கர்ஜினையாக.

"என்ன சொல்கிறாய் பேடியே..நீயே தலை-யில்லா முண்டமாகவும் தலை ஒரு இடமா-கவும் அலைந்து கொண்டிருக்கிறாய் உன்னை அழிக்க நான் போதுமே என் அப்பன் எதற்கு? என்றான் அவனும் அதே கர்ஜினையோடு.

"என்ன? ஹா ஹா உனக்கு என் முழு உருவத்தை காண வேண்டுமா? என்று கேட்டு கொண்டு அவன் உருவத்திற்கு மாறினான்.. கண்கள் சிவப்பாக கழுத்தில் மண்டை ஓடு மாலை கையில் தடியுடன் காற்றில் பறந்து கொண்டு இருந்தான்.. சாதாரண மனிதர்கள் யாரும் அவனை கண்டு மயங்கி விழுவர் ஆனால் நிமலேந்திரன் அவனை கண்ட அந்த நொடியில் இருந்து தன் உடல் முறுக்கெரு-வதை போன்று தோன்றியது அவனை வெட்டி வீழ்த்தும் வெறி வந்தது.. அவனின் வேல் முத்-திரை அவ்வனத்தை பிரகாசமாக்கியது..கண்கள் மேலேழும்ப கையில் வாளுடன் காலனுக்கு காலனாகும் வெறி கொண்டு நிற்பவனை கண்டு அந்த மண்டோதரியின் பக்தன் நான்கு அடி பின்னே நகர்ந்தான்..

"தாயே இவன் தான் இவனின் முத்திரை என்னவென்று பாருங்கள் என் கண் கொண்டு காண முடியவில்லை தாயே இவனை இப்-பொழுதே அழித்து விடுங்கள்.. ஏன் மௌனம் சாதித்து கொண்டு இருக்கிறீர்கள்? வாருங்கள்

தாயே உக்ர மூர்த்தியாய் நிற்கிறான் இவன் என்னை அழிக்கும் முன்னர் தாங்கள் எழுந்தருளுங்கள்"என்று மண்டோதரியின் பாதத்தில் வேண்டி கொண்டு இருந்தவனை தன் வாள் கொண்டு தூக்கினான் நிமலேந்திரன்" சொல்லடா மூடனே இந்த பெண் யார்? ஏதற்காக இங்கு அழைத்து வந்து இருக்கிறாய்? அவளை வசியம் செய்து வைத்திருக்கிறாய் வசியத்தை நீ எடுக்கிறாயா அல்லது நான் உன் தலையை வெட்டி உன் தாயின் பாதத்தில் போடவா?" என்றான் உக்ரத்தோடு..

அதில் கோபம் கொண்டவன்" பல நூறு ஆண்டுகளாக தவம் இருக்கும் என்னை நீ அழிக்க பார்க்கிறாயா? அதற்கு முன் நான் உன்னை அழித்து காட்டுகிறேன் என்று ஆக்ரோஷமாக.. அடேய் நான் உன் தலையை வெட்டி என் தேவிக்கு காணிக்கையாக்குறேன் பார்"என்று தன் சக்தியை திரட்டி அவனை தாக்க தொடங்கினான்.

நிமலேந்திரன் வாளுடன் அவன் அவனுடைய மந்திர தடியுடன் ஆக்ரோஷமாக தாக்கி கொள்ள தொடங்கினர்.. அவ்வனத்தில் இருந்த சொற்ப விலங்கினங்களும் பறவைகளும் கூட பயந்தபடி வெளியேற தொடங்கினர்.

மந்திரசக்தி எதுவும் நிமலேந்திரனை அசைக்க கூட முடியவில்லை.. எவ்வளவு முயன்றும் காலனால் அவனின் முத்திரையை காண முடியவில்லை இருளில் மூழ்கி இருந்த அவ்வனத்தை அந்த ஒரு முத்திரை ஒளி பரவ செய்கிறது என்றால் அது எப்பேர்ப்பட்ட சக்தி என்று அடி வாங்கி கொண்டு இருந்தாலும் அதனை யோசிக்க தவறவில்லை காலன்..

ஒரு கட்டத்திற்கு மேல் காலனால் அவன் தாக்குதலை சமாளிக்க முடியாமல் காற்றோடு காற்றோடு காற்றாக கலந்து தன்னை மறைத்து கொண்டான்..

அவன் சென்றதை அறிந்தவன் அடுத்த நொடி தன் இடையில் இருந்த நீர் குவளையில் இருந்து நீரை எடுத்து அப்பெண்ணின் மீது தெளித்தான்..

மயக்கத்தில் இருந்து எழுபவள் போல் எழுந்தாள் அப்பேதை.. "பெண்ணே தாங்கள் யார்? எவ்வாறு இங்கு வந்தீர்கள் அதுவும் இவ்வனத்திற்கு?"

அவன் உக்ர உருவத்தை கண்டவள் பயந்தாலும் தைரியத்தை வரவழைத்துக் கொண்டு" நா..நான் வல்லவ நாட்டின்(ரிஷி வேந்தனின் தாய்மாமனான சந்திரனின் செல்ல மகள் இவள்) இளவரசி அரண்மனையில் இருந்த என்னை பார்க்க ஒரு பெண்டிர் வந்து இருப்பதாக மெய்க்காப்பாளர்கள் வந்து சொல்லவும் யார் என்று பார்க்க நான் அரசவை மண்டபத்திற்கு விரைந்தேன்.. அங்கு என் தாய், தந்தை ஏனைய அமைச்சர்கள், காவலாளிகள் அனைவரும் மயங்கி இருந்தனர்.. நான் என்னவென்று பார்க்க செல்லும் வரை மட்டுமே என் ஞாபகத்தில் உள்ளது" என்று கதறி கதறி அழ தொடங்கினாள்.

அவள் சொன்னதை கேட்டவன் அவளை ஆராயும் பார்வை பார்க்க தொடங்கினான்" உனக்கு விசேஷ சக்தி ஏதேனும் உண்டா பெண்ணே?"

" அப்படி என்றால்?என்றாள் மலங்க மலங்க விழித்தப்படி.

"சரி என்னோடு வா.. என்றான் அதே கர்ஜினையோடு.

அதை கேட்ட சிறு பெண் பயத்துடன் பின் நோக்கி சென்றாள்..

அவள் பின்னோடு செல்வதை பார்த்தவன் தன் ஆக்ரோஷத்தை குறைக்க சரவணபவ மந்திரத்தை உச்சரிக்க தொடங்கினான்.. மந்திரத்தை உச்சரிக்க தொடங்கியதும் அவனின் முதுகில் இருந்த வேல் முத்திரை தன் பிரகாசத்தை குறைத்து சாதரணமாக மாறினான்.

அதன் பின் அப்பெண்ணிடம் திரும்பியவன்"இளவரசி தங்கள் பெயர் என்ன? என்னை கண்டு அச்சம் கொள்ளதீர்கள் நான் நிமலேந்திரன் இந்த கந்தபுரத்தின் சேனாதிபதி என்னோடு வா இப்பொழுதும் அந்தி சாய்ந்து விட்டது இச்சமயத்தில் தங்களை உங்கள் நாட்டிற்கு அனுப்பி வைக்க இயலாது.. தயங்காமல் என்னோடு வாருங்கள்"

சரி என்பதாய் தலையசைத்து அவனோடு நடக்க தொடங்கினாள்.. தன் புரவியில் அவளை அமர செய்து இவன் அவளோடு யோசனையோடு நடந்து வந்து கொண்டு இருந்தான்..

" தேவசேனா" என்றாள் அதை கேட்ட நிமலேந்திரன் என்ன? என்றான் புரியாமல்.

" என் பெயர் தேவசேனா.. நான் தங்களை தமையன் என்றழைக்கலாமா?"

சிரித்தபடி "தாரளமாக அழைக்கலாம் என் கிரகத்திலும் தங்களை போன்ற ஒரு அழகிய மந்தி உள்ளது"

"அப்பொழுது நான் மந்தி போன்று உள்ளேன் என்கிறீர்களா?"என்றாள் இதுவரை இருந்த தயக்கம் நீங்கியவளாய்.

"அய்ய்யோ நான் அவ்வாறு சொல்வேனா தேவி.. ஆனாலும் உண்மை சில நேரங்களில் கசக்க தான் செய்யும்"என்றான் சிரியாதவாறு.

பேசியபடியே அரண்மனைக்கு சென்றவர்களை கலக்கத்துடன் வரவேற்றான் தேவேந்திரன்.

" இந்திரா இவ்விடம் வராதே நீ சென்று விடு.. உன்னை வெறி கொண்டு தேடுகிறார் அரசியார்.."

"என்னவாயிற்று தேவா? ஏன் இவ்வளவு கலக்கம் என்ன நேர்ந்தது?"

தன்னை ஆசுவாசப்படுத்தி கொண்ட தேவா "இந்திரா சத்திய நாட்டில் இருந்து வந்த விருந்தினர்கள் முன்னிலையில் அகலிகை அவளுக்கு இத்திருமணத்தில் விருப்பம் இல்லை என்று கூறிவிட்டாள்.. தங்களை அவமானம் செய்ததாக கருதிய வல்லவ நாட்டின் அரசரும் அரசியும் இந்நாட்டின் மீது போர் தொடுக்க போவதாக சொல்லி விட்டு வெளியேறி விட்டார்.. நம் அரசரும் அரசியும் எவ்வளவு தடுத்தும் அவர்கள் அந்தி சாய்ந்த பிறகும் புயலேன கிளம்பி சென்று விட்டனர்"என்றான் கலவரமாக.

பேசி முடித்தவன் தேவசேனாவை காட்டி" இப்பெண் யார் இந்திரா?"

கலங்கி இருக்கும் அவளை பார்த்து பெருமூச்சு ஒன்றை வெளியேற்றியவன்" நீ இவ்வளவு நேரம் சொல்லி கொண்டு இருந்தாயே அந்த வல்லவ நாட்டின் இளவரசி இவள்.. தேவசேனா"

"என்ன?என்றான் அதிர்ச்சியாக.

"இந்திரா இச்சமயத்தில் இவர்கள் இங்கிருப்பது சரியென்று நாளை பகலவன் வரும் முன்னர் இளவரசிரியாரை அவர்கள் நாட்டிற்கு

அனுப்பி வைத்து விட வேண்டும்"

"அதை விடியலில் செய்து விடுகிறேன்.. ஆனாலும் ஓர் ஐயம்!!"

"என்ன இந்திரா?"

"என்னை உள்ளே வராதே என்றாயே.. அது எதனால்? அகலிகை அவ்வாறு சொன்னத்திற்கும் நீ என்னை அரண்மனைக்குள் பிரவேக்காதே என்று சொன்னது எதற்காக?"

"இளவரசியை நான் உள்ளே சென்று விட்டு விட்டு வருகிறேன் இதைப் பற்றி பிறகு பேசி கொள்வோம்"என்று தேவசேனாவை அரண்மனைக்குள் அரசரிடம் அனுமதி பெற்று அவரை விருந்தினர் அறையில் தங்க வைத்து விட்டு வெளியே வந்தவனை பிடித்து கொண்டது ஓர் மெல்லிய கரம்.

தன்னை பிடித்து கொண்டு இருக்கும் இதயம் யாருடையது என்று அறிந்தாலும் கடுமையை வரவழைத்தவனாய்" யார் இது என்ன விளையாட்டு இது என் கண் முன்னே வாருங்கள் இல்லையேல் என் வாளுக்கு பதில் சொல்ல வேண்டி வரும் ஜாக்கிரதை"

"நான் யார் என்று தங்கள் அறிந்து கொண்டீர்கள் என்பது எனக்கு நன்கு தெரியும் தேவா"

"தெரியாது நீங்கள் யார் என்று நான் அறியேன்.. செல்லுங்கள் இவ்விடம் விட்டு"என்றான் அதே கடுமையான தோரணையில்.

" என்னை தங்களுக்கு தெரியாது? என்று அவன் முன் தேவதையேன முன் நின்றாள் தாரகை"

15

தாரகை அவன் கரத்தினை பிடித்தும் அவளை முறைத்தவன் "தாரகை என்ன இது? என் கரத்-தினை விடுவிப்பாயாக.. என்றான் கடுமையாக.

"நான் எதற்காக அப்படி செய்ய வேண்டும்? என்னால் முடியாது"

" உன் தமையன் எனக்காக வாயிலில் காத்-திருக்கிறான் நான் செல்ல வேண்டும்.. நீ அகலிகையோடு இரு.. இங்கிருந்து செல்"

" தாங்களும் என் தமையனும் எந்த நேரமும் இறை பணி, கடமை என்றே இருப்பதால் தான் எங்கள் நேசம் உங்களை பெரியதாக தோன்ற-வில்லை போலும்" என்றாள் சலிப்புடன்.

" தேவையில்லாமல் பேசதே தாரகை.. எனக்கு எதுவும் தேவையில்லை வீணாக என் பின்னே நேசம் அது இது என்று சுற்றி உன் நேரத்தை வீணடிக்காதே"என்றான் சினம் குறையாமல்.

" என்னை எதனால் ஏற்க மறுக்கிறீர் கார-ணம் என்னவோ?"என்றாள் கலங்கியபடி.

" நீ என் ஆருயிர் நண்பனின் தமைக்கை.. காரணம் போதுமா?"

" அதனால் என்ன?"என்றாள் புரியாமல்

" இங்கே பார் தாரகை என் மனதில் நீ என் நண்பனின் தமைக்கை என்ற எண்ணம்

மட்டுமே உள்ளது அதை தாண்டி வேறு எந்த ஒரு ஈடுபாடும் இல்லை.. உனக்கான வாழ்க்கை என்னோடு அல்ல.. என் பின்னே சுற்றாமல் மற்ற அலுவலை கவனி.. என் எண்ணம் என்றும் மாறாது" என்று அவள் பிடித்து இருந்த கரத்தினை விலக்கி விட்டு சென்றான் நிமலேந்திரனை நோக்கி.

அவன் செல்லும் திசையை கண்கலங்க பார்த்தப்படி நின்றிருந்தாள் தாரகை" முருகா என் நேசம் என்று புரியும் இவருக்கு? என்னை உதாசீனம் செய்வது எதற்காக? சிறு பிள்ளையாக இருந்த போது தேவாவை கண்டாலே பிடிக்காமல் இருந்தது பருவ வயதை எட்டியதும் அவர் என் மேல் காட்டும் அக்கறை என் மனது அவர்பால் சாய்ந்தது நான் செய்த தவறா? என் விதி முடியும் பொழுது கூட அவருடன் இருக்கவே ஆசை கொள்கிறேன்"என்று நடக்க போகும் விபரீதத்தை அறியாமல் தனக்குள் புலம்பி கொண்டிருந்தாள்.

அங்கே.." என்ன தேவா வழக்கம் போல் தாரகை உன்னிடம் கேலி பேசினாளா?"

அவன் அவர்கள் உரையாடலை கவனித்து இருக்க மாட்டான் என்று நினைத்தவன் நிமலேந்திரன் தீடீரென கேட்கவும் தடுமாறியவன்" அ.. அதெல்லாம் ஒன்றும் இல்லை இந்திரா..என் கோப முகத்தை பார்க்காவிடில் உன் தமைக்கைக்கு உறக்கம் பிடிக்காது அதனால் தான் அவள் வம்பு செய்தாள் நான் வழக்கம் போல் அறிவுரை வழங்கி விட்டு வந்தேன்.."

"ஓஓ..நல்லது ஆனால் வழக்கமாக நீ அவளிடம் பேசி விட்டு வந்தால் உன் அதரத்தில் இளநகை பூத்து இருக்கும் கண்கள் பிரகாசமாய் இருக்கும் ஆனால் இன்று.."

"இன்று என்ன?நான் எப்பொழுதும் போல் தான் இருக்கிறேன் இந்திரா"என்றான் தன் உணர்வுகளை மறைத்து கொண்டு.

"உண்மையாகவா? ஆனால் உன் கண்கள் நீ பொய் உரைப்பதை தெளிவாக சொல்லி விட்-டதே?"

அப்பொழுது தான் தன் விழிகளிலிருந்து கண்ணீர் வழிவதை உணர்ந்தான் தேவேந்திரன்.. என்ன தான் அவளை வெறுப்பது போல் நடித்-தாலும் ஆழ் மனதில் உள்ள காதல் அவளை கண்டதும் வெளிப்பட்டு விடுமோ என்ற அச்-சத்தில் தாரகையின் மீது வெறுப்பை கொட்டி கொண்டு இருந்தான். தன்னால் அவள் உயி-ருக்கு ஆபத்து என்ற அசரீரியின் வாக்கும் அதற்கு ஒரு காரணம்.. மற்றொன்று தன்னுடன் இத்தனை காலமாய் இணை பிரியாமல் இருக்-கும் தன் தோழன் எங்கே தன்னை தவறாக எடுத்து கொள்வானோ என்று எண்ணமும் தான்.

நிமலேந்திரன், "என்ன தேவா பேச்சற்று நிற்-கிறாய்? உன் மனதிலும் தாரகையின் மீதான நேசத்தை நான் அறிவேன்.. அசரீரி சொன்ன வாக்கிற்காக மட்டுமே நான் இதைப் பற்றி பேசாமல் இருக்கிறேன்.. அவர் சொன்ன காலம் வர இன்னும் சில தினங்களே உள்ளது.. ஒரு வேளை நான் என் உயிரை துறந்தேன்யானால் நீ தான் என் குடும்பத்தையும் கவனித்து கொள்ள வேண்டும்"என்றான் கலக்கமாக.

அவன் பேசுவதில் பேச்சற்று நின்றவன் கடைசியாக சொன்ன வார்த்தையில் சுய உணர்வு பெற்றான்.." என்ன பேசுகிறாய் இந்-திரா.. ஆபத்து உள்ளது என்று தான் பால முரு-கர் அசரீரி வாயிலாக சொன்னாரே அன்றி நீ இப்பூவுல பயணத்தை முடித்து கொள்வாய்

என்று கூறவில்லை அதேபோல் தான் எங்களை பற்றியும் கூறினார்.. மற்றொன்று நீ உன் குடும்பத்தாரை பற்றி மட்டும் சிந்தித்தாயே அன்றி உன்னை உயிராக நினைத்து கொண்டு இருக்கும் அகலிகையை பற்றி கூறவில்லையே! உனக்கு ஆபத்து என்றால் அவள் என்ன செய்வாள் என்று யோசித்தாயா?"என்றான் காட்டமாக.

" சரி இதை பற்றி பிறகு பேசி கொள்வோம் வனத்தின் மறுபுறத்தில் ஏதோ தவறு நடப்பது போல் எனக்கு தோன்றுகிறது தேவா.. நான் தக்க சமயத்தில் அங்கு செல்லவில்லை என்றால் தேவசேனா உயிரோடு இருந்து இருக்க மாட்டாள் என்பது மட்டும் உறுதியாக கூற முடியும்..ஆமாம் அகலிகை என்ன சொன்னாள் தெளிவாக உரைப்பாயாக"

"இளவரசியை நான் அரண்மனையில் விட சென்ற சமயம் அங்கு வல்லவ நாட்டின் அரசரும் அரசியும் இருந்தனர்.. நாங்கள் முதலில் நட்பு முறையாக இங்கு வந்திருப்பதாக நினைத்தோம்.. ஆனால் சிறிது நேரத்தில் அவர்களின் உரையாடல் விவாஹம் பற்றி திசை திரும்பியது.. அது முதலே இளவரசியின் முக மாற்றத்தை நான் கவனித்து கொண்டு தான் இருந்தேன்.. அரசியார் அவரிடம் சம்மதம் தெரிவிக்க செல்லும் நேரம் தீடீரென தன் இருக்கைகையை விட்டு எழுந்தவள் தனக்கு தற்சமயம் விவாஹம் செய்ய சம்மதம் இல்லை என்றும் சில காலம் அரசு அலுவல்களை கவனிக்க போவதாக சொல்லி விட்டார்..இதுவரை எந்த ஒரு இளவரசியும் இவ்வாறு பேசியது இல்லை அதனால் கோபம் கொண்ட வல்லவ அரசர் போர் தொடுக்க போவதாக

நேரடியாக சொல்லி விட்டு சென்று விட்டார்"

நிமலேந்திரன், " பிறகு என்னவாயிற்று?"என்றான் அப்பாவியாக.

"அதன் பிறகு தான் பூகம்பம் ஆரம்பமாயிற்று.. அவர்கள் சென்றதும் அரசியார் அகலிகையின் கன்னத்தில் வைத்தாரே ஒரு அறை.. அப்பப்பா அதை இப்பொழுது நினைத்தால் கூட எனக்கு வலிக்கிறது"

நிமலேந்திரன் அதிர்ச்சியாக" என்ன அடித்தாரா? இத்தனை ஆண்டுகளில் அகலிகையை செல்லமாக கூட அவர் அடித்தது இல்லையே பிறகு ஏன்? அவளின் சம்மதத்தை கேட்டு பின்னர் இந்த திருமண அறிவிப்பை செய்து இருக்கலாம்.. பாவம் அவளுக்கு வலித்திருக்கும்"

தேவா அவனை முறைத்தவாறு" முழுதாக கேள் மூடனே.. அவள் கன்னம் பழுக்க அறை வாங்கியும் அகலிகை போர் வந்தால் கூட பரவாயில்லை ஆனால் நான் இத்திருமணத்திற்கு சம்மதம் தெரிவிக்க மாட்டேன்.. தந்தையே தாங்கள் தானே என்னிடம் வாக்களித்தீர்கள் எனக்கு விருப்பம் இல்லையெனில் இத்திருமணம் நடைபெறாது என்று!! பின் இன்று இவ்வளவு சாந்தமாக அமர்ந்திருப்பது ஏனோ?"என்று அவரையும் அரசியாரின் கோப வட்டத்தில் கொண்டு வந்து சேர்த்து விட்டு அகலிகை தன் அறைக்கு சென்று விட்டாள்"

"பிறகு?"

"பிறகென்ன அதன் பின் வழக்கம் போல் அரசியார் உன்னை வசைப்பாட ஆரம்பித்து விட்டார்.. நீ தான் அனைத்திற்கும் காரணம் என்று" என்றான் சலித்தவாறு.

"சரி ஒருவேளை போர் தொடுத்து வந்து விட்டால் நாம் என் செய்வது தேவா? நாட்டு

மக்கள் அவதிக்குள்ளாகி விடுவார்களே?"

" வருவது வரட்டும் அதை பிறகு பார்த்து கொள்வோம்.. இப்பொழுது என் உதரம்(வயிறு) ஏதாவது கேட்கிறது வா சென்று உணவை கபலிஇதயம் செய்வோம்"என்றான் சிரியாமல்

"ச்சீ வாடா"என்று சிரித்தபடி சென்றனர் வீட்டை நோக்கி.. பாவம் இது தான் அவர்களின் கடைசி சிரிப்பு என்று அவர்கள் அறிந்திருக்க வாய்ப்பில்லை.

மறுநாள் விடியலில்.. சத்தியநாட்டின் அரண்மனையில் வேந்தன் தன் தாய்மாமனை முறைத்தபடி அங்கும் இங்கும் நடந்து கொண்டிருந்தான்.. "வல்லவ இளவரசி காணாது போய் இன்றுடன் இரண்டு நாட்கள் ஆன நிலையில் இப்பொழுது இச்சம்மந்தம் பேச சென்றது அவசியம் தானா? நாட்டு மக்கள் இதை பற்றி இன்னும் அறியாமல் இருக்கிறார்கள் இல்லையேல் என்ன நடக்கும் என்று நான் சொல்லி தாங்கள் அறிய தேவையில்லை.. சரி கந்தபுரம் சென்றீர்கள் அல்லவா அவர்களுக்கு முன் அறிவிப்பு செய்தீர்களா? அதுவும் இல்லையே! சிறு வயது முதலே எனக்கு அனைத்தையும் கற்று கொடுத்தவர் தாம் தான் ஆனால் இன்று..? அப்பெண் என்னை மணக்க விருப்பம் இல்லை என்று கூறவில்லையே இப்பொழுது வேண்டாம் என்று தானே சொன்னாள் அதற்காக போர் தொடுப்பதாக சொல்லி விட்டு வந்தது தவறு.. நான் அத்தவறை திருத்த போகிறேன்"என்று சொல்லிக் கொண்டு இருக்கும் போதே கந்தபுரத்தின் காவலர் ஒருவர் வந்து இருப்பதாக சொல்லவும் என்னவென்று கேட்க அவரை வர சொன்னவர்கள் காவலாளி வந்ததும்" என்ன விசியம் காவலாளியே ஏதற்காக இங்கு விஜ-

யம் செய்து இருக்கிறீர்கள்? என்றார் வேலவர்.
"மதிப்பிற்குரிய அரசே நீர் வாழ்க.. உம் குலம் வாழ்க.. எங்கள் அரசர் இந்த ஓலையை தங்களிடம் விரைவாக சமர்ப்பிக்க சொன்னார்"என்று கொடுத்தான்

அதை வாங்கி படித்தவர்" இது எவ்வாறு சாத்தியம்?தேவசேனா அங்கு எப்படி வந்தாள்?" என்றார் குழப்பமாக.

தேவசேனா என்ற பெயரை கேட்டதும் முகம் மலர்ந்த சந்திரன் மற்றும் அவரின் துணைவியார்" என்ன எழுதி இருக்கிறது அரசே கொஞ்சம் விளக்கமாக கூறுங்கள்"என்றனர் பதட்டமாக.

"நம் சேனா கந்தபுரத்தில் இருக்கிறாள்.. நாளை காலை அங்கிருந்து உரிய மரியாதையுடன் கிளம்பி வந்து விடுவாள் நாளை மறுதினம் வந்து விடுவாள் என்று எழுதி இருக்கிறது"

"அவள் ஏன் அங்கே சென்றாள்? சரி வரட்டும் என்னவென்று விசாரித்து கொள்வோம்.. அவளின் விளையாட்டு தனத்திற்கு அளவில்லாமல் சென்று விட்டது"என்று முன் தினம் நடந்ததை முழுவதும் மறந்து விட்டு பேசிக் கொண்டு இருந்தனர்.. பின்னர் அதற்கு முற்று புள்ளி வைத்த சந்திரன் காவலாளியை கிளம்ப சொன்ன சமயம்" ஒரு நிமிடம் நில் காவலாளியே"என்றான் வேந்தன்.

காவலாளியும் அவன் சொல்லுக்கு கட்டப்பட்டு நிற்க.." கந்தபுரத்தில் இருந்து நீ மட்டும் எப்படி இவ்வளவு விரைவாக வந்தாய்?"

"அரசர் இச்செய்தியை விரைவாக தங்களிடம் சமர்பிக்க சொன்னார் இளவரசே ஆதலால் காட்டு வழியாக விரைவாக இங்கே வந்து சேர்ந்தேன்" என்றார் பணிவாக.

ஏதோ யோசித்தவன் "சரி நீ கிளம்பலாம்" என்றான்.. அவன் சென்றதும்" அரசே நான் கந்தபுரத்தை விஜயம் செய்ய போகிறேன் நாம் செய்த தவறுக்காக நேரடியாக நானே சென்று அரசரிடம் மன்னிப்பு வேண்டி நம் நாட்டின் நட்பு எப்பொழுதும் போல் இருக்கும் என்றும் போர் பற்றி கவலை கொள்ள வேண்டாம் என்று கூறலாம் என்று நினைக்கிறேன்.. இதற்கு தங்களின் அனுமதி வேண்டும்" என்றான் பணிவாக.

" சரி வேந்தா நாளை விடியலில் நீ அங்கு செல்வதற்கான ஏற்பாடுகளை செய்ய சொல்கிறேன்.. ஆனால் தனியாக செல்ல அனுமதி இல்லை" என்றார் உறுதியாக.

"அரசே நான் சிறு பிள்ளை அன்று..என்னால் தனியாக சென்று வர முடியும்.. எனக்கு அனுமதி அளியுங்கள்" என்றான் பணிவாக.

சந்திரன், "மருமகனே எனக்கு ஒரு சந்தேகம்"

" என்ன சந்தேகம் மாமா?"

" அந்த காவலாளி காட்டு வழியாக நம் நாட்டை அடைந்ததாக சொன்னான் அல்லவா?"

"ஆமாம், அதனால் என்ன மாமா?"

" வேந்தா அக்காடு அமானுஷ்யம் நிறைந்தது.. அவ்வனத்திற்கு சென்றவர்கள் இதுவரை திரும்பியது இல்லை.. பகலிலும் இருளாக இருக்கும் அந்தப்பகுதிக்கு செல்ல அந்நாட்டு மக்களுக்கு மட்டுமின்றி பிற நாட்டு மக்களுக்கும் தடை விதிக்கப்பட்டுள்ளது.. அதனால் அக்காவலாளி சொன்னது உண்மையென்று என்னால் நம்ப முடியவில்லை.. முடி இளவரசான நீ இதை யோசிக்காதது ஏன்?" என்றார் சற்றே காட்டமாக.

"மாமா நான் அதைப் பற்றி யோசிக்காமல் இருந்து இருப்பேன் என்று தாங்கள் நினைக்கிறீர்களா? ஆனால் வந்த ஓலை உண்மை.. அக்காவலாளி மட்டும் உண்மையானவனாக தோன்றவில்லை.. எனினும் நான் அவ்வனத்தை பற்றி அறிய விரும்புகிறேன்.. பால முருகர் வாசம் செய்யும் அப்பகுதியில் தீய சக்திகள் இருக்க முடியுமா என்ன?

இது ஏதோ வழிப்பறி கொள்ளையர்கள் செய்யும் சதி போல் தோன்றுகிறது.. அதை என்னவென்று பார்த்து விட்டு பிறகு செல்கிறேன்.. இதன் மூலம் நம் இரு நாட்டிற்கும் இடையேயான உறவு மேலும் வலுவாகும் அல்லவா?"

"வேந்தா அவ்வனத்தை பற்றி அறிய வேண்டிய அவசியம் நமக்கில்லை நீ சொல்வதுபோல் வழிப்பறி செய்பவர்களே இருப்பின் அந்நாட்டின் சேனாதிபதி பார்த்துக்கொள்வார் அரசர் அதற்கான உத்தரவை பிறப்பிக்காமலா இருந்து இருப்பார்? இத்தனை ஆண்டு காலத்தில் வனத்தின் மறு பக்கம் செல்லாது இருப்பதற்கு வேறு ஏதும் காரணம் இருக்கும் தேவையில்லாமல் மற்ற நாட்டின் விஷயங்களில் தலையிடுவது நமக்கு நல்லதல்ல உனக்கு அரசிடம் மன்னிப்பு வேண்டும் என்று விரும்பினால் நாட்டு வழியாக நாம் படையின் ஒரு பகுதியை அழைத்துச் செல் அல்லது படைத் தளபதியாவது உடன் அழைத்துச் செல்வது என்றால் நீ செல்லலாம் அல்லது நம் ஒற்றன் மூலம் தகவலை அனுப்பி விடு" என்றார் அரசர் வேலவர் உறுதியாக.

"சரி நான் நாட்டு வழியாகவே கந்தபுரத்தை அடைகிறேன்.. நீங்கள் கலக்கம் கொள்ளத் தேவையில்லை.. எப்பொழுதும்போல் நட்புறவு

நீடிக்கும் என்றும் சொல்லிவிட்டு உடன் திரும்பி விடுகிறேன் முடிந்தால் தேவசேனாயும் அழைத்து வந்து விடுகிறேன்"

"நாளை விடியலில் நீ கிளம்புவதற்கான ஏற்பாடுகளை செய்கிறேன்"

"இல்லை அரசே நான் இப்பொழுதே கிளம்புகிறேன் என்னுடன் சில காவலாளிகளை மட்டும் அழைத்துச் செல்கிறேன்"

"என்ன.. இப்பொழுதே கிளம்ப வேண்டிய அவசியம் என்ன?"

"நீங்கள் சொன்னபடி நான் நாட்டு வழியாக கந்தப்புரதிற்கு செல்கிறேன் என்று ஒத்துக்கொண்டேன் அல்லவா அதே போல் நான் இப்பொழுது கிளம்புவதற்கு எனக்கு அனுமதி அளியுங்கள்"

"பிடிவாதக்காரன் ஆயிற்றே நீ.. சரி வேந்தா நீ கிளம்பலாம் உன்னுடன் நம்பிக்கையான சில காவலாளிகளை அழைத்துச் செல்"என்றார் வேலவர் சிரித்தபடி.. பாவம் தன் ஆருயிர் மகன் திசை மாறி செல்ல போகிறான் என்று அறிந்திருந்தால் ஒருவேளை கந்தபுரம் அனுப்பி வைக்காமல் இருந்து இருப்பார்.

அதன்படி சில மணி நேரங்களில் வேந்தனின் பயணம் ஆரம்பமாகியது..

நடுநிசி இரவில் இருள் படர்ந்த அந்த வனம் மேலும் இருள் படர்ந்து இருந்தது.. பார்க்கும் யாவரும் கிலிக் கொள்ளக்கூடிய அளவு பயங்கரமாக இருந்தது.. வவ்வால்களின் சத்தமும் ஆந்தைகளின் அலறல்களும் அவ்வனத்தை மேலும் பயங்கரமாக காட்டியது..பௌர்ணமி வெளிச்சம் கூட அந்த பகுதியில் விழவில்லை.. வேந்தன் உட்பட அனைவருக்கும் விசித்திரமான ஒலிக் கேட்டு கொண்டே இருந்தது.

அதையும் மீறி தைரியமாக வந்து கொண்டிருந்தவர்களை கலைத்தது அந்தக் குரல் ஆம் காலனின் குரல்.. அக்குரலைக் கேட்டதும் உடன் வந்த காவலாளிகள் மயங்கிச் சரிந்தனர் வேந்தனை தவிர..

வேந்தனுக்கு அங்கு என்ன நடக்கிறது என்று புரியவே சில நொடிகள் தேவைப்பட்டது.. காலன் குரல் அச்சுறுத்தும் வகையில் இருந்தாலும் தைரியமாக என்னவென்று பார்க்க ஓரடி முன்னே சென்று பார்த்தான் வேந்தன்.

"எதற்காக மறைந்திருந்து அச்சுறுத்தி கொண்டிருக்கிறாய்?யார் நீ?"

"ஹா ஹா ஹா நான் யார் என்று உனக்கு தெரிய வேண்டுமா? இதோ உன் முன்னால் தான் நின்று கொண்டிருக்கிறேன் முடிந்தால் என்னை கண்டு கொள்"

காலன் அவ்வாறு சொன்னதும் கோபம் கொண்டு சுப்ரமணிய காயத்ரி மந்திரத்தை உச்சரிக்க ஆரம்பித்தான் "ஓம் சரவணா பாவாய நமஹ

ஞான சக்திதரா ஸ்கந்தா வள்ளி கல்யாண சுந்தரா

தேவசேனா மணா ஹ்காண்ட கார்திகேய

நமோஸ்துதே ஓம் சுப்ரமண்யாய நமஹ"

என்று அவன் கையில் இருந்த அபிஷேக விபூதியை காற்றில் ஊதவும் காலனின் உருவம் அலறியபடி அவன் முன் நின்றிருந்தது தெரிந்தது.. முதலில் மண்டை ஓடு மாலை அணிந்து காற்றில் பறந்து கொண்டு இருப்பவனை பார்த்த வேந்தன் ஒரு நொடி அதிர்ந்தாலும் தைரியத்தை வரவழைத்து கொண்டு" யார் நீ இங்கே என்ன செய்து கொண்டு இருக்கிறாய்? இவ்வனத்திற்குள் வரும் மக்கள் ஏன்

இவ்விடம் விட்டு வெளியேறுவது இல்லை? அவர்களை நீ என்ன செய்கிறாய்? பால முருகர் வாசம் செய்யும் இவ்விடத்தில் நீ எப்படி இருக்கிறாய்?சொல் இல்லையேல் உன்னை இக்கணமே என்னால் பஸ்பமாக்க முடியும்"என்று தன் கையில் இருந்த வாளை எடுத்தான்.

அதை கண்டு அலறிய காலன்" வேந்தே நான் சொல்வதை கேளுங்கள் நான் தங்களுக்கு உதவி செய்யவே வந்து இருக்கிறேன்"

“ உதவி செய்யவா? என்ன அது.. சற்று பொறு அப்பொழுது என்னை இங்கு வரவழைக்க காவலாளியாக வந்தது நீ தானா?"

"ஹா ஹா நான் தான் வேந்தே.. உங்களை ஏமாற்றி கொண்டு இருக்கின்றனர்.. அதை பற்றி எடுத்துரைக்கவே நான் அவ்விடம் வந்தேன்.."

"என்னை யார் ஏமாற்றுகிறார்கள்? அதற்கான அவசியம் என்ன? உன் பேச்சை நான் கேட்பேன் என்று நீ எவ்வாறு நினைத்தாய்? வழியை மறைக்காமல் சென்று விடு.."என்றான் கோபம் கொப்பளிக்க.

" என்னிடம் கோபம் கொள்ள வேண்டாம் வேந்தே.. கந்தபுர இளவரிசி அகலிகை பேரழகி..வீரத்திலும் விவேகத்தையும் ஒருங்கே பெற்றவள்.. ஆனால் என்ன அவள் இந்நாட்டு சேனாதிபதியை மனதில் வைத்து கொண்டு தங்களை வேண்டாம் என்று சொல்லி விட்டாள்.. அது உங்களுக்கு அவமானம் இல்லையா? அதுவும் இன்றி வல்லவ நாட்டு இளவரசியை கைது செய்து வைத்துள்ளனர்.. இதெல்லாம் உங்களை அவமானம் செய்வே வேந்தே.. வல்லவ அரசர் போர் தொடுக்க போவதாக சொல்லி விட்டு வெளியேறி சென்றதும் சேனாதிபதி தேவசேனாவை கவர்ந்து வந்து

விட்டான்.. அவர்களை தாங்கள் மன்னிக்க போகிறீர்களா? அந்த பேரழகியை திருமணம் செய்து கொள்ள உங்களுக்கு ஆசை இல்லையா? கூறுங்கள் வேந்தே" என்றான் காலன் தன் வழிக்கு வேந்தனை கொண்டு வரும் முயற்சியாக.

" ஹா ஹா என்ன மூடனே நானும் உன்னை போல் அறிவிலி என்று நினைத்தாயோ.. செல் இங்கிருந்து" என்றான் ஏளனமாய்.

" நான் சொல்வதை கேளுங்கள் வேந்தே நீங்கள் என்னை தேடி வரும் சூழ்நிலை அமையும்.. அப்பொழுது இதோ என் தாய் மண்டோதரி மட்டுமே தங்களுக்கு உதவி செய்வாள் மறந்து விடாதீர்கள்"

" அப்படி ஒரு சூழ்நிலை எனக்கு அமையாது மூடனே..மறுமுறை உன்னை கண்டால் பேச்சின்றி அழித்து விடுவேன்" என்று கர்ஜித்து விட்டு தன் புரவியை காற்றை விட வேகமாக செலுத்தி நாட்டை நோக்கி சென்று, விட்டான் வேந்தன்.” உன்னை எப்படி என் வழிக்கு கொண்டு வர வேண்டும் என்று நான் அறிவேன் வேந்தா"என்று குரூரமாக சிரித்தான் காலன்.

16

காலனின் கண்களில் இருந்து வெளிவந்த வேந்தன் முதலில் சென்றது வனத்தின் மறுபுறம் இருந்த பால முருகர் கோவிலுக்கு தான்..

குழப்பங்கள் மேலோங்க அவரை பார்த்தவன் கண்களில் அவனையும் அறியாமல் நீர் சுரந்தது.. இன்னல்கள் பல வந்தும் துணையாய் நின்ற தன் குல தெய்வத்தை நினைத்தவன் ஆழ்ந்த பெருமூச்சு ஒன்றை வெளியேற்றி பால முருகரிடம் கேள்வி கேட்க ஆரம்பித்தான்..

"அப்பனே என் ஐயனே உயிர் பொருள் மெய் அனைத்திலும் ஆழ கலந்தவனே இங்கே என்ன நடக்கிறது? உன் எல்லையில் தீய சக்திகள் இருப்பதா? அவர்களை தாங்கள் அழிக்காமல் விட்டு வைத்தது ஏன்? என்னை அவனோடு இணைய சொல்கிறான்.. இதற்கான அர்த்தம் என்ன? முருக பக்தனான நான் அவனை அழிக்க முற்படாமல் உரையாடி விட்டு வந்ததன் காரணம் என்னவோ? தாங்களே இதற்கான பதிலை அளியுங்கள் அப்பனே" என்றான் கண்களில் நீர் வழிய.

அந்த நேரம் முருகரின் மீது கண்களை கூச செய்யும் அளவிற்கு ஒளி தோன்றியது " வேந்தா உன் மனதை ஒரு நிலைப்படுத்திக் கொள் இல்லையேல் பெரும் அபத்தம் நிகழ

வாய்ப்பிருக்கிறது.. அதில் உன் உயிர் பறிக்கபடலாம்" என்று கணீரென்று உரைத்ததும் அவ்வொளியும் குரலும் மறைந்தது.

ஏற்கனவே குழப்பத்தில் இருந்த அவனோ மேலும் குழப்பத்திற்கு ஆளானான்.. குழம்பியபடியே புரவியை செலுத்தியவன் அரண்மனை தோட்டத்திற்கு வந்தது கூட தெரியாமல் யோசனையில் இருந்தவனின் சிந்தனையை கலைத்தது அகலிகையின் குரல்.

அழகிய மயில் ஒன்று தோட்டத்தில் அங்கும் இங்கும் ஓடி கொண்டு இருக்க அதனை பிடித்து விடும் நோக்கோடு அதனை விட அழகாக தன் மேல் வஸ்திரம் காற்றில் தோகையென பறக்க, சுட்டும் கருவிழிகள் இரண்டும் தன் குறியை மட்டும் நோக்கி கொண்டு இருக்க, மயிலின் பெயரை இதழ்களை முழுதாக பிரிக்காமல் அழைக்கும் அவ்வழகு, அன்னமென நடந்து அதனை பிடிக்க செல்பவளை காண கண் கோடி போதுமா என்ற நிலையில் நின்றிருந்தான் வேந்தன்.

அதே நேரம் அவனை கண்ட காவலர்கள் ஓர் நாடோடி உடையில் ஆடவன்(பயணத்தின் பொருட்டு வேந்தன் மாறுவேடம் பூண்டு இருந்தான்) அத்துமீறி தோட்டத்திற்குள் நுழைந்து விட்டதும் அல்லாமல் இளவரசியை விழுங்கும் பார்வை பார்த்து கொண்டு இருப்பவனை தாக்க முன்னேறி வந்தவர்கள் ஓர் நொடியும் தாமதிக்காது தங்கள் வாளை வீச தொடங்கினர்.. ஆனால் வேந்தனோ அவர்களை ஏறெடுத்தும் பார்க்காது அத்துணை வாள்களையும் காற்றில் பறக்க செய்தான்.. இதை கவனித்துக் கொண்டு வந்த நிமலேந்திரனோ நேராக அவனிடம் சென்றவன் தன் வாளை அவன் கழுத்தின்

அருகில் வைத்து "யார் நீ? உன் உடைகளுக்கும் உன் வாள் வீச்சிற்கும் சம்மந்தமும் இல்லை.. சொல் நீ யார்? உன் வாள் வீச்சு சாமானியனை போன்று இல்லை பல போரை கண்ட வீரன் போலுள்ளது.. இப்பொழுது நீ யார் என்று சொல்ல போகிறாயா அல்லது உன் தலையை கொய்த்து எறியட்டுமா?"

அவன் பேசுவதை சிரித்தபடி கவனித்து கொண்டு இருந்தவன்" நான் யார் என்று கண்டுபிடிக்க முயற்சி செய்து பாருங்கள்" என்றான் இளநகையோடு.

வந்திருந்தவனை உற்று நோக்கியவன்" தங்களின் வாள் வீச்சு, பேசும் தோரணை, கண்களில் உள்ள தீக்ஷண்யம், உடல்வாகு இவை அனைத்தையும் வைத்து பார்க்கும் பொழுது தாங்கள் ஒரு ராஜ குமாரர் என்று நினைக்கிறேன்"என்றான் நிமலேந்திரன்.

அவன் பேசி முடிக்கவும் பணிப்பெண்களுடன் அங்கு வந்த அகலிகை ராஜ குமாரர் என்ற சொல்லை கேட்டு வநதிருந்தவனை உற்று நோக்கியவளுக்கும் நிமலேந்திரனின் கூற்று சரியெனவே தோன்றியது.

" கூறுங்கள் நான் சொல்வது சரி தானே?"

" ஆம்" என்று தான் உடுத்தி இருந்த நாடோடிகளின் உடையை கலைத்தான் வேந்தன்.

அகலிகை, "தாங்கள் யார்? எந்த நாட்டை சேர்ந்தவர்? எதற்காக இங்கு வந்தீர்கள்?" என்று கேள்வி மேல் கேள்வி கேட்டு கொண்டு இருந்தாள்.

அவள் பேசும் அழகினை இரசித்த வேந்தன்" சொல்கிறேன் முதலில் கேள்வி கேட்டவர் இவர்"என்று நிமலேந்திரன் புறம் திரும்பியவன் "நான்.." எனச் சொல்லும் முன் அவனோடு

வந்த காவலர்கள் மயக்கம் தெளிந்து தலைதெறிக்க ஓடி வந்தவர்கள் பரந்து விரிந்து இருந்த அரண்மனை தோட்டத்திற்கு தான்.. தங்களின் இளவரசர் மற்றவர்களின் கேள்விகளுக்கு பதில் சொல்வதை விரும்பாதவர்கள் அவன் பேசும் முன் "இவர் சத்தியநாட்டின் முடி இளவரசர் ரிஷி வேந்தன்" என்ற படைதளபதியின் குரல் அங்கிருந்தவர்களை ஸ்தம்பிக்க செய்தது என்றால் அகலிகைக்கு மட்டும் கோபம் வந்தது.

அனைவரின் முக மாற்றத்தையும் கவனித்தவன் அகலிகையின் கண்களில் இருந்த கோபத்தையும் கவனிக்க தவறவில்லை.

நிமலேந்திரன்," இளவரசே நான் நிமலேந்திரன் இந்நாட்டின் சேனாதிபதி.. தங்களை வரவேற்பதில் மிக்க மகிழ்ச்சியடைகிறேன் வாருங்கள்.."என்றான் முகம்மலர.

காவலாளியிடம் விசயத்தை அரசரிடம் தெரிவிக்க சொன்னவன் வேந்தனோடு கிளம்பும் வேலையில் "இந்திரா சற்று பொறு நானும் உன்னோடு வருகிறேன்" எனக் கூறி அவனுடைய புரவியில் அமர்ந்து கொண்டாள்.. அதை கண்ட வேந்தனின் முகம் வாடவும் அதை எதிர்பார்த்தவள் போல் மனதிற்குள் சிரித்துக் கொண்டாள்.

ஆனால் நிமலேந்திரனின் கண்கள் வேந்தனின் கண்களில் தெரிந்த குரூரத்தை கவனித்து கொண்டது.. ஆழ்ந்த பெருமூச்சு ஒன்றை வெளியேற்றியவன் "கிளம்பலாமா இளவரசே?" எனக் கேட்டதும் தன்னிலை அடைந்தவன் "கிளம்பலாம்" என்பதோடு நிறுத்தி கொண்டான்.

தோட்டத்திற்கும் அரண்மனைக்கும் ஒரு மைல் தூரம்.. இருபுறமும் மாட வீதிகள்.. அங்-

காங்கே மக்கள் நடமாட்டம் இருந்தது.. மூவ-ரும் அவரவர் சிந்தனையில் மூழ்கி இருந்தனர் நிமலேந்திரனின் மனதில் ‘ இவள் எதற்கு இவ்-வாறு நடந்து கொள்கிறாள்? நாட்டிற்கு வந்த விருந்தினரை அவமானம் செய்ததாக அரசியார் என்னிடம் தான் கோபித்து கொள்வார்.. செய்-வதை செய்து விட்டு இயற்கையை ரசிப்பது போல் நடித்து கொண்டு இருக்கிறாளாம்’ என்று கடிந்து கொண்டான்.

‘ இந்த இளவரசருக்கு நான் உதாசீனம் செய்-தது கோபத்தை வரவழைக்கும் என்று பார்த்-தால் இவர் பேசாமல் வருகிறாரே.. எதற்காக இங்கு வந்து இருப்பார்? முதலில் அதை கண்-டறிய வேண்டும்’ என்று திரும்பியவளின் கண்-களில் பட்டது தன் புரவியை தடவி கொடுத்-தபடி உடன் நடந்து வந்து கொண்டு இருந்த நிமலேந்திரன் தான். அவனையே கண் கொட்-டாமல் பார்த்து கொண்டு வருவதை கவனித்த வேந்தன்‘ இவர்களை கண்டால் இளவரசிக்கும் ஒரு சேனாதிபதிக்கும் உள்ள உறவு போல் தெரியவில்லையே! இவள் அவரை பார்ப்பதும் அவரோ இவளை உதாசீனம் செய்வது போல் உள்ளது? இதனால் திருமணத்திற்கு ஒத்துக் கொள்ள மறுத்து இருப்பாளோ?’ என்று வேந்-தனும் தன் சிந்தனையில் முழ்கி இருக்க ஒரு-வாறு அரண்மனையை அடைந்திருந்தனர்.. கஜங்களின் பிளிரலில் தன்னிலை அடைந்தனர் மூவரும்.. அதன் பின் வீரசிம்ம பூபதியும், பூவி-ழியாரும் அரண்மனை வாசல் வரை வந்து இன்முகத்துடன் வரவேற்றனர்.. அதனை ஏற்-றவன் அவனுக்காக ஒதுக்கப்பட்ட அறையில் தன் கடன்களை முடித்து விட்டு அரசரை காண அரசவைக்கு விரைந்தவனை அங்கிருந்த

அனைவரும் கண் சிமிட்டாமல் பார்த்து கொண்டிருந்தனர்.

வெண் பட்டாடை அணிந்து, அரச நகைகள் கழுத்தில் மின்ன, அவன் வாளின் பிரகாசம் கண்களை கூச செய்ய, அழுத்தமான நடை அவனின் முடிவு எடுக்கும் திறனை எடுத்து கூறியது..

நேராக அரசிடம் வந்தவன் அவரையும், அரசியையும் வணங்கி விட்டு அவர்கள் கைக்-காட்டிய இருக்கையில் அமர்ந்தான்.. அவன் வந்த பிறகு இளவரசி அகலிகையும் அதன் பின்னர் நிமலேந்திரனும், தேவேந்திரனும் வந்து தன்னிருக்கையில் அமர்ந்தனர்..அகலிகையை கண்களுக்குள் நிரப்பி கொண்டிருந்தவனின் கண்களில் பட்டது இந்திரனுடனும், தேவாவு-டனும் அவள் பேசுவது தான்.." என்ன ஒரு கவர்ந்திருழுக்கும் அழகு இப்பெண்ணுக்கு? செதுக்கி வைத்த சிற்பம் போல் அல்லவா இருக்கிறாள்? எத்தனை காலம் ஆனாலும் எத்-தனை ஜென்மம் எடுத்தாலும் எனக்கானவள் இவளே.. இதை யார் தடுத்தாலும் செய்து முடிப்பேன்' என்று தனக்குள் சூளுரைத்துக் கொண்டான்.

வீரசிம்மன்," இளவரசே தங்களை வரவேற்-பதில் நாங்கள் மிக்க மகிழ்ச்சி கொள்கிறோம்.. தங்களின் தாய் மாமனாகிய வல்லவ அரசர் இங்கு வந்திருந்த பொழுது எங்களையும் அறி-யாமல் சிறு பிழை ஏற்பட்டு விட்டது.. அதற்கு நாங்கள் மன்னிப்பை வேண்டுகிறோம்.. எங்கள் மகள் பேசியது முறையல்ல என்று நாங்கள் அறிவோம்.. அதற்காக கோபம் கொண்டு போர் தொடுத்தால் இரு நாட்டிற்கும் பெரும் சேதத்தை விளைவிக்கும், அதுவுமின்றி மக்க-

ளும் மிகவும் அவதிக்குள்ளாவர்கள்.. அதனால் இது அவசியமா என்று யோசித்து பாருங்கள்.. இல்லை நாங்கள் போர் தொடுக்க தான் போகி-றோம் என்று கூறினால் அதற்கும் தயார் தான்" என்றார் திடமாக.

வேந்தனோ சிரித்தபடி" அரசே நான் உங்-களை விட வயதில் சிறியவன், என்னிடம் மன்னிப்பு வேண்டுவது தவறாகும் அதுவுமின்றி தாங்கள் எத்தவறும் செய்யாத பொழுது எதற்-காக இந்த விவாதம்? போர் தொடுக்கும் எண்-ணமில்லை.. வல்லவ அரசர் ஏதோ ஓர் கோபத்தில் அவ்வாறு சொல்லி விட்டார்.. நானும் நீங்கள் சொன்ன காரணத்தை முன் வைத்து அதனை தடுத்து விட்டேன்.. அது மட்-டுமல்ல நான் இங்கே வந்ததற்கான காரணம் தங்களிடம் மன்னிப்பு வேண்டி நம் நட்பு எப்-பொழுதும் போல் தொடரும் என்று அரசர் தங்-களிடம் விளக்கி விட்டு வர சொன்னார்.. நீங்-களும் தங்கள் நாட்டு மக்களும் எப்பொழுதும் போல் நட்பில் இருக்கலாம் அதற்கான பரிசு பொருட்கள் இதோ"என்று தன்னுடன் வந்த-வர்களை செய்கை செய்ததும் தங்களுடன் கொண்டு வந்த பரிசு பொருட்களை அரசரின் பாதங்களுக்கு அருகே வைத்து விட்டு வணங்கி சென்று விட்டனர்.

பூவிழியார், " இளவரசே நான் தங்களிடம் சில வினாக்களை கேட்க விழைகிறேன்"

" கேளுங்கள் அரசரியாரே"

" தங்களுக்கு எங்கள் மீதும் எங்கள் நாட்டு மக்கள் மீதும் எந்த கோபமும் இல்லை என்று கூறிவிட்டீர்கள்.. ஆனால் என் மகளின் மீது.." என்று அதற்கு மேல் பேச முடியாமல் அமர்ந்-திருந்தார்.

"தாங்கள் கேட்க வருவதை என்னால் புரிந்து கொள்ள முடிகிறது.. எனக்கு தங்களின் புதல்வியை மிகவும் பிடித்து இருக்கிறது.. எத்துணை ஜென்மம் எடுத்தாலும் அவரே என் வாழ்க்கை துணை.. இங்கு வரும் வரை அந்த எண்ணத்தில் வரவில்லை.. ஆனால் இன்று விடியலில் தங்களின் புதல்வியை பார்த்ததும் எனக்குள் ஆயிரம் மின்னல்கள் இதை அவர்களிடம் உரைப்பது சரி என்று எனக்கு தோன்றவில்லை ஆதலால் தான் ஈன்ற தங்களிடம் கூறி கொண்டு இருக்கிறேன்.. இப்பொழுது முடிவு உங்கள் கையில்" என்று தான் பேச வந்தததை பேசி முடித்தாகி விட்டது என்ற தோரணையில் தன் இருக்கையில் அமைதியாக அமர்ந்து கொண்டான்.

அவன் அமர்ந்ததும் பூவிழியார் பேச ஆரம்பித்த சமயம்" ஒரு நிமிடம் நான் பேச வேண்டும்.. அரசே எனக்கு அனுமதி தாருங்கள்" என்று வேண்டி நின்றாள்.

அவளின் கண்களில் தெரிந்த கோபத்தை கண்டவர்கள் அனுமதி மறுக்க வேந்தனோ "அரசே இளவரசி ஏதோ பேச விரைகிறார் தாங்கள் அனுமதி மறுப்பது ஏன்? எனக்காக அனுமதி தாருங்கள்" என்று அவன் சொன்னதும் கிலியுடனே அவளுக்கு அனுமதி வழங்கப்பட்டது.

என்ன சொல்ல போகிறாளோ என்று கலக்கத்துடன் பூவிழியார் இருக்க, அரசரோ விருந்தினரை அவமானம் செய்து விட்டால் என்ன செய்வது என்ற யோசனையில் இருக்க, நிமலேந்திரனும், தேவேந்திரனும் கூட அவளின் பேச்சிற்கு செவி மடுத்து அமர்ந்திருந்தனர்.

"இளவரசே நான் தங்களிடம் சில விசயங்களை தெளிவுபடுத்த விரும்புகிறேன்.. அதை இங்கே சொல்ல சொன்னாலும் சரி அல்லது சபை கலைந்தததும் சொல்ல சொன்னாலும் அதற்கும் தயார்" என்றாள் சற்றும் அசராமல் திடமான பார்வையுடன்.

அவளின் தீர்க்கமான பார்வையை கண்டவன் ஒரு நொடி அதிசயித்து போனான்.. பின்னர் தன்னை சமாளித்தவாறு நிமிர்ந்தவன்" அரசே இதில் தங்களின் கருத்து என்ன? "

" சபை கலையட்டும், இந்திரா, தேவா இருவரும் மட்டும் இங்கே இருங்கள்" என்றதும் மற்ற அனைவரும் தம் தம் பணிகளுக்கு கிளம்பி சென்றனர்.

வசந்த மண்டபம்.. ஒவ்வொருவரும் ஒரு வித சிந்தனையில் ஆட்கொண்டிருக்க பூவிழியார் மட்டும் அகலிகையை எரித்து விடும் பாணியில் பார்த்து கொண்டிருந்தார்.

" தந்தையே, இளவரசே நான் சொல்ல வருவது என்னவெனில் எனக்கு இத்திருமணத்தில் துளியும் சம்மதம் இல்லை.. அதற்கான காரணம் நான் முதலே சொல்லி விட்டேன்..அதனால் என்னை மன்னிக்க வேண்டும்"

"அகலிகை என்ன இது பெண்கள் இவ்வாறு பேசுவது முறையன்று.. பெற்றவர்களாகிய நாங்கள் உனக்கு நன்மை மட்டுமே செய்வோம்.. அமைதியாக உள்ளே செல்.. இன்னும் சில திங்களில் உனக்கும் வேந்தனுக்கும் திருமணம்.. இது இந்த அரசரின் உத்தரவு"

" தந்தையே பெண்கள் பேசா மடந்தையாக மட்டுமே இருக்க வேண்டுமா? பின்னர் எனக்கு ஏன் போருக்கான பயிற்சி அளித்தீர்கள்.. ஆண் மகனுக்கு இணையாக வீரத்தை புகட்டி வளர்த்-

தீர்கள்? பெண் பிள்ளையாக எப்பொழுதும் தங்கள் சொல்படி கேட்டு நடக்க வேண்டும் என்று தாங்கள் என்னை வளர்க்கவில்லையே! எதிலும் சுய சிந்தனை வேண்டும், நான் நன்கு ஆராய்ந்து முடிவு எடுக்க வேண்டும் என்று சொல்லி சொல்லி வளர்த்துவிட்டு இன்று இவ்வாறு பேசினால் என்ன நியாயம்? அதுவுமின்றி திருமண விசியத்தில் என் சம்மதம் முக்கியம் என்று உரைத்து விட்டு மாற்றி பேசுவது தான் அரசருக்கு உகந்ததா?" என்று தீயென கொட்டி தீர்த்தாள்.

" முடிவாக என்ன சொல்கிறாய் அகலிகை?"

" இத்திருமணம் வேண்டாம் என்கிறேன்" என்றாள்.

" ஏன்? என்னிடத்தில் என்ன குறையை கண்டாய் அகலிகை? பார் போற்றும் புகழுடையவன் நான்.. என்னை மணக்க பெண்டிர்கள் போட்டி போட்டு கொண்டுள்ளனர்..இதுவரை எந்த பெண்களிடமும் சாயாத என் மனம் இன்று உன்னை கண்ட நொடி முதல் உன் பின்னே சிறு குழந்தையாய் சுற்றி வருகிறது.. என் நேசம் முழுவதும் உனக்கே என்று பறைசாற்ற துடிக்கிறது.. இன்னும் எத்தனை காலம் ஆனாலும் என் மனம் மாறாது உன் சம்மதத்துக்காக காத்திருப்பேன்.. இப்பொழுது சொல் அகலிகை என்னை மணக்க உனக்கும் சம்மதம் தானே?" என்றான் எதையோ அறியும் ஆவலோடு.

" மன்னிக்க வேண்டும் இளவரசே என் மனம் கவர்ந்தவர் தாங்கள் இல்லை.. அதை உங்களிடம் தரும் எண்ணமும் இல்லை.."

பூவிழியார்," அப்படியெனில் உன் மனம் கவர்ந்தவன் யார்?"

" அப்படி யாரும் இல்லை அன்னையே.. எனக்கானவன் வருவான் என்னை அவனோடு அழைத்து செல்வான்.. அப்பொழுது தெரியும்"

அதில் கோபம் கொண்ட வேந்தன் " அகலிகை என்னை நிராகரித்து பெரும் தவறு செய்து விட்டாய்.. நன்றாக கேட்டு கொள்ளுங்கள் இனி நம் ராஜ்ஜியத்திற்கிடையேயான நட்பு இல்லை பகை மட்டுமே.. போருக்கான அழைப்புடன் உங்கள் கோட்டை வாசலை முற்றுகையிடுவான் இந்த ரிஷி வேந்தன்.. வருகிறேன்.. "என்று கோபத்துடன் திரும்பியவன் நிமலேந்திரனை தீப்பார்வை பார்த்து விட்டு காற்றை கிழித்து கொண்டு வெளியேறினான்..தேவசேனா அதிகாலையில் பயணம் மேற்கொண்டதால் மறுபடியும் இவன் மட்டும் சென்றான். அவன் எண்ணமெல்லாம் அகலிகை சொன்ன விசயமே ஆட்கொண்டு இருந்தது.. அந்த நேரம் சரியாக காற்றில் மிதந்து வந்தான் காலன்.

" என்ன வேந்தனின் முகம் மிகவும் வாட்டமாக உள்ளது..எதையோ நினைத்து கோப கொள்வது போல் உள்ளதே.. அரண்மனையில் தாங்கள் நினைத்தது நடக்க வில்லை போலும்? அதற்காக தான் சொன்னேன் அந்த முருகனை நம்பாதே என்னுடன் வந்துவிடு என் தாயை சரணடைந்துவிடு என்று.. என் பேச்சை மதிக்காமல் ஆணவத்துடன் சென்றாயே இப்பொழுது பார் என்ன நேர்ந்தது என்று.. நீ என்னோடு வா இளவரசியை நான் உன்னோடு சேர்த்து வைக்கிறேன்.. எத்துணை ஜென்மம் எடுத்தாலும் அவள் உன்னோடு தான் இருப்பாள்.. அந்த நிமலேந்திரனோடு அல்ல" என்று வேந்தனின் மனதை மாற்றும் முயற்சியில் ஈடுபட்டான் காலன்.

" மூடனே செல் இங்கிருந்து" என்றான் கோபமாய்.

" என் மேல் கோபம் கொள்வதில் எந்த பிரயோஜனமும் இல்லை வேந்தே.. தங்களை அகலிகை நிராகரித்துக்கு காரணம் அந்த நிம-லேந்திரன் தான்.. அவனை இங்கே அழைத்து வா அவனை அழித்து அகலிகையை உன்னோடு சேர்த்து வைப்பாள் என் தாய் மண்டோதரி"

அவன் மனதில் குரூர எண்ணம் தோன்ற ஆரம்பித்தது.. இதை கண்ட பால முருகர் சிரித்துக் கொண்டார்.

17

வேந்தனின் மனதை திசை திருப்ப எண்ணிய காலனின் எண்ணம் சிறிது சிறிதாக நிறைவேற ஆரம்பித்தது.. மனம் கவர்ந்தவளை மணக்க முடியாது என்ற வேதனை வேந்தனின் சித்தம் கலங்க ஆரம்பித்தது.. தான் ஒரு முருக பக்தன் அவனையே சரணாகதி என்று வாழ்ந்து வந்தவன் தன் விதியின் வலிமையால் இன்று காலனின் பேச்சில் கோபம் கொள்ள நின்றிருந்தான்.. உடன் வந்தவர்களை விடுத்து தனித்து வந்தவனை எங்கு தேடியும் கிடைக்காமல் போகவே தங்கள் அரசரிடம் சேதியை தெரிவிக்க விரைந்தனர் வீரர்கள்.. ஆனால் அவர்கள் அங்கே சென்றடைய வில்லை.

"என்ன வேந்தே தீவிர யோசனையில் உள்ளது போல் தெரிகிறதே! என்னோடு வாருங்கள் அகலிகையை தாங்களே உலகம் என சுற்ற வைக்கிறேன்.. அந்த முருகர் தங்களுக்கு என்ன செய்து விட்டார்? எதிலும் ஆசையில்லாமல் அவரே துணை என்றிருந்தவர் தாங்கள்! உங்களின் விருப்பத்தை கூட நிறைவேற்றாமல் இருப்பவரை தாங்கள் வணங்குவதா? அது தங்களின் இத்தனை வருட பக்திக்கு இழுக்கல்லவா? அரசரின் மகனாக தங்களுக்கு இதுவரை எதிலும் வெற்றியே.. ஆனால் தற்போது

நிலைமை என்ன? ஒரு சிறு பேதை தங்களை உதாசீனம் செய்து அனுப்பி வைத்திருக்கிறாள்.. அதற்கு தாங்கள் தக்க பதிலடி தர வேண்டாமா? விரைந்து என்னோடு வாருங்கள் இன்றே மண்டோதரியின் பக்தனாக மாறிவிடுங்கள் அவள் தங்களின் ஆசைகளை உடனடியாக நிறைவேற்றி வைப்பாள்.. என்று தீவிரமாக அவனை மாற்றும் முயற்சியில் ஈடுபட்டு கொண்டிருந்தான்.

இதையெல்லாம் கவனித்துக் கொண்டு இருந்த மயிலானது நேரே பால முருகரின் சன்னதியை அடைந்தது"ஐயனே சகலமும் அறிந்தவர் தாங்களுக்கு தற்போது நடக்கும் பாவ செயல்களை நான் சொல்லி தான் அறிய வேண்டும் என்பது இல்லை.. அப்படி இருக்க ஏன் இந்த மௌனம்? தங்களின் பக்தனை காப்பாற்ற கூடாதா? அவனை அந்த கொடூரன் காலனிடமிருந்து காப்பாற்றி வர கூடாதா? பதில் கூறுங்கள் ஐயனே!!

அந்த நேரம் பிரகாசமாய் சிலையில் இருந்து வெளிவந்த ஒளி அந்த இடம் முழுவதும் பரவியது.. ஒளி வடிவாய் தன் வாகனத்தின் முன் வந்த முருகர் "மயிலே அவரவர் விதி பயன் அது இவர்கள் அனைவரும் காரணமாக இப்பூமியில் மீண்டும் பிறக்க நேரிடும்..இந்த ஜென்மத்தில் என் பக்தர்களாக இருக்கும் இவர்கள் அடுத்த ஜென்மத்தில் எந்த வயதில் இறந்தார்களோ அந்த வயதில் பூர்வ ஜென்ம ஞாபகம் வரும் அதுவரை என்னை ஏறெடுத்தும் பார்க்க மாட்டார்கள்..என் பக்தர்களை காப்பற்ற நினைத்து தான் அவர்களுக்கும் முன்னெச்சரிக்கை செய்தேன் ஆனால் அது அவர்கள் செவியை எட்டவில்லை.. கர்ம பலன்களை

அனுபவிப்பது அவர்களுக்கான தண்டனை.. இப்பிறவியில் யாரால் இறக்க போகிறாரோ அவரை முழுதாக அழிக்க பிறப்பார்கள்.. இதில் என் பங்கு நிறைய உண்டு.. பல வருடங்கள் ஒளிந்து கொண்டு என் பக்தர்களை பார்க்க போகிறேன்.. என்று சிரித்து விட்டு மறைந்தார்.

அங்கே, காலனின் பேச்சில் அவன் புறம் சாய்ந்தான் வேந்தன்.. ருத்ராட்ச மாலையை கழட்டி தூர வீசி விட்டு குளித்து விட்டு மண்டை ஓடு மாலை அணிந்து, நெற்றியில் கரு நிற மை இட்டு மண்டோதரி முன் அமர்ந்-தான் வேந்தன்.

அவன் அமர்ந்ததும் "வா வேந்தா உன்னை எதிர்பார்த்து தான் இத்தனை வருடங்களாக காத்திருந்தேன்.. இனி உன் வாழ்வில் அனைத்-தும் நீ நினைத்தது மட்டுமே நடக்கும்.. ஆனால் ஒரு நிபந்தனை.. இனி நீ என்னை மட்டுமே வணங்க வேண்டும்" என்றாள் ஆங்காரமாய்.

அதைக்கேட்டு அதிர்ந்தவன் "என்னை எதிர்-பார்த்து காத்திருந்தீர்களா? ஏன்? எதற்காக? என்னால் தங்களுக்கு என்ன ஆதாயம் ஏற்பட போகிறது? எனக்கு அகலிகை வேண்டும் தான் அதற்காக மட்டுமே நான் இவ்விடம் வந்தேன்.. ஆனால்.. "

" என்ன ஆனால் வேந்தா? இக்கணத்திலி-ருந்து உன் சிந்தனையிலும், வார்த்தையிலும் நான் மட்டுமே என் நாமம் மட்டுமே இருக்க வேண்டும்.. மீறினால் உன் உயிரை எதுவும் செய்ய மாட்டேன் நீ உயிரென நினைக்கும் அனைவரையும் எனக்கு காணிக்கை ஆக்கி கொள்வேன்" என்று எச்சரித்தாள்.

அவள் கத்தியதில் சர்வமும் அடங்கிய-வனாய் அமர்ந்திருந்தவனின் மேல் ஓர் ஒளி

கீற்று படவும் அவன் கண்கள் ரத்த சிவப்பாக மாற, கைகள் இறுக, ஆவென அந்த வனமே அதிரும்படி கத்தி விட்டு மயங்கி சரிந்தான்.. அதை கண்டு காலன் மிகவும் உற்சாகமானான்.." தாயே வேந்தன் நம் வசம் வந்துவிட்டான் இனி நம் எண்ணப்படி இவன் கையால் நிமலேந்திரனையும் அகலிகையும் கொன்று விட்டு இவன் சக்தியை பறித்து விடலாம்..அதன்பின்னர் எவரும் அழிக்கவல்ல சக்தியை பெற்று விடுவீர்கள் தேவி"

"ஆம், ஆனால் அவர்களை அழிக்கும் நேரம் இன்னும் வரவில்லை.. இரண்டு திங்கள் கழித்து வரும் ஒரு பௌர்ணமி இரவில் தீய சக்திகளின் சக்தி அதிகரிக்கும் அன்று சந்திர கிரகணம் வேறு.. நல்ல சக்திகளின் தொல்லை இருக்காது.. அன்றே நமது வேலையை பார்த்து கொள்வோம்"

" தங்கள் ஆணைப்படியே தாயே.. அதுவரை இந்த வேந்தனை என்ன செய்வது?"

" அவன் என் பாதத்தில் அமர்ந்து என் நாமங்களை உச்சரிக்க வேண்டும்.. அதன் பின் அவனின் நல் எண்ணங்கள் மறைந்து தீய எண்ணங்கள் வித்திடும்.. அது தான் அவர்களை அழிக்க உதவும்.. இவனையும் அதன் பின்னர் வசியம் செய்து அழித்து என் சக்தியை பெருக்கி கொள்வேன்.. ஹா ஹா" என்று அவளின் அசரீரி மறைந்தது.

மயக்கம் தெளிந்த பின் " காலனே நான் அந்த நிமலேந்திரனை அழிக்க வேண்டும்.. அவனை அழித்து என் அகலிகையை என்னோடு அழைத்து வந்து இந்த மண்டோதரியின் சாட்சியாக நான் வாழ வேண்டும்"

'மூடன் இவன் அழிய போவது தெரியாமல் வாழ ஆசை கொள்கிறான்.. சரி ஆசை தானே உயிரோடு இருக்கும் வரை தானே' என்று நினைத்தவன் அதனை வெளிக்காட்டாமல்" வேந்தே அதற்கு தாங்கள் இரண்டு திங்கள் காத்திருக்க வேண்டும் என்று கூறினார்கள்.. அதுவரை தாங்கள் மண்டோதரியின் பாதத்தில் அமர்ந்து அவள் நாமத்தை உச்சரிக்க வேண்டும் அப்பொழுது தான் அவனை அழிக்கும் வல்லமை தங்களுக்கு கிடைக்கும் அதுவுமின்றி அகலிகையும் உங்களுக்கு கிடைப்பாள்" என்று அவன் ஆசையை தூண்டினான்.

அவனின் ஆசை வார்த்தைக்கு மயங்கியவன் காலன் சொன்னதை செய்ய ஆரம்பித்தான்..

நாட்கள் நகர வேந்தனை பற்றி எந்த தகவலும் வராததால் கலக்கம் கொண்ட வேலவர் கந்தபுரத்திற்கு தூதுவனை அனுப்பி வைத்தார்..

தூதுவன்," கந்தபுரம் அரசருக்கும், மகாராணிக்கும் என் சிரம் தாழ்ந்த வணக்கங்கள் நான் சத்திய நாட்டில் இருந்து வருகிறேன்.. எங்கள் அரசர் தங்களிடம் இவ்ஓலையை தரும்படி உத்தரவிட்டுள்ளார்" என்றான் பணிவாக.

அதை வாங்கி படித்த நிதி அமைச்சர்" கந்தபுர அரசருக்கு என் வணக்கங்கள்.. அனைவரும் நலமாக இருப்பீர்கள் என்று நம்புகிறேன்.. நான் ஒரு முக்கியமான விடயமாக இவ்ஓலையை அனுப்பி வைத்துள்ளேன்..சத்தியநாட்டின் இளவரசன் தங்களை சந்திக்க வந்து ஒரு திங்களுக்கு மேல் ஆகிவிட்டது.. அவன் அங்கு நலமாக இருப்பான் என்று நம்புகிறேன்.. அரசு அலுவல்கள் நிறைய இருப்பதால் அவனை விரைந்து எங்கள் நாட்டிற்கு அனுப்பி வைக்க கேட்டுக் கொள்கிறேன்"

அதைக்கேட்டதும் அனைவர் முகத்திலும் குழப்ப ரேகைகள்.. அன்று அதிவேகமாக தன் புரவியை கிளப்பி கொண்டு சென்றவன் தன் நாட்டை அடைந்திருப்பான் என்று நினைத்தவர்கள் இன்று இவ்வோலையை கண்டதும் அவன் எங்கு சென்று இருப்பான் என்று யோசனையில் ஆழ்ந்தனர்..

வீரசிம்மன்," காவலர்களே சத்திய நாட்டின் இளவரசர் எங்கு சென்றார் என்று தெரியவில்லை.. அவர் அவர்கள் நாட்டை இன்னும் அடையவில்லை நீங்கள் அனைவரும் சென்று அவரை நாடு முழுவதும் தேடுங்கள் அவரை எங்கேனும் காண நேர்ந்தால் அவரை தக்க மரியாதையுடன் அழைத்து வாருங்கள்" என்று உத்தரவிட்டார்.

அவர்களும் பத்து நாட்களுக்கு மேலாக நாட்டின் மூலை முடுக்கெங்கும் தேடினர், ஆனால் வேந்தனை எங்கு தேடியும் கிடைக்கவில்லை.. காவலர்களும் இந்த விசியத்தை அரசரிடம் வந்து தெரிவித்தனர்.. இதைக்கேட்ட நிமலேந்திரனும், தேவேந்திரனும் யோசனையில் ஆழ்ந்தனர்.. அவர்களின் முகத்தை கண்டவர்கள் "என்ன சேனாதிபதியும் படைத்தளபதியும் தீவிர யோசனையில் உள்ளது போல் தெரிகிறதே?" என்றார் மூத்த அமைச்சர் ஒருவர்.

"அது ஒன்றும் இல்லை அமைச்சர் அவர்களே என்றவன் ஒரு நிமிடம் என்று காவலர்கள் புறம் திரும்பி" தாங்கள் எங்கெல்லாம் தேடினீர்கள்? "

"நாங்கள் நாட்டின் அனைத்து இடங்களிலும் தேடி விட்டோம் சேனாதிபதியாரே.. எங்கு தேடியும் அவரை காணவில்லை.. ஒரு வேளை தூர தேசம் எங்கேனும் சென்றிருப்பாரோ?"

பூவிழியார், "தலைமை காவலாளி சொல்வது போல் கூட சிந்திக்கலாமே.. ஏனெனில் அவர் நம்மிடம் கோபம் கொண்டு தானே புரவியைக் கிளப்பிக்கொண்டு சென்றார் கோபம் குறையும் வரை ஏதேனும் புண்ணிய ஷேத்திரகளுக்கு சென்று இருக்கலாம் அல்லவா?"

விரசிம்மன் ," அப்படி இருக்க வாய்ப்பு குறைவு தேவி, தாய் தந்தை மீது மிகவும் மரியாதை வைத்திருப்பவர் அவர் அதனால் சொல்லாமல் எங்கேனும் சென்று இருப்பார் என்பது என்னால் ஏற்றுக்கொள்ள முடியவில்லை அதிலும் நம்மிடம் கோபித்துக் கொண்டு சென்றவர் இன்னும் நாடு திரும்பவில்லை எனில் எனக்கு ஏதோ தவறாக தோன்றுகிறது"

"எனக்கும் அவ்வாறு தான் தோன்றுகிறது அரசே, நானும் தேவேந்திரனும் இருள் சூழ்ந்த வனப்பகுதிக்கு சென்று தேடி விட்டு வருகிறோம் காவலர்கள் யாரும் அங்கு சென்று இருப்பார்கள் என்று எனக்கு தோன்றவில்லை ஆதலால் நாங்கள் இருவர் மட்டும் அங்கு சென்று வருகிறோம் ஒருவேளை இளவரசர் அங்கிருந்தால் அவரை அழைத்து வந்து தக்க மரியாதையுடன் அவர்கள் நாட்டிற்கு அனுப்பி வைப்போம்" என்றான் நிமலேந்திரன்.

' இருள் சூழ்ந்த வனப்பகுதிக்குள் நானும் வருவேன் என்று இவனாக முடிவு செய்து கொண்டால் நான் என்ன செய்வது? சிறுவயது முதலே அங்கு பல அமானுஷ்யங்கள் இருக்கிறது என்று தாய் சொல்லி கேட்டதுண்டு அப்படியிருக்க அங்கு சென்று என்னை பலியிட போகிறான் போல இருக்கிறதே முருகா நீதான் என்னைக் காப்பாற்ற வேண்டும்' என்று

மனதுக்குள் நினைத்தவன் பின்னர் தைரியத்தை வரவழைத்துக்கொண்டு "ஆமாம் அரசே நானும் இந்திரனும் அங்கே சென்று பார்த்து விட்டு வருகிறோம்" என்றான் வராத கண்ணீரை துடைத்தபடி.

அதை கவனித்த அகலிகை" என்ன படைத்-தளபதியார் கண்கலங்கி கொண்டிருக்கிறார்? வனத்திற்குள் செல்ல அச்சமோ? அச்சம் என்-றால் தாங்கள் இங்கேயே இருங்கள் அவர் மட்-டும் சென்று வரட்டும் அல்லது நானும் உடன் செல்கிறேன்"

அதைக் கேட்டுக் கோபம் கொண்டவன்" யாருக்கு அச்சம் இளவரசியாரே சிறுவயது முதலே எந்தன் வீர பராக்கிரமங்களை தாங்கள் கண்டதுண்டு அப்படியிருக்க என்னை எவ்வாறு இவ்வாறு கூறலாம்?"

இவர்களின் பேச்சு விளையாட்டுத்தனமாக மாறுவதை கவனித்த அரசர் சபைகளையும்-மாறு உத்தரவிட்டு இவர்கள் மூவரையும் அழைத்துக் கொண்டு விழா மண்டபத்தில் நுழைந்தார்" சிறுபிள்ளைகளா தாங்கள்? அகலிகை விளையாட்டுத் தனத்தை கட்டுப்ப-டுத்தி வைத்துக்கொள் நீ சிறு பிள்ளை அல்ல.. எவ்வளவு முக்கியமான காரியம் இது என்பது ஒரு இளவரசியாக நீ அறிந்து இருப்பாய் என்று நினைக்கிறேன்.. அப்படி இருக்க அரசவையில் இவனை பரிகாசம் செய்வது மிகவும் அவசி-யமானதாக நீ கருதினாயா? இவன் இன்னும் நண்பன் என்று நினைத்துக்கொண்டு இவ்வாறு செய்யாதே இவனின் நாட்டின் படை தளபதி.. தேவேந்திரனுக்கு என்று சில பொறுப்புகள் கடமைகள் உண்டு அதை அவன் சரிவர செய்-தாக வேண்டும் என்னதான் விளையாட்டுத்தன-

மாக இவன் இருந்தாலும் இவன் ஒரு மாவீ-ரன் என்பதை நான் அறிவேன் நீயும் அறிவாய் பரிகாசம் செய்வதை விட்டுவிட்டு அமைதியாக உள்ளே செல்" என்றார் சற்று காட்டமாக.

அவர் சொன்னதும் மறுபேச்சின்றி அவ்வி-டத்தை விட்டு அகன்றான் அகலிகை.

அவள் சென்றதும் அரசர்" நீங்கள் இருவரும் கிளம்பலாம் உங்களுடன் சில வீரர்களை அழைத்துச் செல்லுங்கள் தனியாக செல்வது நல்லதல்ல.. போகும் வழியில் பாலமுருகனை தரிசித்துவிட்டு செல்லுங்கள் எவ்வித தீங்கும் உங்களை நெருங்காது" என்று ஆசிர்வதித்து அனுப்பி வைத்தார்.

வழியில், "அடேய் என்னை ஏனடா வனத்-திற்கு அழைத்து செல்கிறாய்? உனக்காக உயி-ரையும் கொடுப்பேன் என்று என்றோ ஓர் நாள் சொல்லியது ஒரு குற்றமா? நான் உன் தமைக்-கையோடு வாழ வேண்டாமா?நீ அதை கண்-குளிர காண வேண்டாமா? இத்தனை தூரம் பேசி கொண்டு இருக்கிறேன்! எதாவது பதில் கூற தோன்றுகிறதா உமக்கு? பார்ப்பவர் கண்-களுக்கு நான் தனியாக பேசுவது போல அல்-லவா தெரியும்.. எனக்கு பித்தன் என்ற பட்டத்-தினையும் வாங்கி தரும் எண்ணமோ? பதில் கூறடா.. என்றான் கோபமாக.

"என்ன பதில் கூற வேண்டும் தேவா? என் நம்பிக்கைக்கு உரியவன் நீ, என் உற்ற நண்பன் நீ, அதனால் தான் உன்னை என்னுடன் அழைத்து வந்தேன்.. அதுவும் இன்றி வனத்தில் எனக்கு ஏதேனும் நேர போவது போல் தெரிந்-தால் உன்னை காப்பாற்ற என் உயிரையும் தருவேன்.. என் தமைக்கையோடு நீ நூறு ஆண்டுகளுக்கு நன்றாக வாழ வேண்டும்

இதுவே என் அவா.. உன்னை இழக்க நாங்கள் தயாராக இல்லை" என்றான் கண்ணீர் மல்க.

அவன் கண்ணீரை கண்டதும்" இந்திரா நான் விளையாட்டிற்காக அவ்வாறு சொன்னேன்.. உன்னோடு எங்கு வேண்டுமானாலும் வரு-வேன்.. என் உயிரையும் தருவேன்"

" நானும் உன்னோடு விளையாடினேன்.. சரி சரிபோதும் விளையாட்டு.. அந்த வேந்தனை கண்டுபிடிக்க வேண்டும்.. இல்லையெல் நம் நாடு பெரும் விளைவுகளை சந்திக்க நேரிடும்.. விரைந்து வா"என்று தன் புரவியை காற்றை விட வேகமாக செலுத்தி சென்று விட்டான்.. தேவாவும் அவனுக்கு இணையாக தன் புர-வியை செலுத்தி சென்று பால முருகர் கோவிலை அடைந்திருந்தான்.

" அப்பனே என்ன சோதனை இது?போர் இல்லை என்று மகிழ்ச்சி கொள்வதா அல்லது அதனை தெரிவிக்க வந்தவனை கோபம் கொள்ள செய்து இப்பொழுது அவர் எங்கிருக்-கிறார் என்று தெரியாமல் இவ்வாறு அலைந்து கொண்டு இருப்பதை எண்ணி கவலை கொள்-வதா? மனது சஞ்சலம் கொண்டு இருக்கிறது.. பெரும் அபத்தம் நிகழ போவதை போல் தோன்றுகிறது.. எனக்கு என்ன நேரினும் என் சார்ந்தவர்களுக்கு எதுவும் நேராமல் காத்தருள்-வாய் ஐயனே"

" ஐயனே எனக்கும் அவ்வாறு தான் உள்-ளது.. எது நேரினும் நீயே துணை" என்று மனமுருக வேண்டியவர்களை கண்டு விதியின் விளையாட்டை நினைத்து சிரித்து கொண்டார்.. தன் பக்தர்களை காக்க எண்ணி அசரீரியாய்" நிமலேந்திரா, தேவேந்திரா உங்கள் இருவரும் நாளை இரவு வரை கிரக பலன்கள் சரியில்லை

அகலிகைக்கும், தாரகைக்கும் கூட அப்படியே.. ஆதலால் நீங்கள் மிகவும் எச்சரிக்கையாக இருக்க வேண்டிய காலம் கிரகண காலம்.. அந்த நேரத்தில் தீய சக்திகளின் சக்திகள் அதிகமாக இருக்கும் அந்த நேரத்தில் உங்கள் உயிருக்கு ஆபத்து இருக்கிறது.. இதோ என் கையில் இருக்கிறதே அந்த நவரத்தின வேலை எடுத்துச் செல்லுங்கள் தக்க சமயத்தில் உங்களுக்கு உதவி புரியும்..அதற்கு அர்ச்சனை செய்யுங்கள்.. கவனம் அதை ஒரு முறை மட்டுமே தங்களால் பயன்படுத்த இயலும்.." என்று கூறிவிட்டு அதோடு அசரீரியின் குரலும் மறைந்தது அது மறைந்ததும் முருகர் வேல் தானாக மேலெழும்பி நிமலேந்திரனின் கையில் வந்தது..

அதைக் கையில் ஏந்திய நேரம் இருள் சூழ ஆரம்பித்து இருந்தது.." தேவா இருள் சூழ ஆரம்பித்து விட்டது இந்த சமயத்தில் இருள் வனத்திற்கு செல்வது சரியல்ல.. அதுவும் காவலர்களையும் அழைத்து கொண்டு.. நாம் இருவரும் திருமண ஆகாதவர்கள் ஆனால் இவர்களுக்கு மனைவி, மக்கள் அனைவரும் உள்ளார்கள்.. அவர்களுக்காவது இன்று இரவு இங்கேயே இருந்து முருகருக்கும் வேலுக்கு அர்ச்சனை செய்து நமது சக்தியை அதிகரிக்கும் வகையில் செய்வோம்.. அதன் பின் நடப்பது அனைத்தும் நம் அப்பன் எண்ணப்படி.. "என்று அவரை நோக்கி வணங்கியபடி கூறினான்.

அதன்படி முருகருக்கு அபிஷேக ஆராதனை செய்து பின்னர் நவரத்தின வேலுக்கு அர்ச்சனை செய்ய ஆரம்பித்தனர்.

" ஓம் சாம் சீம் சூம் செளம் ஸ்ரீம் ஹ்ரீம் க்ளீம் ஐயம் செளஹூ ஜ்வலத் ஜ்வாலாய கோடி சூர்ய பிரகாசாய மகா சத்ரு பயங்கராய

சர்வ சக்தி மயாய குஹாசாய ஹூம் பட் ஸ்வாஹா!!"

அவர்கள் இருவரும் அர்ச்சனை செய்து முடித்த வேலையில் வேலின் ஒளி கோடி சூரி-யனின் பிரகாசத்தை ஒத்திருந்தது அதனை தாங்க முடியாமல் பல அடிகள் பின்னே நகர்ந்-தனர் அனைவரும்.. கண்களுக்கு தெரியாத எதி-ரிகளை அழிக்கவல்ல இம்மந்திரத்தை அவ்-வேலுக்கு செய்தனர்..சில நிமிடங்கள் கழித்து அதன் பிரகாசம் குறைந்த வேலையில் அதனை கையில் பத்திரப்படுத்திக் கொண்டான் நிம-லேந்திரன்.

மறுநாள் விடிந்ததும் இருள் சூழ்ந்த வனப்-பகுதிக்கு பயணத்தை தொடங்கினர்.. சூரியன் உச்சிக்கு வரும் நேரம் அவர்கள் அதன் வாயிலை அடைந்திருந்தனர்.. நிமலேந்தி-ரனுக்கு அதன் இருள் பழக்கம் என்பதால் அதனை கண்டு அவன் அஞ்சவில்லை ஆனால் அவனை தவிர மற்றவர்கள் தேவேந்திரன் உட்பட அனைவரும் கண்களிலும் கிலி படர ஓர் அடி எடுத்து வைக்க புரவியை தட்டியவர்-கள் அது அசையாமல் நிற்பதை கண்டு என்-னவென்று பார்க்க நிமிர்ந்தவர்களின் கண்களில் அந்தரத்தில் காலனின் உருவத்தை பயத்துடன் பார்த்தவர்களை கண்டு ஏளன புன்னகை சிந்-திய காலன் "அடேய் அற்ப மனிதர்களே ஓடி விடுங்கள் வீணாக உங்கள் உயிர்களை இழந்து விடாதீர்கள்" என்று எச்சரிக்கை செய்தவனை பார்த்து இப்பொழுது ஏளன புன்னகை விசியது நிமலேந்திரன்.

"அடேய் முண்டமே நாங்கள் எங்கள் உயிர்-களை இழப்பது நடவாத காரியம்.. ஆனால் நீ அழிய வேண்டாம் என்று நினைத்தால் என்

ஜயனின் பாதத்தை பணிவாயாக.. இது எச்சரிக்கை அல்ல கட்டளை"என்றான் அவனுக்கே உரிய தோரணையில்.

அதைக் கேட்டு வனமே அதிரும்படி சிரித்தவன் "என்னை நீ அழிப்பாயா..?ஹா ஹா நீங்கள் அனைவரும் அழிய போகிறீர்கள்.. என்று தன் கரங்களை நீட்டியவன் ஏதோ மந்திரங்களை உச்சரித்ததும் கைகளில் இருந்து நெருப்பு பந்து ஒன்று பறந்து வந்து இவர்கள் இருக்கும் இடத்தை நோக்கி பறந்து வந்தது அதைப் பார்த்து பயந்தவர்கள் தங்களை தாக்க வரும் நேரம் கண்களை இறுக மூடி கொண்டனர்.. தங்களின் உடலில் எந்த அதிர்வும் தோன்றாமல் போகவே கண் திறந்தவர்களின் முன்னே வேல் முத்திரை மின்ன அதனை தடுக்கும் கவசமாய் நின்றிருந்தான் நிமலேந்திரன்.

அதனைக் கண்ட தேவேந்திரன் "ஏய் கரு நிற பேயே எங்களை அழிக்க நீ வந்தாயா? நீதான் அழிய போகிறாய் உன் ஆட்டம் இன்றே இப்பொழுதே முடிய போகிறது".

நிமலேந்திரனின் தோரணை கண்டு அச்சத்தில் இருந்தவன் தேவாவின் வார்த்தைகள் அவனை மேலும் அச்சம் கொள்ள செய்தது.. அங்கிருந்து தப்பித்து செல்ல எண்ணியவனின் முன்னே கண் இமைக்கும் நேரத்தில் நெருங்கி இருந்தான் நிமலேந்திரன்..

"என்ன காலனே உனக்கு காலனாக நான் வந்து இருக்கிறேன்.. என்னை எதிர்த்து உன் சக்தியை இழந்து விடாதே.. கடைசி முறையாக எச்சரிக்கிறேன்" என்று கர்ஜித்தான்.

அதைக் கேட்டதும்"இந்த காலன் என்றும் மண்டோதரிக்கு மட்டும் தான் தலை வணங்குவான்.. இத்தனை வருட தவ பயன் என்னை

காக்கும் உனக்கு அஞ்சி நான் ஓடி ஒளிய மாட்டேன்"என்றான் கர்வமாக.

'இவன் வாயால் தான் இவன் அழிய போகி-றான் போல் இருக்கிறதே! இத்தனை வருட காலத்தில் அவன் கழுத்தில் இருந்த வேல் முத்திரையின் சக்தியை பற்றி அறியாமல் இருந்து விட்டோம்.. இன்று அதைக் கண்டதும் இந்திரன் ஏதோ ஒரு நோக்கத்திற்காக தான் பிறப்பெடுத்து இருப்பான் போல் தோன்றுகிறது.. எதுவாயினும் நான் அவனுக்கு துணையாக இருப்பேன்' என்று தனக்குள் கூறிக் கொண்-டான் தேவேந்திரன்.

இவன் யோசித்து கொண்டு இருந்த சமயம் நிமலேந்திரனுக்கும் காலனுக்கும் சண்டை ஆரம்பித்து இருந்தது.. ஒருவரை மாற்றி தங்-களின் சக்தி மூலம் தாக்கி கொண்டிருந்தனர்.. உடன் வந்த வீரர்கள் இவர்களை கண்டு அஞ்சி தகவலை தெரிவிப்பதற்காக அரண்மனையை நோக்கி ஓடியிருந்தனர்.

அவர்களுக்கான சண்டை வலுக்க தொடங்கி-யது.. வானிலையில் மாற்றம் நிகழ தொடங்-கியது.. கிரகண காலம் தொடங்கும் நேரமும் நெருங்கி இருந்தது.. இதற்கிடையே நிமலேந்தி-ரன் தன் வலிய கரத்தால் அவன் கழுத்தினை பிடித்து கொண்டு தன் வாளை எடுத்து முரு-கரின் விபூதியையும் வில்வத்தையும் சேர்த்து காலனின் தலையை வெட்டினான்.. காலனோ தரையில் தலையில்லா முண்டமாக விழுந்-தான்.. அவன் அழிந்து விட்டான் என்று நினைத்து தேவேந்திரனை அழைத்து கொண்டு கிளம்ப நினைக்கும் சமயம் பின்னிருந்து "என்னை அழிக்க எவராலும் முடியாது ஹா ஹா ஹா.. நீ யாரடா அற்ப மானிடன் தானே..

உனக்கான சக்திகள் கிரகண காலத்தில் உதவாது.. அந்த சமயத்தில் நீ அழிய போகிறாய்.. நீ மட்டும் அல்ல நீ உயிராய் நினைக்கும் உன் சகாக்களும் தான்"

அதை கேட்டதும் கோபம் கொண்டவன் தன் வாளினை உயர்த்தி காலனை நெருங்கும் வேளையில் அவன் ஒட்டு மொத்த சக்தியையும் திரட்டி நிமலேந்திரனின் மீது தாக்கி இருந்தான். ஒட்டுமொத்த ஏவல்கலையும் அவன் புறம் திருப்பி இருந்தான்.. அதை கண்டு ஒருநொடி அஞ்சினாலும் சுதாரித்துக்கொண்ட அவன் தனது வாலை உயர்த்தி பிடித்து ஏவல்களை தாக்கத் தொடங்கினான் அதை செய்ய தொடங்கிய வேளை மாய பந்து ஒன்று தேவேந்திரனை தாக்கியது.. அதன் வீரியம் தாங்காமல் பல அடி பின்னே சென்று விழுந்தான்.. வலியும் துடிப்பவனை தாங்கிக்கொள்ள முடியாத சூழ்நிலையில் நம் நாயகன் இருந்தான்.

இதைக்கண்டு காலன் பயங்கரமாக அந்த வனமே அதிரும்படி சிரித்துக்கொண்டிருந்தான். கோபம் கொண்ட நிமலேந்திரன் தன் வாளினை சூழற்றியபடி காலனை நோக்கி சென்றான் ஆனால் அதற்குள் அவனை நெருப்பு பந்து ஒன்று நெருங்கி இருந்தது.. எப்படி தப்பிப்பது என்று புரியாமல் நின்றிருக்கையில் தீடீரென்று அடியார்கள் அவ்விடத்திற்கு வந்து ஈசனின் அபிஷேக விபூதியை காலன் மீது தூவவும் அவன் உடல் பற்றி எரிய தொடங்கியது.. அவனின் அலறல் கேட்டு தவத்தில் இருந்த வேந்தன் விழித்தெழுந்தான்..

"வேந்தா காலன் ஆபத்தில் இருக்கிறான் நீ சென்று நான் சொல்லி கொடுத்த வசிய மந்தி-

ரத்தை உச்சரித்து அந்த நிமலேந்திரனை இங்கு அழைத்து வா கிரகண காலம் ஆரம்பிக்க இன்னும் ஒரு நாழிகை தான் உள்ளது.. விரைந்து செல்" என்று துரிதப்படுத்தினாள் மண்டோதரி.

அங்கே, காலனின் உருவம் மறைய தொடங்கியது அவ்வேளையில் கூட" வேந்தே கிரகண காலம் ஆரம்பிக்க போகிறது விரைந்து வாருங்கள்" என்று கூறிக் கொண்டே உருவமில்லா கரும் புகையானான் காலன்.

" தேவி என்னை பாருங்கள்.. நான் புகையாக மாறி விட்டேன்.. இத்தனை வருட தவ பலன் என்னை காப்பாற்றவில்லை.. எனக்கு என் உருவத்தை தாருங்கள் தாயே" என்று மண்டோதரியிடம் வேண்டினான்.

" காலனே.. நீ ஈசனின் சக்தியால் இவ்வாறு மாறி இருக்கிறாய் தற்போது என்னால் எதுவும் செய்ய இயலாது.. நீ என்னை நோக்கி கடும் தவம் புரிய வேண்டும்.. இவர்கள் இறந்து மறு ஜென்மம் எடுக்கும் வேலையில் நீ ஒரு உருவத்தை பெறுவாய்.."

அதன்பிறகு வேந்தன் நிமலேந்திரன் இருக்கும் இடத்தை அடைந்தான்.. அடியார்கள் தேவேந்திரனை குணப்படுத்தி இருந்தனர்.. அவர்கள் இருவரையும் அழைத்து செல்ல முற்பட்டனர் அடியார்கள்.. ஆனால் அதற்குள் வேந்தன் அங்கே வரவும் அவனின் நிலைக் கண்டு ஒரு நொடி கலங்கினர்.. மண்டை ஓடு மாலை அணிந்து, முகத்திலும், உடம்பிலும் கரு நிற மை இட்டு பார்ப்பதற்கு மிகவும் விகாரமாய் இருந்தான்..

"ரிஷி வேந்தனே என்ன அபத்தம் செய்து கொண்டு இருக்கிறாய் நீ முருக பக்தன் என்பதை மறந்தாயோ?" என்றார்கள் அடியார்கள்.

"முருக பக்தனா? இல்லை நான் மண்டோதரியின் பக்தன்.. அந்த முருகர் எனக்கு என்ன செய்து விட்டார்? நான் நேசம் கொண்ட பெண்ணை அவரால் என்னோடு சேர்த்து வைக்க முடியவில்லை.. ஆனால் என் மண்டோதரி அகலிகையை என்னோடு சேர்த்து வைக்கிறேன் என்று வாக்குறுதி கொடுத்துள்ளாள்.. இதோ அகலிகையும் என் ஏவல்கள் அனுப்பி வைத்துள்ளேன்.. கிரகண காலம் ஆரம்பித்து விட்டது.. இனி உங்களின் சக்தி குறையத் துவங்கி விடும்..நீ அழிய போகிறாய் நிமலேந்திரா.. உன்னை அழித்து என் அகலிகையுடன் நான் மகிழ்ச்சியாக வாழ்வேன் ஹா ஹா ஹா"

" வேந்தே தவறு செய்து கொண்டிருக்கிறீர்கள்.. முருகர் என்றும் தன் பக்தர்களை தவறான வழியில் செல்ல அனுமதிக்க மாட்டார் தயவுசெய்து இதையெல்லாம் விடுத்து என்னோடு வாருங்கள் விருப்பம் இல்லாத ஒரு பெண்ணை திருமணம் செய்ய எண்ணுவது தவறாகும்.இது ஒரு நாட்டை ஆள போகும் இளவரசர் செய்யும் செயலா? இந்த விஷயம் தங்கள் தந்தைக்கு தெரிந்தால் என்ன ஆகும் என்று நினைத்தீர்களா? வீணாக வாதம் செய்யாதீர்கள் உங்களை காக்க தற்போது யாரும் இல்லை. உங்கள் குலதெய்வத்தை ஒருமுறை மனதில் நிறுத்தி பாருங்கள் உங்களுக்கான தெளிவான பதில்கள் கிடைக்கும்" என்று நிமலேந்திரன் வேந்தனின் மனதை மாற்ற முயன்று கொண்டிருந்தான்.

ஆனால் அவனும் அதையெல்லாம் கேட்கும் நிலைமையில் இல்லை அவன் முழுவதுமாக மண்டோதரியின் வசமிருந்தான்.. கடவுள்கள்

நேரடியாக எந்த ஒரு விஷயத்தையும் செய்வதே இல்லை இங்கேயும் அதுபோலத்தான் அசரீரி மூலமாக தன்னுடைய பக்தர்களை எச்சரிக்கை செய்தார்.. ஆனால் விதிவசத்தால் இவர்கள் இறக்கப்போவது உறுதி என்றாகிவிட்டது.. அவனிடம் பேசி எந்த பலனுமில்லை என்று உணர்ந்த அடியார்கள்" நிமலேந்திரா நீ இங்க இருந்து பிரிந்து சென்றுவிடு.. பாலமுருகன் சன்னதியில் நீயும் உன் நண்பனும் காத்திருங்கள் கிரகணம் முடியும் காலத்தில் இவர்களுக்கான அழிவு உறுதி அதுவரை நீங்கள் கவனமாக இருக்க வேண்டும் உன்னுடைய இந்த முத்திரை அவனை அழிக்கும்"

" சித்தர்களே என்ன சொல்கிறீர்கள் நான் ஏன் இவனை அழிக்க வேண்டும்? தவறான வழியில் சென்றிருக்கலாம் ஆனால் இதுவரை எங்களுக்கு எந்தத் தீங்கும் நேரவில்லை நான் ஏன் அவனை அழிக்கப் போகிறேன்? தவறு செய்யாதவர்களை தண்டிப்பது பெரும் குற்றமாகும் ஆனால் நீங்கள் சொன்னபடி நான் என் நண்பனை அழைத்துக்கொண்டு அங்கே சென்று விடுகிறேன் ஆனால் அகலிகையும் அவளுடன் இருப்பவர்களும் என்னவாவார்கள்? அவர்களைக் காக்க யார் வருவார்?"

இவர்கள் இங்கே பேசிக் கொண்டிருந்த வேலையில் மண்டோதரிக்கு ரத்தத்தால் அபிஷேகம் செய்து, உயிர்பலி தந்து அவளை மகிழ்ச்சிப்படுத்த எண்ணினான் வேந்தன் அதன் மூலம் தன் சக்தியை பெருக்கிக் கொள்ளவும் தன் காதலை அடையவும் முயற்சி செய்து கொண்டிருந்தான்.. இதை கவனித்த அடியார்கள் அனைவரையும் அழைத்துக்கொண்டு வனத்தின் மறு பகுதியில் உள்ள கோவிலுக்கு செல்ல

தொடங்கினர் எவ்வளவு விரைவாக அடைய முடியுமோ அவ்வளவு விரைவாக சென்று-கொண்டிருந்தனர்.. வேந்தன் செய்த பூஜையால் மனம் குளிர்ந்த மண்டோதரி அவனுக்கு ஒரு மந்திர கத்தியை வழங்கினாள்" வேந்தனே வாளைக் கொண்டு உன்னால் அந்த சேனா-திபதியை அழிக்க இயலும் அவனை அழித்து விடு அப்பொழுதுதான் நம் எண்ணம் நிறை-வேறும்.. நினைவில் கொள் இதையெல்லாம் நீ கிரகண காலம் முடியும் முன்னர் செய்து முடிக்கவேண்டும் இல்லையேல் நீ அழிக்கப்ப-டுவாய்" என்று எச்சரித்து விட்டு மண்டோதரி-யின் குரல் மறைந்தது.

அதன் பின்னர் இந்த வாளினை எடுத்துக்-கொண்டு காற்றில் பறந்து அவர்களுக்கு முன்னே அக்கோவிலின் தோரணவாயிலை அடைந்திருந்தான் வேந்தன்.

ஆங்காரமாய் அங்கே நிற்பவனை கண்டவர்-கள் எப்படி உள்ளே செல்வது என்று யோசிக்-கத் தொடங்கினார் அதன்படி அவனின் சிந்-தனையை சிறிது நேரம் கிடைத்தால் போதும் என்று எண்ணி தேவேந்திரன் அவன் அருகில் சென்றான்.." ரிஷி வேந்தா அகலிகை உனக்-குத்தான் அவளை உன்னுடன் சேர்த்து வைப்பது என்னுடைய பாக்கியம். அவள்மீது நீ எவ்வளவு நேசம் கொண்டிருக்கிறாய் என்பது எனக்கு புரிந்து விட்டது. அதனால் நான் உன்னுடன் இருக்கிறேன் நீ என்னை நம்பலாம்" என்று அவனைத் தன் பேச்சில் கட்டி போட்டவன் மற்றவர்களை உள்ளே செல்லுமாறு சமிக்ஞை செய்துவிட்டு இவனும் அவன் யோசித்துக் கொண்டிருந்த நேரம் அவனிடமிருந்து தப்பித்து உள்ளே சென்று விட்டான்.

ஆனால் கிரகண காலமென்பதால் தீய சக்தியாக இருப்பினும் அவனால் சாதரணமாக உள்ளே நுழைய முடிந்தது.. அவர்கள் உள்ளே இருப்பதை பார்த்து" இப்பொழுது நீங்கள் இங்கே வருகிறீர்களா அல்லது நான் உள்ளே வரட்டுமா? " என்று கர்ஜித்தான்.

அவன் பேசுவதை கேட்ட அடியார்களில் ஒருவர் முன்னே வந்து" இப்பொழுது ஒன்றும் நேரம் குறைந்துவிடவில்லை இதையெல்லாம் முருகரின் பாதத்தில் வைத்துவிட்டு ஸ்நானம் செய்துவிட்டு வந்தமர்ந்து விடு உன்னுடைய தீய எண்ணங்கள் அடியோடு மறைந்து விடும். உன் உயிரும் காக்கப்படும்"

" அடேய் சித்தனே என் மனதை கலைக்க முடியாது.. என்ன சொன்னாய் நான் இறந்து விடுவேனா? இல்லையடா மூடனே நீங்கள் அனைவரும் தான் அழிய போகிறீர்கள்.. என்று தன்னுடைய வாளை எடுத்து சித்திரின் நெஞ்சில் கீறினான்.. அவள் துடிப்பதை பார்த்த மற்ற அனைவரும் வெளியே வர ஒவ்வொருவராக வெட்டி சாய்க்க துவங்கினான் இதனை பொறுக்க முடியாமல் நிமலேந்திரன் தன்னுடைய வாளை எடுத்துக்கொண்டு அவனைத் தாக்க தொடங்கினான் ஒவ்வொரு முறை தாக்கும் பொழுதும் அவனை சக்தி அதிகரிக்கத் தொடங்கியது வெட்டு காயங்கள் எல்லாம் மாயமாக மறைந்தது.. அதைப் பார்த்தவன் என்ன செய்வது என்று தெரியாமல் நிற்க தேவேந்திரன் தன்னுடைய வாளை எடுத்துக்கொண்டு அதேபோல் தாக்கத் தொடங்கினான் அப்பொழுதும் அவனுக்கு எதுவும் ஆகாமல் நிற்க நண்பர்கள் இருவரும் என்ன செய்வது என்று ஒரு நொடி ஸ்தம்பித்து நின்றனர்..

அதை தனக்கு சாதகமாக பயன்படுத்திய வேந்-தன் இருவரையும் சரமாரியாக தாக்கத் தொடங்கினான்.. அந்த நேரம் ஏவல்கள் மூலம் அழைத்து வரப்பட்ட அகலிகையும் தாரகையும் தன்னுடைய மனம் கவர்ந்தவர்களின் நிலை-கண்டு அவர்களிடம் ஓடிவந்தனர்..

" இந்திரா இது என்ன இது என்ன நடக்கிறது இங்கே? இது வேந்தன் ஆயிற்றே!! அவர் எப்படி இப்படி ஆனார்? உங்களை ஏன் தாக்கிக் கொண்டிருக்கிறார்? சித்தர்களையும் தாக்கியி-ருக்கிறார்?" என்று புரியாமல் வினவினாள்.

அவள் அவனோடு பேசிக் கொண்டிருப்பதை பார்த்தவுடன் மேலும் கோபம் கொண்ட வேந்-தன் அகலிகையின் கரம்பற்றி இழுத்தான் அதை பொறுக்க முடியாத தாரகை" அவளை விடு எதற்காக இவ்வாறு செய்து கொண்டிருக்கிறீர்-கள்? அவளுக்கு உங்கள் மீது எந்த விருப்பமும் இல்லை விருப்பம் இல்லாத ஒரு பெண்ணை கட்டாயப்படுத்தி திருமணம் செய்து கொள்ள நினைப்பது எந்த விதத்தில் நியாயம் இதனை என் உயிரைக் கொடுத்தேனும் தடுப்பேன்" என்று பேசி முடித்தவளின் வயிற்றில் ஆழமாக தன்னுடைய வாளை இருந்தான் வேந்தன்.

" உயிரைகொடுத்தேனும் தடுப்பாயா? உன் உயிர் உன்னிடம் இருந்தால் தானே அதை கொடுத்து உன்னால் என் திருமணத்தை தடுக்க முடியும்? உன்னை நான் அழிக்க நினைக்க-வில்லை ஆனால் என் எண்ணத்திற்கு தடை-யாக இருந்த உன் பேச்சு என் கோபத்தை தூண்டி விட்டது மறு ஜென்மம் என்று ஒன்று இருந்தால் அப்பொழுது சந்திக்கலாம்" என்று அவளை கீழே தள்ளி விட்டான்.

வேந்தனை தடுக்க நினைத்து ஓடி வருவதற்குள் அனைத்தும் முடிந்து விட்டு இருந்தது.. ரத்தவெள்ளத்தில் தன் மனம் கவர்ந்தவர்களை பார்த்தவுடன் கண்களில் அருவியாய் கண்ணீர் வழிய தொடங்கியது.." என்ன காரியம் செய்து விட்டாய் தாரகை? உன்னை யாரடி இங்கே வர சொன்னது? ஆபத்து என்று தெரிந்தும் உன்னை யார் அவனிடம் சென்று பேசச் சொன்னது? என்னை தவிக்க விட்டு சென்று விடாதே நீ இல்லாமல் என்னால் வாழ இயலாது" என்று கதறி கதறி அழ தொடங்கினான் தேவேந்திரன்.

" என்ன சொன்னீர்கள் நான் இல்லாமல் தங்களால் வாழ முடியாதா அப்பொழுது நீங்கள் என்னை நேசிக்கிறீர்களா!?"என்றாள் ஆச்சரியம் மேலோங்க.

அவள் நிலை கண்ட அழுவதா நல்லது இந்த நிலையிலும் தன் காதலை எண்ணி கண்களில் மகிழ்ச்சி பொங்க தன் பதிலை எதிர்பார்த்து காத்திருக்கும் இவளை நினைத்து ஆச்சரியம் கொள்வதா என்று புரியாமல் அவள் முகம் பார்த்திருந்தான்.." ஆம் தாரகை இந்த உலகத்தில் முருகனையும் உன்னையும் தவிர நான் வேறு யாரையும் அதிகமாக நேசிக்க வில்லை நீ இல்லாமல் என் வாழ்க்கை இல்லை" என்றான் கண்களில் நீர் வழிய இதையெல்லாம் கவனித்துக் கொண்டிருந்த நிமலேந்திரனும் அகலிகையும் கோபம் கொண்டு நின்ற வேளை அவர்களையும் பின்னிருந்து குத்தினான் வேந்தன்.

அடுத்த நொடி அவன் புறம் திரும்பிய அகலிகை " பேடியை போல் பின்னிருந்து குத்துகிறாய் உனக்கு தைரியம் இருந்தால் முன்னே வா என்னோடு எதிர்த்துப் போரிடு அதை

விடுத்து இவ்வாறு செய்வது உன் அழிவதற்கான நேரம் துவங்கிவிட்டது என்பதை குறிக்கும் அறிகுறியே என்பதை நினைவில் கொள்" என்றாள் ரத்தம் வழிய.

தான் நேசித்த அனைவரும் ரத்தவெள்ளத்தில் இருப்பதை பார்த்த தேவேந்திரன் வேந்தனின் கழுத்தை பற்றினான் அவன் அழுத்தம் கொடுப்பதில் அவனுக்கு ஒரு துளி வலி கூட ஏற்படவில்லை என்பது அவன் கண்களில் தெரிந்த ஏளனமே சொல்லியது.. கிரகண காலம் முடியும் நேரம் நெருங்கிக் கொண்டிருந்த வேளை சடாரென்று தன் வாளை எடுத்து தேவேந்திரன் நெஞ்சில் குத்தியவன் " அனைவரும் அழிந்து விடுங்கள் ஆனால் அகலிகை நீ இறக்க மாட்டாய்.. உன்னை இங்கிருந்து அழைத்துச் சென்று என் மண்டோதரியின் சக்தியால் உயிர்பிழைக்க செய்வேன் உன்னுடைய வாழ்வு என்னோடுதான் அதை நினைவில் வைத்துக்கொள் எத்தனை முயன்றாலும் எத்தனை ஜென்மம் எடுத்தாலும் நீ இவனோடு சேர முடியாது உன் இதயம் பற்ற நான் மட்டுமே தகுதியானவன் உன்னுடைய கரத்தினை மற்றவர்களுடன் கோர்க்க நான் விரும்ப மாட்டேன்"

அவன் பேச பேச நிமலேந்திரனின் வேல் முத்திரை பிரகாசமாக மின்ன தொடங்கியது அகலிகையின் கையிலிருந்த ஓம் முத்திரையும் மின்னத்தொடங்கியது அவர்கள் உடலில் மாற்றங்கள் நிகழத் தொடங்கியது அவர்களுக்கு மட்டுமல்ல வேந்தனின் உடலும் நெருப்பில் நிற்பதைப் போல் தகிக்க ஆரம்பித்தது.. இதையெல்லாம் உயிர் போகும் வேளையில் கவனித்துக்கொண்டிருந்த தாரகையும் தேவேந்திரனும் கிரகணகால முடிய போகிறது என்-

பதை உணர்ந்து கொண்டார்கள் தங்கள் சக்திகளை ஒன்று திரட்டி எழுந்து நடந்தவர்கள் நேராக முருகன் சன்னதியில் அமர்ந்துகொண்டு பிரார்த்தனை செய்யத் துவங்கினர் இதற்கிடையில் அவர்கள் மூவருக்கும் பெரும் சண்டை துவங்கியிருந்தது. வேந்தனால் அவ்விடத்தில் நிற்க இயலவில்லை.. தன்னுடைய கரத்தினை கோர்த்தவர்கள் வேந்தனை நோக்கி மற்றொரு கையை நீட்டவும் அதிலிருந்து தோன்றிய ஒளி அவனை அந்த இடத்திலிருந்து சற்று தள்ளிவிழ செய்தது. கிரகண காலம் முடியும் முன் அவனை அழிக்க நினைத்த வேந்தன் மண்டோதரி கொடுத்த வாளை எடுத்து நிமலேந்திரனின் மீது வீசினான் அதைக் கண்ட அகலிகை அவனுக்கு முன்னே சென்று நின்றாள் அது அகலிகையின் நெஞ்சில் குத்தி பின்னர் அவனின் நெஞ்சிலும் குத்தி நின்றது...

அரவம் கேட்டு வெளியே வந்த தேவேந்திரனும் தாரகையும் அவர்களின் நிலையை கண்டு கதறி அழத் துவங்கினார் தங்களின் வலி மறந்து.

"இந்திரா வாளை எடுத்து இவனை அழித்துவிடு கிரகண காலம் முடிய இன்னும் சிறிது காலமே உள்ளது முயற்சி செய்து உங்கள் நெஞ்சில் இருக்கும் வாளை எடுத்துவிட்டு முருகரின் நவரத்தின வேலை கொண்டு இவனை அழித்துவிடு சற்றும் தாமதிக்காது உன்னால் முடியும் நிமலேந்திரா.." என்றதும் அகலிகை தன் நெஞ்சில் இருந்த வாளை வலிகளை மறந்து அவனை அழிக்கும் நோக்கோடு வெளியே எடுத்து வீசினாள்.

கிரகண காலம் முடிந்து பிரகாசமான ஒளி கீற்று பரவத்தொடங்கியது.. முருகர் சன்னதி-

யில் இருந்து கண்களைக் கூசச் செய்யும் அளவிற்கு கோடி சூரிய பிரகாசம் அவ்விடத்-தில் நிற்கமுடியாமல் ஓடத் தொடங்கிய வேந்-தன் நிமலேந்திரன் வீசிய நவரத்தின வேல் தாக்கியதும் அவ்விடத்திலே எரிந்து சாம்பலாக தொடங்கினான்.. அவன் இறக்கும் தருவாயில்" அகலிகை இந்த ஜென்மம் அல்ல இனி எத்-தனை ஜென்மம் எடுத்தாலும் நான் மீண்டும் உன்னை அடைய வருவேன் இது சத்தியம்" என்று கூறிவிட்டு காற்றோடு கரைந்து போனான்.

வலிகளை தாங்கமுடியாமல் சன்னதியை அடைய எண்ணி அவர்கள் அதன் வாசலில் தடுமாறி விழுந்தனர் அவர்களை தாங்க வந்த தேவேந்திரனும் தாரகையும் அந்த நொடியே இறந்தனர்.. அதனைக் கண்டு கதறி அழுத-வர்கள் முருகரை நோக்கி" அப்பனை எங்கள் உயிர் போவதைப் பற்றி நாங்கள் கவலைப்ப-டவில்லை ஆனால் அது ஒரு தீய எண்ணம் கொண்டவன் மூலம் அழியப் போவதை நினைத்தால் மனது கனக்கிறது.. தங்களின் பக்-தனாக நான் ஒரு வேண்டுகோளை தங்களுக்கு வைக்கப் போகிறேன் இந்த ஜென்மத்தில் நாங்-கள் சேர இயலவில்லை அடுத்த ஜென்மத்தில் தங்களின் முன்னே நாங்கள் சேர்ந்து வாழ வேண்டும்.. சிறுவயது முதலே தங்களை ஏன் அப்பனாக அய்யனாக அனைத்துமாக பார்த்து வளர்ந்தவர்கள் நாங்கள்.. உன்னை பிரிய எங்-கள் மனது மறுக்கிறது.. உங்களை நாங்கள் கண்குளிர காண வேண்டும் இப்பொழுது இங்-கேயே இவ்விடமே எங்கள் உயிர் போகப்போகி-றது.. அதன் பின்னர் தங்களை கண்குளிர காண முடியாது என் ஐயனே.. அதனால் அதுவரை

தங்கள் இவ்விடத்தை விட்டு மறைந்து இருங்கள் நாங்கள் வந்து கூப்பிடும் வரை வெளியே வராமல் இருக்க வேண்டும் ஐயனே.. இது தவறு என்று எனக்கு தெரியும் ஆனாலும் இந்த இடம் பல உயிர்களை இழந்திருக்கிறது..இனி இவ்விடத்திற்கு வரும் யாருக்கும் எதுவும் நேராமல் காத்தருள்வாய் ஐயனே .. இதை ஒரு பக்தனாக உன்னிடம் யாசகம் கேட்கிறேன் அருள்புரிவாய் அப்பனே" மனமுருக வேண்டியவனின் உன்னை பிரகாசமாக ஒளி தோன்றியது" நிமலேந்திரா உன்னுடைய வேண்டுதலை நான் ஏற்கிறேன்.. இழந்த காதலை திரும்ப பெறவும் இந்த கோவிலை தக்க பூஜைகளுடன் மேல் எழுப்பவும் நீங்கள் அனைவரும் மறுஜென்மம் எடுத்து வருவீர்கள்.. உங்களைப் பழிதீர்க்க அந்த ரிஷி வேந்தனும் பிறப்பு எடுப்பான்" என்று அந்த ஒளி மறைந்தது...

அதன் பின்னர் அகலிகையிடம் திரும்பியவன் இத்தனை காலமாய் மறைத்து வைத்த என் காதலை உன்னிடம் தெரிவிக்கிறேன்" உன்னை மனமார நேசிக்கிறேன் அகலிகை.. உன் இதயத்துடன் என் இதயம் கோர்க்கவே ஆசைக்கொண்டேன்..இப்பொழுது உன் கரத்தை என்னிடம் தருவாயா? என்றான் வலியுடன்..

அதனை கேட்டு மகிழ்ந்த அகலிகை தன் கரத்தினை அவன் கரத்தில் சேர்க்க எண்ணி இருவரும் கோர்க்க முயன்ற வேளை அவர்களின் உயிர் அந்த கரம்கோர்க்காமல் பிரிந்தது..

அதன்பின்னர் மண்டோதரி சித்தர்களால் கட்டி வைக்கப்பட்டாள்.. நான் உன் தாய், தந்தை இறந்ததும் கடும் தவம் புரிந்து சித்தராகி விட்டேன்..என் மனைவி இறந்த பின் மற்றும் மகளுக்கு திருமணம் முடித்து நான் நாட்டை

விட்டு வெளியேறி விட்டேன்.

அகலிகையின் தாய், தந்தை பெற்ற மகளை இழந்து, தங்கள் தெய்வத்தின் கோவிலை காணாது கவலையுற்றவர்கள் சில காலத்திலேயே தங்கள் உயிரை துறந்தனர்..அகலிகையின் சிற்றன்னையின் மகளை சடகோப பூபதியின் மகன் மணந்து கொண்டு அவர் மூலம் தோன்றிய வம்சமே தற்போது இருக்கும் இக்குடும்பம்..

இவை அனைத்தையும் கேட்ட ரிஷி க்கு உடல் நடுங்க துவங்கியது.. "நா.. நான் இப்படி எல்லாம் பண்ணேனா? நோ நோ நான் அப்படி எல்லாம் செய்ய மாட்டேன்.. நான் போறேன் போறேன்.." என்று ஓட துவங்கியவனை தடுத்து நிறுத்தியது காலனின் குரல்.

18

வஞ்சகம் தீர்த்து தன் மனம் கவர்ந்தவளை அடைய தான் பிறப்பேடுத்தானோ? என்ற எண்ணம் தோன்ற அவ்விடத்தில் நிற்க முடியாமல் ஓட்டமும் நடையுமாக செல்ல முற்பட்டவனை தடுக்க நினைத்தான் காலன்.

தன்னுடைய முன் ஜென்மத்தை பற்றி அறிந்து கொண்டவன் அது பொய் என்று நினைத்து பித்து பிடித்தவன் போல் ஓடலானான் ரிஷி.. அவனை தடுக்க நினைக்கவில்லை சந்திர சித்தர் மாறாக மற்றவர்களின் நிலையை அறிய விரும்பினார் அவர்.. அவர்களை நோக்கி முன்னேற நினைக்கையில் பகலிலும் இருள் சூழ ஆரம்பித்தது.. இதன் காரணம் புரியாமல் நின்ற வேலையில் அங்கே அவர்களின் மூளைக்குள் பல மாற்றங்கள் நிகழ தொடங்கினர் அவர்கள் நின்றிருந்த இடமே நில அதிர்வு வந்ததை போல் உணர்ந்தார்கள்.. இதுவரை கனவில் மட்டும் வந்த நினைவுகள் முழுவதும் கண் முன் தெரிவதை போன்ற பிம்பம் உருவானது அவர்களுக்கு.. அத்தகைய சூழ்நிலையில் தங்களை திடப்படுத்தி கொண்டு கண்முன் தோன்றிய மாய பிம்பத்தை பார்க்கலாயினர்.. கடந்த காலம் முழுவதும் ஒன்றன் பின் ஒன்றாக தெரிய வர அதில் கோவில் மறைவதும்

தெரிய ஆரம்பித்தது கூட தெளிவாக தெரிந்தது.. அந்த நேரம் அவர்களின் உடையும் அக்காலத்தில் இருந்ததை போல் மாற துவங்கியதை போல் உணர்ந்தனர்.. கண் முன்னே வரும் காட்சிகள் கற்பனையா அல்லது கனவா என்று புரியாமல் நால்வரும் சித்தரை நோக்கி தலையை பிடித்து கொண்டே ஓடினர்.

நிமலன், " சித்தரே எங்களுக்கு என்ன ஆகுது? ஏன் இப்படி எல்லாம் நடக்குது? என்று நடப்பது புரியாமல் வினவினான்.

அவரோ பதிலேதும் சொல்லாமல் சிரித்தபடி நின்றிருந்தார்.

தேவ்," அய்யோ இப்ப எதுக்கு சிரிக்கிறீங்க.. எங்க கண் முன்னாடி ஒரு படம் ஓடுச்சே அது என்ன? இந்த காட்டுல பிரோஜக்டர் யார் வச்சி இருக்காங்க? அது நாங்க நடிச்சா மாதிரியே இருக்கே எங்களுக்கே தெரியாம எங்களை மெஸ்மரைஸ் பண்ணி நீங்க தான் இந்த வேலைய பார்த்தீங்களா?"

அதற்கும் அவர் பதில் சொல்லாமல் தான் நின்றிருந்தார்.

அகலிகா," ஐயா இங்க நடக்கறது.. அது.. அது.. வந்து.. அது நாங்க தானா? என்று அவள் வார்த்தைகள் தடுமாறியது.

"ஆம்"

தேவ், "அதை தானே நானும் கேட்டேன்? எனக்கு பதில் சொல்லாம இவளுக்கு சொல்றீங்க இவ பெரிய ராஜகுமாரி இவளுக்கு மட்டும் என்ன தனி கவனிப்பு" என்றான் கோபமாக.

" அவள் ராஜகுமாரி தான் தேவேந்திரா.. உங்கள் முன் தோன்றிய பிம்பத்தை நன்கு கவனித்தாயா? சற்று நேரத்திற்கு முன் உங்கள் ஆழ் மனதில் தோன்றிய நினைவுகள் உங்களின்

கடந்த காலத்தை நினைவுப்படுத்தவில்லையா?"

" அப்ப அதெல்லாம் இந்த முன் ஜென்மம்னு சொல்லுவாங்களே அது மாதிரியா? எனக்கு ஏன் அந்த நினைவுகள் சரியா வரல?.. நிமலா டேய் அண்ணா உனக்கு.. "என்றவன் அவன் நின்ற தோரணையில் மிரண்டு ஓர் அடி பின்னே நகர்ந்தான்.

கண்களில் அப்படி ஒரு தீக்ஷண்யம், அவன் கரங்கள் இரும்பென இறுகி இருந்தனர்.. எதையோ வெல்ல துடிக்கும் ஒரு வீரியம், திடகாத்திரமான புஜங்கள்.. இத்தனை வருடத்தில் அவனை தேவ் ஒரு போதும் அவ்வாறு கண்டதில்லை.. பயந்தவாறே அவன் அருகில் சென்றவன் "நிமலா உனக்கு என்ன ஆச்சு? ஏன் இப்படி நிக்குற? உடம்புக்கு ஏதும் முடியலையா? கோவிலை பற்றி ஆராய்ச்சிலா இன்னைக்கு வேண்டாம் வா வீட்டுக்கு போகலாம்" என்று அவன் கரம் பற்றி இழுத்தான் ஆனால் அவனை ஒரு அடி கூட நகர்த்த முடியவில்லை.. "அண்ணா என்ன ஆச்சு? சித்தரே என்ன ஆச்சு அவனுக்கு? யாராவது எதாவது சொல்லுங்களேன்.. என்று நகர்த்தவன் நின்ற இடத்தில் மயங்கி சரிந்தான்.

அவன் மயங்கி சரியவும் தனுஜா அவனை தாங்கி கொண்டாள்" தேவா என்னை பாருங்க.. நான் உங்க தாரகை.. உங்களுக்கு எங்களை அடையாளம் தெரியலையா.. அந்த ஜென்மத்தில தான் நம்மளாள ஒன்னு சேர முடியல இந்த ஜென்மத்துல அந்த மாதரி எதுவும் நடக்காது..உங்களுக்கு எதுவும் நியாபகம் வரலையா? கண்ண திறந்து பாருங்க எனக்கு பயமா இருக்கு" என்று கதறியவளை பார்த்த பொழுது தான் சந்திரருக்கு ஒரு விசியம்

தெளிவாக ஆரம்பித்தது..

" அப்படியெனில் உங்கள் மூவருக்கும் நடந்த விசயங்கள் நினைவில் வந்து விட்டது அப்படி தானே?"

அப்பொழுதும் நிமலன் எந்த ஒரு அசைவும் இன்றி அதேபோல் நின்றிருந்தான் அகலிகாவும், தனுஜாவும் மட்டும் ஆம் என்று தலையாட்டி-னர்.

"இப்பொழுது நினைவுகூர்ந்து பாருங்கள் உங்களுக்கு உங்களின் முன்ஜென்மம் அதாவது கடந்த காலம் என்னென்ன நினைவில் வருகி-றது இவர்கள் அந்த ஜென்மத்தில் யார் என்று உங்களுக்கு புலப்படுகிறதா?"

" சரியா தெரியல சித்தரே ஆனா காதலிச்ச எங்களால ஒன்று சேர முடியாமல் யாரோ ஒருத்தரால இறந்து போயிருக்கோம்ன்னு மட்-டும் தெளிவா புரியுது" என்றாள் அகலிகா.

" ஆமா எனக்கும் இங்க வந்ததிலிருந்து எது-வும் தோணல ஆனா இப்ப எனக்குள்ள ஏதோ ஒரு மாற்றம் வந்தது மாதிரி தோணிச்சு அதுல நான் இந்த மாதிரி டிரஸ் பண்ணல அதே மாதிரி என் கூட இருந்தவங்க இப்போ இருக்க என்னோட பிரண்டு என்னோட ஹெயர் ஆபீ-ஷியல் மாதிரி இல்ல வேற ஏதும் அந்த காலத்துல ராஜா டிரஸ் பண்ற மாதிரி போட்-டுக்கிட்டு இருந்தது மாதிரி தெரிஞ்சது" என்-றாள் தனுஜா.

" ஆம் நீங்கள் இருவரும் சொல்வது உண்-மைதான் உங்கள் மனக்கண்ணில் தெரிந்தது அனைத்தும் உண்மையே உங்களின் வேண்-டுகோளுக்கு இணங்க அந்த சர்வேஸ்வரனின் மகன் தன்னை மறைத்துக் கொண்டு இங்கிருக்-கும் மக்களை கவனித்துக் கொண்டிருக்கிறார்

அவரை தக்க பூஜைகளுடன் அழைத்தோமேயா-
னால் அவர் இருக்குமிடம் உங்கள் கண்களுக்-
குப் புலப்படும் அப்பொழுது உங்கள் பணிகளை
தொடரலாம்.. மற்ற விஷயங்கள் யாவும் அறி-
குறிகளின் மூலம் என்னப்பன் உணர்த்துவார்
அதற்கான காலம் நேரம் நெருங்கிக் கொண்-
டிருக்கிறது.. இதோ இங்கே கண்களில் வெறி-
கொண்டு நின்றிருக்கும் இந்த நிமலனை
அழைத்து செல்ல முயற்சி செய் அகலிகா..ஒரு-
வேளை உன் வார்த்தைக்கு அவன் செவி
சாய்க்கவில்லை எனில் நீ மற்ற வேலைகளை
கவனி.. நீரீடி விட்டு வா அதோ அங்கே ஒர்
குளம் உள்ளது.. நீங்கள் பூஜையை செய்ய
வேண்டிய இடம் இதுவே.. உங்களுக்கான
உடைகளும் அங்கே இருக்கும்"

" எனக்கு ஒரு சந்தேகம் சித்தரே?"

" என்னவென்று கேள்"

"இத்தனை வருஷமா எங்களுக்கு இந்த
மாதிரி எதுவும் தோணியது இல்ல ஆனா
இப்போ இந்த மாதிரி நடக்க ஏதாவது காரணம்
இருக்கா அதுவுமில்லாம நானும் இத்தனை
வருஷமா தனு கூட பிரெண்டா தான் இருந்-
திருக்கேன் ஏன் பழைய ஞாபகம் அப்ப வரல?
எனக்கு வரல சரி அட்லீஸ்ட் அவளுக்கு ஏதா-
வது ஒரு குறிப்பாக ஆவது உணர்ந்து இருக்-
கலாம் இல்லையா அவளுக்கும் ஏன் அந்த
மாதிரி எதுவும் தோணல?" என்றாள் புரியாமல்.

" காரண காரியம் என்று இவ்வுலகத்தில்
எதுவும் நடப்பதில்லை அதேபோல்தான் உங்கள்
நினைவுகள் இத்தனை வருடத்தில் வராமல்
இருந்ததற்கும் ஒரு காரணம் இருக்கும்.. நீங்கள்
பருவ வயதில் அதாவது திருமணம் ஆக
வேண்டிய வயதில் அகால மரணம் அடைந்-

தீர்கள் தற்போது உங்களுக்கு அதே வயது.. அதனால் தான் என் அப்பன் உங்கள் அனைவரையும் இங்கே வர வைத்திருக்கிறார் இதில் வேந்தனுக்கு நான் அனைத்தையும் நினைவுகொள்ள செய்தேன் அதில் ஒரு சுயநலம் அடங்கியிருந்தது ஆனால் அதை ஏற்கக்கூடிய மனநிலையில் அவன் இல்லை இப்பொழுதும் அந்தக் காலன் அவனை தன் வழிக்குக் கொண்டுவர எண்ணிக் கொண்டிருக்கிறான் அதில் அவன் தப்பித்தால் நல்லதே நடக்கும் இல்லையெனில் என் அப்பன் என்ன முடிவு செய்து இருக்கிறாரோ அதுவே நடக்கும்.. மற்றுமொரு விஷயம் உங்கள் அனைவருக்கும் முன்ஜென்ம நினைவு வந்ததற்கு முக்கியமான காரணம் நீங்கள் இறந்த நாள் இன்று.. அந்த மண்டோதரியின் சக்தி பல மடங்கு பெருகும் நாளும் இன்றே இன்று கிரகண காலம்.. அதனால் விரைந்து செயல்படுங்கள் என் அப்பன் தான் இருக்கும் இடத்தை அவரே உங்களுக்கு சுட்டிக்காட்டுவார்.."என்றார்.

அதன்பின் அகலிகா நிமலனை அழைத்து செல்ல முற்பட்டாள் அது பயனற்று போகவே சித்தர் சொன்ன படி நீராட சென்று விட்டாள்.

அவள் சென்ற பிறகு அதுவரையில் கண் விழிக்காமல் இருந்த தேவ்வை உற்று நோக்கியவர் ஏதோ யோசித்தவராய் நிமலன் இருக்கும் இடத்தை அடைந்தார்.

" நிமலேந்திரா ஏன் இவ்வாறு அமைதியாக இருக்கிறாய் உன் கோபத்தை கட்டுப்படுத்துவது சரியன்று.. இந்த அமைதி நல்லதற்கல்ல.. உன் சேவற்கொடியோனை மறுபடியும் கண்குளிர காண போகும் நாள் இன்று அதற்கான ஏற்பாடுகளை செய்ய வேண்டாமா அங்கே பார்

முன் ஜென்மத்தில் உன் நண்பனாய் இருந்து இந்த ஜென்மத்தில் உன் தமையன் ஆகியி-ருக்கும் அந்த தேவேந்திரனை பார் அவனின் இந்த நிலை உனக்கு புரியவில்லையா அவனை நிகழ்காலத்திற்கு அழைத்து வருவது உன் பொறுப்பு அதேபோல் இக்காலத்திற்கு ஏற்ப செயல்படுவது உன் கடமை பழைய நினைவுக-ளிலிருந்து மீண்டு வா உன் குறிக்கோள் சேவற் கொடியோனே அடைவது மட்டுமே.. எத்தனை தடைகள் வந்தாலும் அவரின் அந்த சன்னதியை வெளிக்கொணரும் நாள் இன்று அதில் எந்த தடைகள் வந்தாலும் தகர்த்தெறியும் சக்தி உனக்குள் இருக்கிறது.. விழித்தேழு நிமலேந்-திரா" என்று அவனை ஓங்கி அறைந்தார் சித்தர் .

அதில் நினைவுகளிலிருந்து மீண்டு அவன் தன் தமையன் இருக்கும் நிலையைக் கண்டு அஞ்சியவாறு அவனிடம் சென்றான் தனுஜா அவனைத் தாங்கிக் கொண்டிருப்பதை பார்க்-கும்பொழுது ஏதோ இனம்புரியாத உணர்வு தோன்ற அதை புறம்தள்ளியவனாய் தன் தமையனை எழுப்ப முயற்சி செய்து கொண்-டிருந்தான்.. கன்னம் தட்டி எழுப்பியவன் எந்த அசைவும் இல்லாததைக் கண்டு சித்தரை திரும்பிப் பார்த்தான்.. அவர் மறுபடி முயற்சி செய்ய என்றவாறு கையை அசைக்கவும் அவன் கன்னத்தில் ஓங்கி அறைந்தான் அதில் கண் விழித்தவன் கண்களுக்கு முன்ஜென்மத்-தில் தோழனாய் பாதுகாவலனாய் இருந்த நிம-லேந்திரனாய் தெரியவும் அவனை நொடியும் தாமதிக்காது அணைத்துக் கொண்டான்.." என்னை மன்னித்துவிடு இந்திரா என்னால் உங்களை காப்பாற்ற முடியவில்லை" என்று

அழ ஆரம்பித்தான்.

"சித்தரே என்ன இது இவன் பழைய கால நினைவுகளில் இருந்து இன்னும் மீளவே இல்லை போல இருக்கே!! இவனை எப்படி பழைய நிலைக்கு கொண்டு வரர்து? எங்களுக்கு உதவி செய்யுங்கள்" என்று கெஞ்ச ஆரம்பித்-தான்..

" நிமலா அவன் சில நிமிடங்களில் மீண்டு விடுவான்.. உங்களால் நினைவுகள் வந்த பொழுதே ஏற்க முடிந்தது ஆனால் அவனால் அது முடியவில்லை.. உன்னை உன் முகத்தை பார்த்ததும் மறுபடியும் முன் ஜென்ம நினை-வுகள் தோன்றவே அதை அவனால் அவனின் மனதால் ஏற்றுக் கொள்ள முடியவில்லை என்-பது தான் உண்மை.. என்றவர் தனுவிடம் திரும்பி தனுஜா உன் கரத்தினை அவன் கரத்-தோடு சேர்த்து வை மற்றது தானாக நடக்கும்.. நிமலா நீ என்னோடு வா அவன் வருவான்.. அவர்களுக்கு தனிமை வேண்டும்.. " என்றவாறு அவனை நீராட அழைத்து சென்றார்.

இங்கே.." தேவ் உனக்கு என்னை ஞாபகம் இருக்கா?"

" ஆம் தாரகை.. நீ என் உயிராயிற்றே உன்னை எப்படி என்னால் மறக்க முடியும்? நாம் இருவரும் அந்த கொடூரனின் கையில் மடிந்து விட்டோமே? சற்று பொறு நாம்.. நாம் உயிருடன் இருக்கிறோமா என்ன? இது என்ன மாதிரியான உடை? இது அனைத்தும் என் கற்-பனையா?" என்று பலவாறு கேள்வி கேட்டு குழம்பி கொண்டு இருந்தான் தேவ்.

" அய்யோ தேவ் நாம இப்ப இருக்கறது 2021 அதாவது நீங்க சொல்றது எல்லாம் நம்ம முன் ஜென்மத்தில நடந்தது.. இப்ப நாம உயிரோட

தான் இருக்கோம்.. இப்ப இருக்கறது நிஜம்.. உங்க கற்பனை இல்ல.. ஆனா நாங்க எல்லாம் எங்க கடந்த காலத்தை மனசுக்குள்ள வச்சிக்கிட்டோம் நாங்க ஏன் பிறந்தோம்னு கூட தெரிஞ்சி போச்சு.. ஆனா நீங்க அதையே ஏன் போட்டு குழப்பிட்டு இருக்கீங்க? உன் ஆழ் மனச கட்டுப்படுத்துங்க.. பழைய விசியத்தை கொஞ்சம் ஒதுக்கி வையுங்க ப்ளீஸ்" என்று அவன் கரத்தினை பிடித்து" தேவ் இப்ப இந்த நிமிடம் சொல்றேன் உங்கள பார்த்ததும் எனக்குள்ள இனம் புரியாத உணர்வு வந்தது..உங்கள பார்க்கும் போது என்னையே அறியாம உங்களை ரசிச்சு இருக்கேன்.. அதுக்கான காரணம் எனக்கு அப்ப புரியல ஆனா இப்ப புரியுது.. என் கண்ண நல்லா பாருங்க என்றதும் மந்திரத்திற்கு கட்டுப்பட்டவன் போல் அவளின் கண்களை நோக்கினான்.. அவளும் அவனின் கூரிய விழிகளை பார்த்து "தேவ் ஐ லவ் யூ இன்னும் எத்தனை ஜென்மம் எடுத்தாலும் நீ தான் என் புருஷன்.. உனக்கு என்னை பிடிச்சி இருக்கா?" என்றதும் அவன் தூக்கத்தில் இருந்து எழுபவன் போல் " ஏய் தனு நீ என்ன பண்ற இங்க அதுவும் தனியா? மத்தவங்கலாம் எங்க? ஆர் யூ ஆல்ரைட்? நீ இதுக்கு முன்னாடி என்கிட்ட ஏதாவது பேசினீயா? ஓய் என்ன நான் கேட்டுக்கிட்டே இருக்கேன் நீ எதுவுமே சொல்லாம என்னையே பார்த்துட்டு இருக்க! நான் என்ன அவ்வளவு ஹேண்ட்சமாவா இருக்கேன்? "என்றதும் இத்தனை நேரம் கட்டுப்படுத்தி வைத்திருந்த அழுகை வெளிவர அவனை ஆர தழுவி கொண்டு" தேவ் நீங்க நல்லா ஆகிட்டீங்க உங்களுக்கு பழைய நினைவுகள் இருக்கா இல்லையா? இவ்வளவு நேரம் நடிச்சிங்களா? என்-

றாள் குழம்பியவளாய்.

"இல்லை.. உண்மையிலேயே எனக்கு என்ன ஆச்சுனு புரியல பழைய கால படத்துல வரா மாதிரி என்ன என்னவோ தெரிஞ்சிது.. என்னோட ஆழ் மனச கட்டுபடுத்த ஆரம்பிச்சேன் ஆனா அது எனக்கு அவ்வளவு சுலபமா இல்லை.. தீடீரென்று ஒரு பரீட்சையமான ஸ்பரிசம் அது யாரன்னு பார்க்க மனசு சொல்லுச்சு அது தான் என்னை பழைய நினைவுகளில் இருந்து மீட்டது.. அதே மாதிரி முன் ஜென்மம் நியாபகமும் இருக்கு.. இதுக்கு முன்னாடி நீ என்ன பேசின்னு எனக்கு தெரியாது ஆனா முன் ஜென்மத்துல நீ என் தாரகைனு மட்டும் தெரியுது.. அப்ப என் காதலை விட்டுட்டேன் ஆனா இப்போ கண்டிப்பா விடமாட்டேன்.. "தனு வில் யூ மேரி மீ?" என்றான் காதலோடு..

அவளும் இதை தானே எதிர்பார்த்தாள் அதனால் சந்தோஷமாய்" எஸ் ஐ வில் தேவ் "என்றாள் வெட்கத்துடன்.

அங்கே, நிமலனை அழைத்து வந்த வேலவர் அங்கே இதுவரை கண்டிராத வகையில் ஒரு தடாகம் இருந்தது அதில் இருந்த நீர் அவ்வளவு சுத்தமாக குப்பைகளின் ஏதுமின்றி இருந்ததை பார்த்ததும் நிமலனுக்கு பெரிதும் ஆச்சரியம்.. இவர்களுக்கு முன்னே அங்கே வந்திருந்த அகலிகா நீராடிவிட்டு பூஜைக்கான ஏற்பாடுகள் செய்ய ஆயத்தமாகிக் கொண்டிருந்தாள்.. அவளைக் கண்டவுடன் அவர் குறுநகை புரிந்து விட்டு " அகலிகா நீ சென்று பூஜைக்கு தேவையான மலர்களை பறித்து வா அதற்குள் உனது தோழர்கள் வந்துவிடுவார்கள்" என்றதும்

"சித்தரே இந்த இடத்துல எப்படி பூஜைக்கு தேவையான பொருட்கள் கிடைக்கும்?" என்-

றாள் புரியாமல்.

"இது வனம் என்பதை மறந்து விட்டாயா அகலிகா? கடவுள் இருக்கும் இடத்தில் மலர்கள் கிடைக்காதா என்ன? அது மட்டும் இன்றி பூஜைக்கு தேவையான அனைத்து திரவிய கட்டைகளும், அதுவுமின்றி நைவேத்ய பொருட்களும் உங்கள் குடும்பத்தினர், ஊர் மக்கள் சகிதமாய் இங்கே சில மணி நேரத்தில் வந்து விடுவார்கள்.. நீ செல்"எனும் போதே..

அங்கே தேவ் மற்றும் தனுஜா இருவரும் முகம் கொள்ளா புன்னகையுடன் வந்து கொண்டிருந்தனர்.. அவர்கள் புன்னகையை கண்ட மற்ற மூவருக்கும் அந்த சந்தோசம் தொற்றிக்கொண்டது.

" ஏய் தனு என்ன ஆச்சு? உங்க இரண்டு பேருக்கும் ரொம்ப ஹாப்பியா இருக்கீங்க? பழைய காதல் நினைவுக்கு வந்தாச்சு போல இருக்கே!"

"ஆமா அகி எங்களுக்கு பழைய விசயம் நியாபகம் இருக்கு ஆனா அதுல தேவையான விசயத்தை மட்டும் நாங்க மனசுல வச்சிக்கிட்டோம் அவ்வளவு தான்"

"எந்தெந்த விசயங்களை நினைவில் வைத்து கொண்டு இருக்கிறீர்கள்? "என்றார் சந்திரசித்தர்

.

"சித்தரே எங்க காதல அழிச்சு கோவில் மறைய காணாம போன விசயம் மட்டும் நல்லா நியாபகம் இருக்கு"என்று தன் முஷ்டியை இறுக்கினான்.

"அமைதி கொள் தேவேந்திரா இது நீ சிந்தித்து செயல்பட வேண்டிய நேரம்.. உங்களின் இந்த பிறப்பு உங்கள் மனம் கவர்ந்தவர்களை சேர மட்டும் அல்ல உங்கள் தெய்வமான

சேவற்கொடியோனை வெளி கொண்டு வருவ-
தும் ஆகும்.. அதற்கான பணியில் நீங்கள் ஈடுப-
டுங்கள் நடப்பது யாவும் அவன் செயலே.. நீங்க
ஆக்க பிறந்தவர்கள் அழிக்கும் வேலையை
அவர் பார்த்து கொள்வார்.. அதில் சில வேலை-
களை மட்டும் நீங்கள் செய்ய வேண்டும்..
பணிகளை தொடருங்கள்.. என்றவர் நான்.. நான்
வேந்தனின் நிலையை அறிந்து வருகிறேன்
"எனும் போதே அவரின் குரலில் தொய்வு ஏற்-
பட்டது.

அதை கண்டு கொண்ட நிமலன்" சித்தரே
போய்ட்டு வாங்க.. இந்த ஜென்மத்தில இல்-
லைன்னாலும் போன ஜென்மத்தில் அவர் உங்க
மருமகன் அதனால நீங்க எங்க கிட்ட கேட்க
வேண்டிய அவசியமே இல்ல பாவம் அவனுக்கு
எதுவும் தெரியாதுல்ல"

" இல்லை உங்களுக்கு அனைத்தும் தெரிய
வரும் முன்னரே நான் அவனுக்கு அனைத்தை-
யும் கூறி விட்டேன்.. ஆனால் அவனால் அதை
ஏற்று கொள்ள முடியவில்லை.. அந்த நேரம்
காலன் அவனை மறித்து நின்றான்.. இச்சம-
யம் அவனின் மனதை கட்டுப்படுத்த வேண்-
டும்.. பார்ப்போம்"என்றார்.

"எங்களுக்கு மட்டும் மனக்கண்ணில் எல்-
லாம் தெரிஞ்சது அவனுக்கு ஏன் அப்படி
ஆகல?"

"அவனுக்கு மரணம் நெருங்கும் நேரத்தில்
மட்டுமே அனைத்தும் நினைவில் வரும் என்-
பது என் மனக்கண்ணில் தெரிந்த ஒன்று.. இம்-
முறையும் அவனை இழக்கும் சக்தி என் அப்-
பன் எனக்கு அளிக்கவில்லை ஆகையால் தான்
அவ்வாறு செய்தேன்" என்றார் எங்கையோ
வெறித்தபடி.

" சித்தரே நீங்க கவலைப்படாமல் இருங்க.. ரிஷி தெளிவான ஒரு முடிவுக்கு வருவான்.. அவனை இந்த ஜென்மத்தில காலனால ஏமாத்த முடியாதுன்னு தோணுது" என்றான் அவனை தேற்றும் விதமாக.

"சித்தரே நீங்க போய்ட்டு வாங்க அதுக்குள்ள நாங்க பூஜைக்கு தேவையான பூக்களை ரெடி பண்ணி வைக்கிறோம்" என்றாள் அகலிகா.

"அகலிகா நீயும் இவங்களும் இங்க இருக்க வேலைய பாருங்க.. நான் சித்தர் கூட போய்ட்டு வரேன் "என்றான் தேவ்.

"தேவ் நீ எதுக்கு அவர் போய்ட்டு வரட்டும்.. நீ இங்கேயே இரு" என்றான் நிமலன் பதறியபடி.

" ஹா ஹா ஹா.. நீ என்னோடு வா தேவேந்திரா.." என்றவர் அவனை அழைத்து கொண்டு ரிஷி இருக்கும் இடத்தை அடைந்தார்.

அங்கே.. காலன் ரிஷியை பழி உணர்வு கொண்ட வேந்தனாக மாற்றும் முயற்சியில் ஈடுபட்டு கொண்டு இருந்தான்..

வானம் எங்கும் கரு நிறம் சூழ்ந்து அச்சுறுத்தும் வகையில் இருந்தது.. இத்தனை வருட காலத்தில் ரிஷி அப்படி ஒரு கால மாற்றத்தை கண்டதில்லை.. அச்சம் தலைதூக்கியவனாய் கண் மூடி நின்றிருந்தான்.. அவன் கண் திறந்தால் அவனை தன் வசியத்தால் மண்டோதரியிடம் கொண்டு செல்லலாம் என்று நினைத்தவனுக்கு சில மணி நேரமாய் தோல்வியே கிடைக்க கோபம் கொண்டவன் தன் அரூப சக்திகளை ஒன்று திரட்டி அவன் இருக்கும் இடத்தை இருளாக மாற்றி கொண்டிருந்தான்.. இருளாக மாறியதும் நிசப்தமான தோற்றத்தை ஏற்படுத்த காலன் அமைதி காக்க பெரும்

முயற்சி செய்து கொண்டிருந்தான்.. கண்களை திறந்து பார்க்கலாம் என்று நினைத்த வேலையில் "வேந்தா கண்களை திறவாதே அவன் உன்னை வசியம் செய்து விடுவான்" என்று எச்சரிக்கை செய்தபடி வந்தார் சந்திர சித்தர்..

அவனை எச்சரித்ததும் சித்தரை எரிக்கும் பார்வை வீசினான் காலன்.. அதற்கெல்லாம் பயப்படுவாரா சேவற்கொடியோனின் பக்தன்.. அவனை நோக்கி குறுநகை சிந்தியவர் ரிஷியை காக்கும் நோக்கோடு அவனை சுற்றி மாய வட்டத்தை வரைந்தார் அது அவனை காலனின் வசிய மந்திரத்தில் இருந்து காப்பாற்றும்..

இத்தனை நாட்களாக நிமலன், ரிஷி, வேலவரின் கண்களுக்கு மட்டும் தென்பட்ட காலன் இன்று நடப்பதை கவனித்து கொண்டு இருந்த தேவ் வின் கண்களுக்கும் தெரிய ஆரம்பித்தான்.. அவனை கண்டு அச்சம் கொள்வதற்கு பதில் அவனின் இயல்பு குணமான குறும்புத்தனம் தலைத்தூக்க ஆரம்பித்தது.

காலனை நோக்கி"ஓய் பிளாக்கி இங்க பாரு.."என்றதும் யாரை அழைக்கிறான் என்று தெரியாமல் கோபமாக மரங்களை அசைத்து கொண்டிருந்தவனை பார்த்தவன் மறுபடியும் "ஓய் உன்னை தான் இவ்வளவு கருப்பா இருக்க உனக்கு உருவம் கிடையாதா? ஆனா ரொம்ப அசிங்கமா இருக்க மிஸ்டர் பிளாக்"

"நீ யாரை பரிகாசம் செய்கிறாய் என்று தெரியுமா தேவேந்திரா?" என்றான் கர்ஜினையாக.

"அட கடவுளே நீ யார்னு உனக்கே தெரியாதா.. கொடுமையே" என்றான் ஏளனமாய்.

"அடேய் உன்னை என்ன செய்கிறேன் என்று பார்" என்று கத்தியவன் அவனை வசியம்

செய்ய முயற்சி செய்தான் அது பலனற்று போகவே மறுமுறை முயற்சி செய்தான் நடப்பது என்னவென்று புரியாமல் சந்திரரும் நிற்க கடவுளே கதி என்று அவரின் நாமத்தை உச்சரிக்க துவங்கினார்..

'என்ன ஆயிற்று என் சக்திக்கு? இவனை ஏன் என்னால் வசியம் செய்ய முடியவில்லை?'

"என்ன பிளாக்கி என்னடா இவனை நம்ளால ஒன்னும் பண்ண முடியலையேன்னு யோசிக்கிறீயா? வசியம் செய்யனும்ன்னா என்னோட கவனம் உன்மேல மட்டும் தான் இருக்கனும் அதுவும் இல்லாம உன்னை பார்த்தும் தெரிஞ்சி போச்சி நீ தான் அந்த மைண்ட் சென்சர்னு அப்படி இருக்கும் போது உன்கிட்ட நான் மாட்டுவேனாடா யூ சில்லி..இங்க பாருடா என் அம்மா எப்பவும் சொல்லுவாங்க வசியம் செய்ய மூனு இடம் தான் இந்த புருவ மத்தியில், கழுத்தின் பின்புறம், உச்சி வகிட்டில்.. நான் பொண்ணு இல்ல அதனால புருவ மத்தியில் குங்குமம் வைத்து திருநீறு வைத்திருக்கிறேன்.. அது தான் காரணம் இப்ப புரியுதா?" என்றவனை அதிசயமாக பார்த்தார் சந்திரர்..

"தேவேந்திரா நீ சொல்வது சரியே.. வேந்தா உன் நெற்றியை காட்டு நீரில்லா நெற்றி பாழ் என்று நீ கேள்விப்பட்டது இல்லையா? அது தான் இங்கே நடந்தது.. அந்த காலனால் உன்னை வசியம் செய்ய முடியாது.."என்றவர்களை"நீங்கள் சொல்வது சரி தான் என்னால் உங்களை வசியம் செய்ய முடியாது.. ஆனால் என் சக்தி அது இத்தனை வருடத்தில் பன்மடங்கு பெருகி உள்ளது" என்று கொடூரமாக சிரித்தவன் கண் இமைக்கும் நேரத்தில் தேவ்வை நோக்கி நெருப்பு பந்தை எறிந்தான்

தன் சக்தியை உபயோகப்படுத்தி..

செய்வதறியாது பயத்துடன் நின்றிருந்த தேவ்வை காப்பாற்ற சித்தர் தன் சக்தியை பயன்படுத்த எண்ணியவரின் கைகளை கட்டி-விட்டான் காலன் அவர் எதிர்பாராத நேரத்தில்..

அவனை காப்பாற்றும் வழி தெரியாமல் முருகரின் நாமத்தை உச்சரித்து கொண்டு அவனை காப்பாற்ற வேண்டி கொண்டிருந்தார் அவர் .. அந்த நேரத்தில் அப்படி ஒரு அதிசயம் நிகழும் என்று யாரும் எதிர்பார்த்து இருக்க மாட்டார்கள்.. ஊர் மக்கள் பாதுகாப்பிற்காக தங்-களுடன் எடுத்து வந்த காளி தேவியின் மந்-திரிக்கப்பட்ட நீரினை தேவ் காலனின் மீது தெளிந்ததும் அவனின் அரூப உருவமும் கதற தொடங்கியது.. அங்கிருந்த தப்பிக்க எண்ணிய-வன் காற்றோடு காற்றாக மறைந்து மண்டோ-தரியின் பாதத்தில் சென்று அமர்ந்தான்.. "தேவி இம்முறையேனும் அந்த மூவரையும் அழித்து உமது சக்தியை பெருக்கி இந்த உலகத்தை ஆட்டி படையுங்கள் என்றவன் காளி தேவியின் நீரால் முற்றிலும் மறைந்து போனான்.

அவனின் உடலை சில நிமிடம் வெறித்து பார்த்த மண்டோதரி ஆத்திரம் கொண்டவளாய் தன் சக்தி முழுவதும் ஒன்று திரட்டி காலனை மறுபடியும் உயிர்த்தெழ செய்தாள்.. முழு உரு-வம் பெற்று முன்னர் இருந்ததை விட மேலும் விகாரமாய் தலையில் மண்டை ஓடு மட்டுமே இருந்தது.. தோல் ஏதும் இன்றி மிகவும் பயங்-கரமாய் இருந்தது.. தன் உருவத்தை தண்ணீரில் பார்த்தவன் காடெங்கிலும் எதிரொலிக்கும்படி சிரிக்க ஆரம்பித்தான்.. "காலனே நீ உன் பெய-ருக்கு ஏற்றவாறு அவர்களை அழிக்கவே உனக்கு என் சக்திகளில் பாதியை அளித்துள்-

ளேன்.. நீ கிரகண காலம் ஆரம்பிக்கும் நேரத்தில் எனக்கு உன் ரத்தத்தால் அபிஷேகம் செய்.. எலும்புகளான உன் உருவத்தில் இருந்தும் ரத்தம் வரும் அதனை என் தலை முதல் பாதம் வரை அபிஷேகம் செய்து என் நாமங்களை உச்சரித்து வடக்கு திசையில் உள்ள ஒரு உயிரினத்தை என்னை குளிர்விக்க பலியிட வேண்டும்.. அதனின் ரத்தமும் என்னை வந்து சேர வேண்டும்.. அதன் பின் என் கையில் இருக்கும் இந்த சக்தி வாளினை எடுத்து கொண்டு கிரகண காலத்தில் பால முருகர் சன்னதி இருக்கும் இடத்தை அடைந்து விடு நினைவில் கொள் அதற்குள் அவர்கள் கோவிலை வெளி கொண்டு வந்து இருக்க கூடாது.. அவ்வாறு இருப்பின் இத்தனை வருட காலம் மறைந்திருந்த அந்த இருவரின் சக்தியும் வெளி வந்து விடும்.. அவர்களின் சக்தியும் பன்மடங்கு பெருகி இருக்கும்.. அதிலும் அவர்கள் கையில் அந்த நவரத்தின வாள் கிடைத்து விட்டால் நான் உனக்களித்த சக்திகள் யாவும் குறைய தொடங்கி விடும்.. அந்த வேல் எவ்வளவு சக்தி வாய்ந்தது என்று நான் சொல்லி நீ அறிய வேண்டியது இல்லை.. அதன் ஒளி உன் மேல் பட்டால் அதோடு இவ்வுலக பயணத்தை நீ முடித்து கொள்ள கூடும்.. கவனம் அவசியம் நீ அழியும் முன் இந்த வாளினை கொண்டு அவர்களின் சக்தியை அழித்து இதில் நிரம்பி விடு.. நினைவு கொள் அனைத்தும் கோவில் வெளி வரும் முன் நடந்து முடிந்திருக்க வேண்டும்" என்று காலன் செய்ய வேண்டிய அனைத்தையும் சொல்லி விட்டு அதோடு மண்டோதரியின் குரல் மறைந்தது.

அங்கே பால முருகர் இருந்த சன்னதியில் நிமலனும் அகலிகாவும் நீராடி விட்டு ஹோம குண்டத்தின் அருகில் இருவரும் பால முருகரை தங்கள் மனதில் நிறுத்தி மனமுருக வேண்டிக் கொண்டு இருந்தனர்.. அவர்கள் இருவரும் அவ்விடத்தில் வந்ததும் எங்கிருந்தோ வந்த மயில் நிமலனின் அருகில் சென்று அமர்ந்தது.. அதை கண்டதும் நல்ல சகுனமாக எண்ணிய ஊர் மக்கள் தொடர்ந்து அரோகர கோஷத்தை எழுப்பி கொண்டிருந்தனர்.. அப்பொழுது வயதான ஜோடிதர் ஒருவர் "நிமலேந்திரா கிரகண காலம் வரும் முன் நீ இக்கோவிலை வெளி கொண்டு வந்து விடு இல்லையேல் இம்முறையும் நீங்கள் அனைவரும் இறந்து விடுவீர்கள்" என்று எச்சரித்தார் "சரி" என்று திரும்பியவனின் கண்களுக்கு அந்த வயதான ஜோடிதர் தெரியவில்லை.. மற்றவர்களை பார்த்தால் அவர்கள் கவனம் சிதறவே இல்லை" அகி இங்க வயசானவர் ஒருத்தர் வந்தாரே நீ பார்த்தியா?"

" அப்படி யாரையும் பார்க்கலையே இந்திரா.. ஏன் என்ன ஆச்சு?" என்றாள் குழம்பியவளாய்.

"எதுவும் இல்லை ஐயரே கிரகணம் ஆரம்பிக்க இன்னும் எவ்வளவு நேரம் இருக்கு?"

"இன்னும் இரண்டு மணிநேரம் இருக்கு.. இரவு 7.05 மணிக்கு தான் கிரகணம் ஆரம்பித்து 9.45மணிக்கு முடியும்"

"அப்போ அதுக்குள்ள கோவிலை வெளியே வர வைக்கனும்.. சீக்கரம் ஏதாவது பண்ணுங்க"

"கணபதி ஹோமம் முடிஞ்சாச்சு இனி பிரயாசித்த ஹோமம் பண்ணிட்டு எல்லாரும் மனமார வேண்டிக்கோங்கோ கோவில் வெளியே வரும்னு நம்பிக்கை இருக்கு..என்

தோப்பனார் கிரக நிலை கணித்து சொன்னபடி பார்த்தா என்னைக்கு கழுத்தில் வேல் சின்னமும், வலது கையில் ஓம் முத்திரையும் கொண்ட ஆணும் பெண்ணும் ஒன்றாக ஹோமம் பண்றாலோ அன்னைக்கு தான் அந்த அதிசயம் நடக்கும்னார்.. அந்த காலம் வந்துடுத்து.. அரோகர" என்றார் சந்தோஷமாய்.

அப்பொழுது தான் தங்கள் பூர்வ ஜென்மத்தில் தங்களுக்கிருந்த சக்திகளை பற்றிய தெளிவான நினைவு வந்தது அவர்களுக்கு.." எங்களுக்கு நீங்க சொன்ன முத்திரை இருக்குன்னு உங்களுக்கு எப்படி தெரியும் குருக்களே?" என்றாள் அகலிகா.

" என் தாத்தா ஒரு குறிப்புல எழுதி வச்சி இருக்கா.. என் தோப்பனார் சொன்ன பலன் நேக்கு புரியலை அதனால என் தாத்தாவோட ஓலைச்சுவடில ஏதாவது புரியுமான்னு எடுத்து பார்த்தேன்.. அப்ப தான் இந்த கோவிலை பற்றியும் முத்திரை பற்றியும் எழுதி இருந்தார் அதுவும் இல்லாம அந்த முத்திரைகாரா வந்தா தான் கோவிலை வெளியே கொண்டு வர பிராயச்சித்த பூஜை நடக்கும்னு எழுதி இருந்தா அதை எல்லாம் வச்சி கணிச்சேன்.. இரண்டு நாளுக்கு முன்னாடி இதோ நம்ம சந்திர சித்தர் இருக்காரே அவா தான் வந்து கோவிலை வெளியே எடுத்துண்டு வர நேரம் வந்துட்டு அதனால பூஜைக்கு வேண்டிய ஏற்பாட பண்ணுங்கோனு சொல்லிட்டு இன்னைக்கு இங்க ஊர் மக்கள அழைச்சிண்டு வர சொன்னார்" என்றார்.

குழம்பியவளாய் இராஜேந்திர பூபதியை திரும்பி பார்த்தவள் அவர் ஆம் என்று தலையாட்டவும் மேலும் குழம்பியவளாய் தன் கைக்-

கடிகாரத்தைப் பார்த்தாள் அதில் தோன்றிய தேதி தாங்கள் வீட்டை விட்டு கிளம்பி இரண்டு நாட்கள் ஆகிவிட்டது என்று புரிய நடப்பது எல்லாம் பால முருகரின் செயல் என்று நம்பி-யவள் பூஜையில் தன் கவனத்தை பதித்தாள்..

நிமலன் அந்த வயதானவர் சொன்னதை நினைத்து துரிதப்படுத்த, அகலிகாவோ என்ன நடக்கிறது என்று சிறிது புரிந்தாலும் முற்றிலும் தெரியாமல் குழம்பிய மனநிலையில்.. தேவ்வும் தனுவும் பூஜையில் கவனம் இருந்தாலும் ரிஷி-யையும் கவனித்து கொண்டு இருந்தனர்.. ரிஷிக்கு உடலில் பலவித மாற்றங்கள் அது நல்லதோ கெட்டதோ என்று புரியாமல் சஷ்டி கவசத்தை முனுமுனுத்தவாறே இருந்தான்.. ஒவ்வொருவரும் ஒவ்வொரு மன நிலையில் இருக்க அங்கே காலன் மண்டோதரி சொன்ன-வாறு வடக்கு திசையில் உள்ள உயிரினத்தை தேடி சென்று கொண்டிருந்தான்.

ஹோமம் விமர்சையாக எந்த தடையும் இன்றி நடந்து கொண்டு இருந்தது.. காலனும் கன்றுடன் இருந்த ஒரு பசு மாட்டை பிடித்து கொண்டு வந்துவிட்டான்.. அவன் செய்த அந்த செயல் அவனின் ஆயுளை குறைக்க போகிறது என்று தெரியாமல் கர்வமாக அதனை இழுத்து கொண்டு வந்திருந்தான்.. உடன் அதன் கன்றும் கத்திக்கொண்டே வந்ததை பார்க்கும் போது கல்லுக்கும் கண்ணீர் வழியும்..

அதனை பொருட்படுத்தாமல் அப்பசுவினை வெட்டி அதன் ரத்தத்தை மண்டோதரிக்கு அபி-ஷேகம் செய்தான் அந்த கொடூரன்.. மண்டோ-தரியின் வாக்குபடி தன் எலும்புகளை வெட்டி-யும் ரத்த அபிஷேகம் செய்தான்.. அனைத்தும் முடிந்து சுமார் 8 மணியளவில் பால முருகர்

கோவில் இருக்கும் காட்டை நோக்கி நடந்து கொண்டிருந்தான்..

அவன் சென்ற சில நிமிடங்களில் ரிஷியுடன் மண்டோதரியின் காட்டை அடைந்திருந்தனர் சிவனடியார்கள்.. ரிஷிக்கு அவ்விடத்திற்கு வந்-ததும் பழைய நினைவுகள் தோன்ற அவனின் மூர்க்கதனமும் வெளிவர அவனை தடுக்க ஈசனின் தூதுவர்களான அவர்கள் "வேந்தா நீ உன் மனதினை கட்டுப்படுத்திக் கொள்.. பழைய நினைவுகளுக்கு செவி சாய்காதே.. இந்த ஜென்-மத்திலும் உன் குல தெய்வம் சுப்ரமணியர் தான்.. சண்முக கவசத்தை பாடு அது உன்னை நிலைப்படுத்தும்" என்று அவர் தன் கையில் இருந்த விபூதியை அவன் நெற்றியில் பூசவும் தன்னிலைக்கு திரும்ப முயற்சி செய்தான்..

அண்டமாய் அவனியாகி அறியொணாப் பொருள (து) ஆகித்

தொண்டர்கள் குருவுமாகித் துகள் அறு தெய்வமாகி

எண்திசை போற்ற நின்ற என்அருள் ஈசன் ஆன

திண்திறள் சரவணத்தான் தினமும் என் சிர-சைக் காக்க. ... ... (1)

ஆதியாம் கயிலைச் செல்வன்அணிநெற்றி தன்னைக் காக்க

தாதவிழ் கடப்பந் தாரான் தானிரு நுதலைக் காக்க

சோதியாம் தணிகை ஈசன் துரிசுஇலா விழி-யைக் காக்க

நாதனாம் கார்த்தி கேயன் நாசியை நயந்து காக்க. ... ... (2)

இருசெவிகளையும் செவ்வேள் இயல்புடன் காக்க, வாயை

முருகவேள் காக்க, நாப்பல் முழுதும்நல் குமரன் காக்க
துரிசஅறு கதுப்பை யானைத் துண்டனார் துணைவன் காக்க
திருவுடன் பிடரி தன்னைச் சிவசுப்ர மணி-யன் காக்க. … … … … (3)
ஈசனாம் வாகுலேயன் எனது கந்தரத்தைக் காக்க
தேசுறு தோள் விலாவும் திருமகள் மருகன் காக்க
ஆசிலா மார்பை ஈராறு ஆயுதன் காக்க, எந்-தன்
ஏசிலா முழங்கை தன்னை எழில் குறிஞ்சிக்-கோன் காக்க. … … … … (4)
உறுதியாய் முன்கை தன்னை உமையிள மதலை காக்க
தறுகண் ஏறிடவே என்கைத் தலத்தை மாமு-ருகன் காக்க
புறம்கையை அயிலோன் காக்க, பொறிக்கர விரல்கள் பத்தும்
பிறங்கு மால்மருகன்காக்க, பின்முதுகைச் சேய் காக்க. … … … … (5)
ஊண்நிறை வயிற்றை மஞ்ஞை ஊர்த்தி-யோன் காக்க, வம்புத்
தோள்நிமிர் சுரேசன் உந்திச் சுழியினைக் காக்க, குய்ய
நாணினை அங்கி கௌரிநந்தனன் காக்க, பீஜ
ஆணியை கந்தன்காக்க, அறுமுகன் குதத்-தைக் காக்க. … … … … (6)
எஞ்சிடாது இடுப்பை வேலுக்கு இறைவனார் காக்க காக்க
அம்சகனம் ஓர் இரண்டும் அரன்மகன் காக்க காக்க

விஞ்சிடு பொருள் காங்கேயன் விளரடித் தொடையைக் காக்க
செஞ்சரண நேச ஆசான் திமிரு முன் தொடையைக் காக்க. ... ... (7)
ஏரகத் தேவன்என்தாள் இரு முழங்காலும் காக்க
சீருடைக் கணைக்கால் தன்னைச் சீரலை-வாய்த்தே காக்க
நேருடைப் பரடு இரண்டும் நிகழ் பரங்கிரியன் காக்க
சீரிய குதிக்கால் தன்னைத் திருச்சோலை மலையன் காக்க. ... ... (8)
ஐயுறு மலையன்பாதத்து அமர் பத்து விரலும் காக்க
பையுறு பழநி நாத பரன், அகம் காலைக் காக்க
மெய்யுடன் முழுதும், ஆதி விமல சண்முக-வன் காக்க
தெய்வ நாயக விசாகன் தினமும் என் நெஞ்-சைக் காக்க. ... ... (9)
ஒலியெழ உரத்த சத்தத் தொடுவரு பூத ப்ரே-தம்
பலிகொள் இராக்கதப்பேய் பலகணத்து எவை ஆனாலும்
கிலிகொள எனைவேல் காக்க, கெடுபரர் செய்யும் சூன்யம்
வலியுள மந்த்ர தந்த்ரம் வருத்திடாது அயில்வேல் காக்க. ... ... (10)
ஓங்கிய சீற்றமே கொண்டு உவணிவில் வேல் சூலங்கள்
தாங்கிய தண்டம் எஃகம் தடி பரசு ஈட்டி யாதி

பாங்குடை ஆயுதங்கள் பகைவர் என் மேலே ஓச்சின்,
தீங்கு செய்யாமல் என்னைத் திருக்கைவேல் காக்க காக்க. ... ... (11)
ஔவியமுளர் ஊன் உண்போர் அசடர் பேய் அரக்கர் புல்லர்
தெவ்வர்கள் எவர் ஆனாலும் திடமுடன் எனைமல் கட்டத்
தவ்வியே வருவா ராயின், சராசரம் எலாம் புரக்கும்
கவ்வுடைச் சூர சண்டன் கைஅயில் காக்க காக்க. ... ... (12)
கடுவிடப் பாந்தள் சிங்கம் கரடி நாய் புலிமா யானை
கொடிய கோணாய் குரங்கு கோல மார்ச்சா-லம் சம்பு
நடையுடை எதனா லேனும் நான் இடர்ப் பட்டி டாமல்
சடுதியில் வடிவேல் காக்க சானவிமுளை வேல் காக்க. ... ... (13)
ஙகரமே போல் தழீஇ ஞானவேல் காக்க, வன்புள்
சிகரிதேள் நண்டுக் காலி செய்யன் ஏறு ஆலப் பல்லி
நகமுடை ஓந்தி பூரான் நளிவண்டு புலியின் பூச்சி
உகமிசை இவையால், எற் குஓர் ஊறுஇலாது ஐவேல் காக்க. ... ... (14)
சலத்தில் உய்வன்மீன் ஏறு, தண்டுடைத் திருக்கை, மற்றும்
நிலத்திலும் சலத்திலும் தான் நெடுந்துயர் தரற்கே உள்ள

குலத்தினால், நான் வருத்தம் கொண்டிடாது அவ்வவ்வேளை

பலத்துடன் இருந்து காக்க, பாவகி கூர்வேல் காக்க. ... ... (15)

ஞமலியம் பரியன்கைவேல், நவக்கிரகக்-கோள் காக்க

சுமவிழி நோய்கள், தந்த சூலை, ஆக்கிராண ரோகம்,

திமிர்கழல் வாதம், சோகை, சிரமடி கர்ண ரோகம்

எமை அணுகாமலே பன்னிருபுயன் சயவேல் காக்க. ... ... (16)

டமருகத்து அடிபோல் நைக்கும் தலையிடி, கண்ட மாலை

குமுறு விப்புருதி, குன்மம், குடல்வலி, ஈழை காசம்,

நிமிரொணா(து) இருத்தும்வெட்டை, நீர்பிர-மேகம் எல்லாம்

எமை அடையாமலே குன்று எறிந்தவன் கைவேல் காக்க. ... ... (17)

இணக்கம் இல்லாத பித்த எரிவு, மாசுரங்கள், கைகால்

முணக்கவே குறைக்கும் குஷ்டம், மூல-வெண்முளை, தீமந்தம்

சணத்திலே கொல்லும் சன்னி சாலம் என்று அறையும் இந்த

பிணிக்குலம் எனை ஆளாமல் பெரும்சக்தி வடிவேல் காக்க. ... ... (18)

தவனமா ரோகம், வாதம், சயித்தியம், அரோசகம், மெய்

சுவறவே செய்யும் மூலச்சூடு, இளைப்பு, உடற்று விக்கல்,

அவதிசெய் பேதி சீழ்நோய், அண்டவாதங்கள், சூலை
எவையும் என்னிடத்து எய்தாமல் எம்பிரான் திணிவேல் காக்க. ... ... (19)

நமைப்புறு கிரந்தி, வீக்கம் நணுகிடு பாண்டு, சோபம்
அமர்த்திடு கருமை வெண்மை ஆகுபல் தொழுநோய் கக்கல்
இமைக்குமுன் உறு வலிப்போடு எழுபுடைப்-பகந்த ராதி
இமைப்பொழுதேனும் என்னை எய்தாமல் அருள்வேல் காக்க. ... ... (20)

பல்லது கடித்து மீசை படபடென்றே துடிக்கக்
கல்லினும் வலிய நெஞ்சம் காட்டியே உருட்டி நோக்கி
எல்லினும் கரிய மேனி எமபடர், வரினும் என்னை
ஒல்லையில் தார காரி ஓம் ஐம் ரீம் வேல் காக்க. ... ... (21)

மண்ணிலும் மரத்தின்மீது மலையிலும் நெருப்பின் மீதும்
தண்ணிறை ஜலத்தின் மீதும்சாரி செய் ஊர்தி மீதும்
விண்ணிலும் பிலத்தின் உள்ளும் வேறு எந்த இடத்தும் என்னை
நண்ணிவந்து அருள் ஆர்சஷ்டி நாதன் வேல் காக்க காக்க. ... ... (22)

யகரமேபோல் சூல் ஏந்தும் நறும்புயன் வேல்முன் காக்க
அகரமே முதலாம் ஈராறு அம்பகன் வேல்-பின் காக்க
சகரமோடு ஆறும் ஆனோன் தன்கைவேல் நடுவில் காக்க

சிகரமின் தேவ மோலி திகழ் ஐவேல் கீழ்-
மேல் காக்க. ... ... (23)

ரஞ்சித மொழி தேவானை நாயகன் வள்ளி
பங்கன்

செஞ்சய வேல் கிழக்கில் திறமுடன் காக்க,
அங்கி

விஞ்சிடு திசையில் ஞான வீரன் வேல்
காக்க, தெற்கில்

எஞ்சிடாக் கதிர்கா மத்தோன் இகலுடைக்
கரவேல் காக்க. ... ... (24)

லகரமே போல் காளிங்கன்நல்லுடல் நெளிய
நின்று

தகர மர்த்தனமே செய்த சங்கரி மருகன்
கைவேல்,

நிகழ்எனை நிருதி திக்கில் நிலைபெறக்
காக்க, மேற்கில்

இகல் அயில்காக்க, வாயுவினில் குகன்
கதிர்வேல் காக்க. ... ... (25)

வடதிசை தன்னில் ஈசன்மகன்அருள் திரு-
வேல் காக்க

விடையுடை ஈசன் திக்கில் வேத போதகன்
வேல் காக்க

நடக்கையில் இருக்கும்ஞான்றும் நவில்கை-
யில் நிமிர்கையில், கீழ்க்

கிடக்கையில் தூங்குஞான்றும் கிரிதுளைத்-
துள வேல்காக்க. ... ... (26)

இழந்துபோகாத வாழ்வை ஈயும் முத்தை-
யனார் கைவேல்,

வழங்கும் நல் ஊண் உண்போதும் மால்வி-
ளையாட்டின் போதும்

பழஞ்சுரர் போற்றும் பாதம் பணிந்து நெஞ்சு
அடக்கும் போதும்

செழும்குணத்தோடே காக்க, திடமுடன் மயி-
லும் காக்க. ... ... (27)

இளமையில் வாலிபத்தில் ஏறிடு வயோதி-
கத்தில்

வளர் அறுமுகச் சிவன்தான் வந்தெனைக்
காக்க காக்க

ஒளிஎழு காலை, முன்எல் ஓம் சிவ சாமி
காக்க

தெளிநடு பிற்பகல் கால், சிவகுரு நாதன்
காக்க. ... ... (28)

இறகுடைக்கோழித் தோகைக்கு இறைமுன்
இராவில் காக்க

திறலுடைச் சூர்ப்பகைத்தே, திகழ்பின் இரா-
வில் காக்க

நறவுசேர் தாள் சிலம்பன் நடுநிசி தன்னில்
காக்க

மறைதொழு குழகன் எம்கோன் மாறாது
காக்க காக்க. ... ... (29)

இனம்எனத் தொண்டரோடும் இணக்கிடும்
செட்டி காக்க

தனிமையில் கூட்டந் தன்னில் சரவண
பவனார் காக்க

நனி அநுபூதி சொன்ன நாதர்கோன் காக்க
இத்தைக்

கனிவோடு சொன்ன தாசன் கடவுள்தான்
காக்கவந்தே. ... ... (30)

... ஸ்ரீ சண்முக கவசம் முற்றிற்று.

இக்கவசத்தினை நம் உடற்பிணி நீக்கவும், நம் வாழ்க்கையை சீராக்கவும் தினமும் ஆறு முறை பாடவேண்டும்..

போர்களத்தில் வீரர்கள் தங்கள் உயிர்காக்க இரும்பினால் ஆன கவசத்தை அணிவார்கள் அது போல் நம் வாழ்கையை காக்க இந்த

கவசத்தினை பாட வேண்டும்.. வேந்தனின் வாழ்க்கையை காக்கவே அடியார்கள் அதனை செய்ய சொன்னார்கள்.. அவனும் தன் குரலால் அதனை பாட ஆரம்பித்ததும் அந்த வனம் இருள் நீங்கி ஒளி பரவ தொடங்கியது.. அந்த ஒளி பரவ தொடங்கிய நேரம் மண்டோதரியின் சிலை உயிர்தெழுந்தது போல் கத்த தொடங்கியது அக்குரல் கேட்டு அனைவரும் ஓர் நொடி ஸ்தம்பித்தாலும் மறுநொடி அடியார்கள் "வேந்தா கவசம் பாடுவதை நிறுத்தாதே உன்னால் ஏதோ ஒன்று நிகழ போகிறது அது தான் கடவுளின் சித்தம் போலும்..கிரகண காலமாயினும் மண்டோதரியால் இம்மந்திரத்தின் வீரியத்தை தாங்க இயலவில்லை இத்தாயின் சக்தி குறைந்தால் காலனின் சக்தியும் குறைந்து விடும்.. பின்னர் அவனை அழிப்பது சுலபம் விரைந்து செயலாற்று"

சிறிது நேரத்திற்கு முன் தனக்கு என்னவாகுமோ என்ற அச்சத்தில் நின்றிருந்தவனை ஓர் வலிய இதயம் அழைத்தது.. யார் என்று பார்த்தவனின் எதிரில் சாந்த சொரூபமாய் அடியார்கள் நின்றிருந்தனர்" வேந்தா எங்களோடு வா" என்று அழைக்கவும் மறுபேச்சின்றி அவர்களோடு இவ்விடம் வந்துவிட்டான். இதோ அவனால் இப்பொழுது இருள் வனத்தை ஒளி படர்ந்த வனமாக மாறி கொண்டிருந்தது..இருள் நீங்கியது மண்டோதரியின் சிலை கண்களுக்கு நன்றாக தெரிந்தது.. 6 கைகள் அதில் ஒரு கையில் கத்தி, மறுகையில் சூலம், ஒரு கையில் தாமரை, மற்றொரு கையில் மனித தலை, மற்ற இரு கைகளும் அருள்பாலித்தவாறு நின்றிருந்தவளை கண்குளிர பார்த்துக் கொண்டு இருந்தனர் அவர்கள்.. அச்சிலை

இவனின் மந்திரத்தால் கண்களை திறந்து "அடேய் வேந்தா நிறுத்து உன் மந்திரத்தை.. உன் வாயால் அதை சொல்லாதே.. நீ என் பக்-தன் அல்லவா என் நாமங்களை உச்சரி இதோ இந்த அடியார்களை இவ்விடம் விட்டு விரட்டி-யடி.. நீ உன் காதலை அடைய வேண்டாமா? இந்த ஜென்மத்திலும் உன் எதிரி அந்த நிம-லேந்திரன் தான்.. விரைந்து சென்று அந்த கோவில் மேலெழும்புவதை தடுத்து நிறுத்து.. உன் அகலிகை உன்னோடு வருவாள் இது என் வாக்கு"என்று அவனை பேச்சால் தன்வசம் இழுக்க முயன்றாள்.. மறுமுறை அவர்கள் வசம் அவன் சென்றால் என்ன விபரீதம் நெரும் என்பது கூட அறியாது நின்றிருந்தனர் அடியார்கள்.." வேந்தா அவள் குரலுக்கு செவி சாய்காதே நீ ஒரு முருக பக்தன் அதை மட்டும் நினைவில் கொள்"

அவனோ எதிலும் நிலை இல்லாமல் தலையை பிடித்து கொண்டு அமர்ந்தான்.. ரிஷி-யின் நிலை என்னவாகும்? கிரகண காலம் முன்னர் கோவில் வெளிவருமா? நிமலனும் அகலிகாவும் இதயம் கோர்ப்பார்களா?

19

அடியார்கள் குரலுக்கும் செவி சாய்க்க முடியாமல் மண்டோதரியின் குரலை தவிர்க்கவும் முடியாமல் தலையை பிடித்தவாறு அங்கேயே அமர்ந்தான் ரிஷி..

ஆவென அலறியவனை பார்த்து மனம் இளகிய அடியார்கள் அவன் தோளில் கை வைத்து " ரிஷி உன் மனதை ஒருநிலைப்படுத்து உன் மனதிற்கு தெரியும் எது சரி எது தவறு என்று ஒரு முறை நீ செய்த தவறால் எவ்வளவு உயிர்களை பலி கொடுத்தோம் என்று சந்திர சித்தர் உனக்கு கூறி இருப்பார் அதனால் சிந்தித்து செயல்படு.. மண்டோதரியின் குரலுக்கு செவி சாய்க்க தோன்றினால் உன் விதியின் ஓட்டத்தை நாங்கள் அறியோம் அதே போல் நாங்கள் சொன்னதை கேட்க விரும்பினால் உன் மனம் நிலைப்படும்.. இனி முடிவு உன் கையில்" என்று நகர்ந்தனர்.

ரிஷி தொடர்ந்து செயல்பட முடியாமல் நிற்கவும் தாங்கள் செய்ய வேண்டியதை நினைத்து அவனிடம் ஓர் மந்திர யந்திரத்தை கொடுத்தனர் அவன் கையில் அது பட்டதும் பிரகாசமாய் மின்ன தொடங்கியது" ரிஷி இது இமயமலையில் பல வருடங்களாக பூஜை செய்து எடுத்து வந்த யந்திரம் இது இந்த மண்டோதரியை

சாந்தமாக்கும் நீ செய்ய வேண்டியது என்ன-வெனில் இதை அவள் குரலுக்கு செவி சாய்க்-காமல் அவள் காலுக்கடியில் புதைத்து விட்டு அவளுக்கு முறையாக பூஜை செய்ய வேண்-டும்.. பால், தயிர், பழங்கள் மற்றும் அபிஷேக திரவியங்கள் கொண்டு அபிஷேகம் செய்து அவளை குளிர்விக்க வேண்டும்"

" அதுக்கு அப்பறம் என்ன ஆகும்?"

" யாம் அறியோம் ரிஷி.. இதுவரை மட்டுமே எங்களுக்கு அளித்த கட்டளை.. உங்களை காக்-கவே நாங்கள் இங்கு வந்தோம்"

" அப்போ நீங்களே இதை செய்யலாமே? என்னை ஏன் செய்ய சொல்றீங்க?"

" நீ தான் செய்ய வேண்டும்..இது பிராயச்-சித்தம்"

" சரி செய்யறேன்" என்றவன் நேராக மண்-டோதரியின் அருகில் சென்றான்.. மண்டோத-ரியோ" வேந்தா என்னருகில் வராதே" என்றவ-ளின் குரலை கேட்காமல் அடியார்கள் சொன்-னதை செய்ய ஆரம்பித்தான்.. அவன் பூஜைகள் செய்ய ஆரம்பித்ததும் இருள் மறைந்து மண்-டோதரியின் மீது ஒளி பரவ தொடங்கியது.. அவள் முகம் கோபத்தை விடுத்து சாந்தமாக மாற தொடங்கியது.. அதனைக் கண்ட அடி-யார்கள் மனமும் குளிர தொடங்கியது ‘அப்-பனே உன் கருணையே கருணை, மண்டோத-ரியை சாந்த ஸ்வரூபினியாய் மாற்றவே எங்-களை இங்கே அனுப்பி வைத்தாயா?’ என்று யோசித்து கொண்டு இருக்கும் போதே ரிஷி மயங்கி சரிந்தான் அதனை கண்டு அவனிடம் செல்ல நினைத்தவர்களால் அது முடிய-வில்லை அந்த நேரம் இருளை நீக்கி கொண்டு ஓர் ஒளி கண்களை பறித்து கொள்ளும்

அளவிற்கு பல கோடி சூர்யன் ஒன்றாக கூடி-னால் எவ்வாறு இருக்குமோ அப்படி ஓர் பிர-காசம் அடியார்கள் என்னவென்று பார்க்க நினைத்த போதும் அவர்களால் முடியவில்லை அப்பொழுது " தீய சக்திகளை கட்டுக்குள் வைத்திருந்து இவ்வனத்தை இருளாக வைத்தி-ருந்த மண்டோதரி உயிர் பலியை காணிக்கை-யாக ஏற்ற இந்த மண்டோதரி இன்று முதல் இத்ஸ்தலத்தை காக்கும் தெய்வமாக எல்லை காக்கும் காளியாக இருப்பாள்" என்பதோடு அக்-குரல் மறைந்தது.. அது யார் குரலாக இருக்கும் என்று அவர்கள் அறிந்து கொண்டார்கள்.. தங்-களை இவ்விடம் அனுப்பி வைத்த சர்வேஸ்-வரனின் குரல் தான் அது என்பதை அறிந்து கொண்டவர்கள் அதன் பின்பு ரிஷியை கண் விழிக்க செய்தார்கள்.. கிரகண காலம் முடிய ஒரு மணி நேரமே இருந்த வேலையில் அங்கே நடந்த ஹோமங்களை மீறி உள்ளே பிரவே-சித்து இருந்தான் காலன்.. அவனை கண்ட மக்-கள் அச்சம் கொண்டு அங்குமிங்கும் ஓடினர்..

ரிஷியை தேடி கலைத்துப்போன சித்தர் பின்-னர் நிமலன் மற்றும் மற்றவர்களை காக்க எண்ணி அவர்கள் அருகில் செல்ல முற்பட்-டவரை "என்ன சந்திரரே அவர்களை காக்கும் எண்ணம் கொண்டாயா? அது இன்று உன்னால் முடியாது இவர்களை கொன்று என் மண்டோ-தரியின் சக்தியை பெருக்க போகிறேன் என் தாய் அவளின் பாதி சக்தியை எனக்கு அளித்-துள்ளாள் இனி என்னை எந்த சக்தியாலும் அழிக்க முடியாது.. பார் என் உருவத்தை பார் என்று தன் மேல் போர்த்தி இருந்த மேலா-டையை அகற்றியதும் ஏற்கனவே பயத்திருந்த மக்கள் மேலும் பாய்ந்தனர்.. பெண்கள் மற்றும்

குழந்தைகள் அலறியபடி ஓட எண்ணினர் அவர்களை தன் மந்திர கோளை பயன்படுத்தி கட்டி போட்டான் காலன்.. அதனைக் கண்டு பதறிய மற்றவர்கள் "சித்தரே அவங்கள எப்படி-யாவது காப்பாத்துங்க.. காப்பாத்துங்க" என்றனர் கண்ணீர் மல்க.

அவரோ எதுவும் பேசாமல் அமைதியாக செல்ல முற்பட்டார் அவரை தடுத்தான் நிமலன் "சித்தரே என்ன ஏதுவும் பேசாம போறீங்க? இவங்கள எப்படியாவது காப்பாத்துங்க.."

"இது கிரகண காலம் என்பதை நீ மறந்-தாயோ நிமலா?"

அந்த நேரம் அங்கே வந்த தேவ்" ஏன் கிரகண காலம் இருந்தா என்ன? இத்தனை வருடாம நீங்க பண்ண தவத்துக்கு ஒரு சிறு பலன் கூடவா இருக்காது? கடவுளே கதி என்று இருக்கலாம்னு பார்த்தா கூட அவர் எங்க இருக்காருனு கூட தெரியல.. இவன் கூப்பிடா வருவான்னு தெரியும் ஆனா அது எப்ப நடக்-கும்? இதோ இருக்கானே அந்த காலன் அவனுக்கு அழிவே கிடையாதா? இன்னும் எத்-தனை வருடம் தான் இவன் இப்படியே எல்-லாரையும் துரத்திக்கிட்டு இருப்பான்? இவ்வ-ளவு நாளா இவர் மறைச்சி இருந்து பாது-காத்தாருன்னு சொன்னீங்கல அப்ப எல்லாம் இவனை அழிக்க முடியாதா? அப்பவும் எங்-களை கஷ்டப்படுத்தி பார்த்தாரு இப்பவும் அதே தான்.. எவ்வளவு விளையாட்டு காட்டுவாரு.. நீங்க போக மாட்டீங்க இல்ல நான் போறேன்.. நானே அவங்கள காப்பாத்த பார்க்குறேன்" என்-றவன் காலனை நோக்கி நடக்கலானான்..

கடவுளை தேடும் இவனை என்ன சொல்-வது? இது அவர் மேல் கொண்ட அன்பின்

வெளிப்பாடா? அல்லது கோபமா? எதுவும் புரியாமல் நின்றிருந்த வேளையில் காலன் அருகில் சென்றவன் அந்தரத்தில் தொங்கி கொண்டிருந்தான்..

காலனின் அருகில் சென்றவன்" ஏய் உனக்கு எல்லாம் சாவே வாராதா? பினீக்ஸ் பறவை மாதிரி வந்துகிட்டே இருக்க? அப்போ புகை இப்போ எலும்பு கூடா? என்னடா நினைச்சிட்டு இருக்க? நீ மாயாஜாலம் காட்டினா நான் பயந்து ஓடனுமா? நெவர்.. இந்த தேவ் அப்படி ஒன்னும் கோழை இல்லை" என்றவனை அந்தரத்தில் தொங்க செய்தான் காலன்.

" அடேய் அற்ப மானுடனே முன் ஜென்மத்திலும் உன் வாய் பேச்சு குறையவில்லை இப்பொழுதும் அதே போல் இருக்கிறாய்.. உன்னை அழிக்காமல் விட்டது என் தவறு தான் ஆனால் இப்பொழுது அதை செய்கிறேன் பார் "என்று ஆவேசமாக பேசியவன் அவனை நோக்கி தன் கையை காட்டியதும் அவன் அந்தரத்தில் அங்கும் இங்கும் மரத்தில் மோதி குருதி வழிய அலறினான்.. அதைக் கண்டு நெஞ்சம் பதறினாலும் அவனுக்கு இருக்கும் சக்தியை மனித சக்தியால் எதுவும் செய்ய முடியாது என்று தெளிவாக புரிந்தது நிமலனுக்கு.. உதவி செய்து கொண்டிருந்த சித்தரும் மௌனம் சாதிப்பது ஏன் என்று அவனுக்கு விளங்கவில்லை.. தாரமாக ஏற்க வேண்டியவள் அதும் முன் ஜென்மம் கடந்து இத்தனை வருடங்கள் தான் அங்கும் அவள் ஏங்கேயோ பிறந்து வளர்ந்து என் கை சேரும் வேளையில் மறுபடியும் இப்படி ஒரு அசம்பாவிதம் நிகழ விட கூடாது என்பதில் மட்டும் தெளிவாக இருந்தான்.. ஆனால் எப்படி? மனிதரை மிஞ்சிய சக்தி அது தெய்வ சக்தியே

ஆனால் அந்த தெய்வமே கண்ணாமூச்சி ஆடி கொண்டிருநதால் என்ன செய்வது? தன்னால் வந்த பிரச்சனை தான்.. அதை மறுப்பதற்கில்லை.. தீர்வு, அதை எவ்வாறு கண்டு கொள்வது? இவனை தடுத்து நிறுத்துவது எப்படி? யாரிடம் கேட்பது? என்று எதுவும் புரியாமல் தன் தமையனை காக்கும் வழி தெரியாமல் தவித்து கொண்டு இருந்தான்..

காலன் இடித்ததில் தேவ் நினைவை இழக்க தொடங்கினான்.. அதைக் கண்ட காலன் இதற்கு மேலும் அவன் தன் வழிக்கு வர மாட்டான் என்று நினைத்து தன் செயலை ஆற்ற தயாரானான்..

தேவ்வை கீழே பொத் என்று போட்டதும் பெற்ற மகன் தன் கண் முன்னே துன்பபடுவதை எந்த தாயால் தான் பொறுக்க முடியும்? காலனின் மந்திர பிடியில் இருந்த பெண்களில் அவரும் ஒருவர் தானே.. தமையனை கண்டு நிமலன் துடித்து கொண்டு இருந்த அதே வேளை அங்கே பெற்றவளும் அவனுக்கு உற்றவளும் அதிகமாக துடித்தனர்.. தனு அழுவதை பார்த்த சந்திரகலாவிற்கு ஏதோ புரிய பால முருகரிடம் தன் மக்களை காக்கும்படி மனமுருக வேண்டிக் கொண்டிருந்தார்..

கிரகண காலம் முடிய சிறிது நேரமே இருக்க நிமலனையும் அகலிகாவையும் அழித்து விட்டு அவர்களின் சக்தியை மண்டோதரியின் கத்தியில் சேர்த்து அவளது சக்தியை பெருக்கி சர்வ வல்லமை படைத்தவளாய் மாற்ற வேண்டும் என்ற எண்ணம் தோன்ற அவர்களின் அருகில் செல்ல ஆரம்பித்தான் காலன்.

தேவ் அரை மயக்கத்தில் "டேய் பிளாக்கி நீ அழிய போற உன்னை அழிக்காம விட மாட்-

டேன்டா" என்று கத்தியவனின் தன் கையில் இருந்த தண்டத்தால் ஓங்கி அடித்தான் அதில் ரத்தம் வழிய முழுவதுமாய் மயங்கினான் அவன்.

அதைக் கண்டும் சந்திர சித்தர் அமைதியாக இருக்க விரும்பாமல் காலனை எதிர்க்க துணிந்தார்.. தன் கையில் இருந்த மந்திர நீரை அவன் மேல் ஊற்றினார் அது அவனை சில நொடிகள் தான் தடுத்தது.. அவருக்கு உதவ முன் வந்தான் நிமலன் அவர் கையில் இருந்த நீரை தன்னிடம் சிறிது வாங்கி கொண்டான் இருபுறமும் அவன் மேல் தெளிக்கவும் அவன் திணற ஆரம்பித்தான்..சுதாரித்த காலனோ தன் கையில் இருந்த வாள் கொண்டு நிமலனை அழிக்க துணிந்தான்.. அவனை நோக்கி வாள் வீசவும் அனைவரும் செய்வதறியாது திகைத்து நின்ற வேளையில் வாள் அவன் நெஞ்சை குறி பார்க்கும் அவ்வேளை சித்தர் அவன் முன்னே வந்து நின்றார் அது அவரின் நெஞ்சை குறி பார்த்தது.. அனைவரும் துடித்த நேரம் அருகில் இருந்த நிமலனால் நகர கூட முடியவில்லை.. மனதில் முருகரை நிறுத்தி "முருகா நாங்கள் செய்த பாவமென்ன ஏன் எங்களை இவ்வாறு ஜென்ம ஜென்மமாய் சோதிக்கிறாய்?எங்களை காக்க வா முருகா.. நான் அழைத்ததும் வரு-வாய் என்றாயே வா முருகா" என்று கத்த துவங்கினான்..

துடித்து கொண்டு இருந்த சந்திரர் " நிமலா முன் ஜென்மத்தில் நீ வேண்டி கொண்டதை தெளிவாக யோசித்து பார்.. நிகழ்ந்ததை நினைவு கொள்.. இன்னும் சிறிது நேரம் தான் உள்ளது.. காலத்தை தவற விடாதே இம்முறை இவனை விட்டு விட்டால் இவன் சக்தி பல

மடங்கு பெருகி விடும்"

அவனும் யோசிக்கலான் அகலிகாவை பார்த்தான் "அகி உன் கையை தூக்கி பிடிச்சு முருகரோட மூல மந்திரத்தை சொல்லு"

"என்ன மந்திரம் எனக்கு எதுவும் நியாபகம் வரலையே"

" ப்ளீஸ் டிரை பண்ணு உன்னால முடியும்"

அவளும் யோசிக்கலாள், சந்திரகலா" அகலிகா நீ கோவில் பக்கமே போக மாட்டனு தனு சொன்னா ஆனா அன்னைக்கு வீட்ல அழகா சஷ்டி கவசம் பாடின இல்லையா? அதே போல இப்பவும் முருகரை மனசுல நினைச்சுக்கோ நிமலன் சொன்ன போல உன்னால முடியும்"என்று அவர் தைரியம் சொல்லவும் அகலிகாவுக்குள் புது ஊத்வேகம் பிறந்ததாய் உணர்ந்தாள்.. தன் நினைவுகளில் பால முருகரை நினைத்து" முருகா முருகா எங்களை காக்க ஓடோடி வா.. எனக்குள் இருக்கும் என் சக்தியை உணர வழிவகை தா"என்று வேண்டியவளின் கைகள் தானாக மேலெழும்ப அவளையும் அறியாமல் அவள் மூல மந்திரத்தை ஓம் சரவணபவ என்பதை பல முறை உச்சரித்ததும் காலனின் மாய வட்டம் மறைந்து பெண்கள் குழந்தைகள் அசைய இயலாமல் நின்றிருந்த மற்ற ஆண்கள் அதிலிருந்து வெளிவந்தனர்..

ராஜேந்திர பூபதி சந்திரகலாவும் தனுவும் இன்னும் சிலரும் தேவ் விற்கு தேவையான பச்சிலைகளை பறித்து வைத்தியம் பார்க்க தொடங்கினர்..

நிமலனாலும் அசைய முடிந்தது.. அவன் உடனே வேலவரிடம் சென்றான்" சித்தரே உங்களுக்கு ஏன் இந்த நிலைமை? இத்தனை வரு-

ஷமா தவம் பண்ணிட்டு இருந்தீங்களே.. இது-வரை எந்த பாவமும் செய்யாத உங்களுக்கு ஏன் இந்த நிலைமை?" என்றான் கண்ணீர் மல்க.

"தெய்வத்தின் கட்டளையை மீறி என் பாசம் என் கண்ணை மறைத்து விட்டது.. அதன் பலனாக பூமியில் எனது பயணம் முடிய போகிறது ஆனால் எனக்கு ஒரு அவா இருக்-கிறது நிமலேந்திரா"

" என்ன சித்தரே என்ன செய்யனும்?"

" என் அப்பனை காண வேண்டுப்பா.. அவரை கண் குளிர தரிசிக்க வேண்டும்"

அகலிகா செய்த செயலில் மேலும் மூர்-கமான காலன் ஒன்றை மறந்தான்.. கிரகண காலம் முடிய போகிறது என்பதே அது.. அகலிகா சித்தரின் நிலையை அறிய அவரை நோக்கி நடக்கையில் அவளுக்கு முன் வந்து சினம் கொண்ட காளையாக நின்றான் காலன்.. அகலிகாவின் அருகில் அவன் வந்ததும் அவளுக்கு முன்னே வேட்டையாட துடிக்கும் சினம் கொண்ட சிங்கமாய், பழிதீரக்கும் ரௌத்-திரனாய், தீமையை அழித்து நல்லதை நிலை-நாட்டும் உக்ர சக்தியாய் நிமலன் தோன்றி-னான்.. அந்த நேரம் அவனையும் அறியாமல் "என்ன முண்டமே இந்த காலனுக்கு காலனாய் நான் வருவேன் என்பதை மறந்தாயோ? உன்னை அழிக்கவே பிறந்தேனடா.. உயிராய் நினைத்த என் அகலிகையை கொன்றாய், என் உடன் பிறந்தவளை கொன்றாய், என் மூச்சு காற்றாய் இருந்த என் மித்ரனை கொன்றாய்.. இதெல்லாம் எதற்காக? எங்கள் சக்திகளை பறிக்க தானே?" என்றவன் அகலிகாவை அரு-கில் நிறுத்தி என் அப்பனே எங்களை காக்க வா

என்ற அடுத்த நொடி வனமே நடுக்க ஆரம்பித்-தது.. காலனினால் அவ்விடத்தில் நிற்க முடி-யவில்லை நிமலனின் வேல் முத்திரையும், அகலிகாவின் ஓம் முத்திரையும் மின்ன தொடங்கிய நேரம் மறைந்த கோவில் வெளிவர தொடங்கியது..கோடி சூர்ய பிரகாசத்தை ஒத்த அந்த வெளிச்சத்தை காண முடியாமல் அனை-வரும் கண் மூடிய வேளை நிமலனின் கையில் நவரத்தின வேல் வந்தது அவன் தோள் மேல் மயில் வந்து அமரவும் அவனுடைய புஜங்கள் இரும்பென இறுக தொடங்கினர்.. அகலிகாவின் கைகளில் தோன்றிய ஒளியில் ஊர் மக்கள் அனைவரும் மயங்கி சரிந்தனர்..காலனின் எண்-ணம் ஒன்று மட்டுமே அது அவர்களை அழிக்க வேண்டும் என்பதே.. கோவில் சிறிது சிறிதாக அவர்களுக்கு புலப்பட தொடங்கியது.. மணி-யோசை வனமெங்கும் அதிர செய்தது.. தீபா-ராதனையும், சாம்பிராணி வாசமும் காலனின் எலும்புகளை வலுவிழக்கச் செய்தன.. அதற்கு மேலும் தாமதிக்காமல் தன் எண்ணத்தை செய-லாற்ற துவங்கினான்.. வேலவரின் மேல் இருந்த கத்தியை எடுத்தவன் அகலிகாவை நோக்கி எறியவும் நிமலன் அனிச்சையாய் அவள் கரம் பற்றவும் அவர்களின் ஒட்டு மொத்த சக்தியும் வெளிவர தொடங்கியது..அந்த சக்தியால் காலன் வீசிய வாள் அவர்கள் மீது படாமல் மறுபடியும் காலனின் கையில் வந்து சேர்ந்தது.. அதே நேரம் நிமலனுக்கு அகலிகா-விற்கும் பழைய நினைவுகள் தெளிவாக கண் முன்னே தோன்ற முகம் ரத்த சிவப்பாக மாற கண்களில் ஆக்ரோஷமாக காலனை அழிக்கும் நோக்கோடு அகலிகாவை ஒரு முறை திரும்பி பார்த்தவன் காலனை நோக்கி அவர்களின்

கையை நீட்டவும் அதிலிருந்து தோன்றிய மாய வளையம் அவனை கோவிலின் வாயிலில் தூக்கி அடித்தது.. வேட்டையாட போகும் சிறுத்-தைகள் என காற்றோடு இருவரும் ஒரே தாவ-லில் அங்கே அவன் முன்னே நின்றனர் ஆத்-திரம் மேலோங்க "அடேய் இம்முறை உன்னை அழித்து புனிதமான என் அப்பன் இருக்கும் இடத்தை கலங்கப்படுத்த விரும்பவில்லை.. உன்னை அழிப்பது சத்ரு வதமே ஆனாலும் உன்னை உள்ளே அனுமதியேன்" என்றவன் அவனுடன் சமர் செய்ய ஆரம்பித்தான்.. அகலி-காவிற்கு தடுக்க மனம் வரவில்லை..சித்தர் அங்கிருந்தபடியே வேண்டாம் என்று எவ்வளவு சொல்லியும் அவன் கேட்கதாய் இல்லை.. காலனின் மீது தன் சக்தியை உபயோகப்படுத்த அகலிகாவின் கரம் கோர்க்க வேண்டும் ஆனால் அவளோ இவனின் வன்முறையை வேண்டாம் என்று தடுத்து கொண்டு இருக்கிறாள்.. பால முருகரின் சன்னதி வெளிவந்தாகி விட்டது.. ஆனால் இவனின் நிலை? இதற்கு மேலும் இவனை அழிக்காமல் விட்டால் மேலும் தொல்லை தருவான் தானே? எங்களின் சக்-தியால் எனக்கும் என்னை சார்ந்தவர்களுக்கு ஏதாவது பிரச்சினை வந்தால்? யோசித்தவன் ஒரு முடிவுக்கு வந்தவனாய் முருகரின் நவரத்-தின வேலை எடுத்தவன் அக்கோவிலை நோக்கி திரும்பி இதயம் கூப்பி,

"ஓம் சாம் சீம் சூம் சௌம் ம்ரீம் ஹ்ரீம் கீளிம் ஐயம் சௌஹு ஜ்வலத் ஜ்வாலாய கோடி சூர்ய பிரகாசாய மகா சத்ரு பயங்கராய சர்வ சக்தி மயாய குஹாசாய ஹூம் பட் ஸ்வாஹா!!"

என்றதும் அவனின் வேல் முத்திரை மறு-படியும் மின்ன தொடங்கியது வேலின் கனம் தாங்காமல் அதனை தன் தோள் மேல் நிறுத்-தியவன் காலனை நோக்கி" உன் அழிவு காலம் ஆரம்பித்தது காலனே.. செல்" என்று வேலை அவனை நோக்கி வீசினான் கிரகண காலம் முடிந்த நேரம் என்பதால் காலனின் சக்திகள் குறைய தொடங்கி இருந்தது அதனால் அவனால் வேல் தன்னை நோக்கி வருவதை தடுக்க முடியவில்லை வேல் நெருப்பை வீசி கொண்டு வருவதை நோக்கி தன் அழிவை காத்திருந்தான் ஆனால் அவனே எதிர்பாராத நேரத்தில் அவன் நெஞ்செலும்பை தாக்கும் வேலையில் சித்தர் அதனை தடுத்தார் வேலின் சக்தியால் அரூபமாய் மாறியவர் ஒரு சிறிய மின்னும் புள்ளியாய் வானத்தில் நின்றார்.. நிம-லனும் அகலிகாவும் பதறியபடி " அய்யோ சித்தரே நீங்க எப்படி இங்க வந்தீங்க? இனி அவனை எப்படி அழிக்கிறது? வேலை ஒரு முறை மட்டுமே பயன்படுத்த முடியும் என்பது தாங்கள் அறியாததா?"

"நான் அறிவேன் நிமலேந்திரா"

"இருந்தும் ஏன் இவ்வாறு செய்தீர்கள்?.. என் அப்பன் வேல் அன்றி இவனை எங்கனம் நான் அழிப்பேன்?" என்றான் கலங்கியவாறு.

"அதை நான் அறியேன் நிமலா ஆனால் இவனின் அழிவு இன்று நிச்சயம் என்பது மட்-டும் தெரியும்.. நான் செய்த தவறுக்கான தண்-டனையாக இதை ஏற்றுக் கொள்கிறேன்.."எனும் போதே ரிஷி அடியார்களுடன் அங்கு வந்தான்.

" சித்தரே எங்க இருக்கீங்க இனி மண்டோ-தரி தொல்லை இருக்காது நிமலா காலனை அழிச்சிடு" என்றான் மகிழ்ச்சியாக.

" அது முடியாது ரிஷி முருகரோட வேல் காலனை தாக்கும் முன்னாடி சித்தர் குறுக்கே வந்து இதோ புள்ளியா மாறிட்டாரு" என்று அந்த மின்னும் புள்ளியை காட்டினான்.

அடியார்கள் அங்கிருந்ததால் காலனால் அங்கிருந்து மறைய முடியவில்லை அவர்கள் தூவிய விபூதி அவனை அசையாமல் செய்திருந்தது.

சித்தர் தன் காலம் முடிந்ததேன அனைவரிடத்திலும் பிரியா விடை பெற்றுக் கொண்டு முருகரின் பாதத்தில் தன் உலக பயணத்தை முடித்துக் கொண்டார்.

அவர் சென்றதும் அடியார்களை நோக்கி ரிஷி" இவனை இப்ப எப்படி அழிக்கறது? எங்களுக்கு உதவி பண்ணுங்க.. இங்க இருக்க மக்களை காப்பாற்ற நாங்க என்ன செய்யணும்?"

"முருகரிடம் சரணாகதி அடையுங்கள்.. அதுவே சிறந்த வழி.. எங்களால் சில நிமிடங்கள் மட்டுமே இவனை கட்டுபடுத்த முடியும்"

அதைக் கேட்டதும் கோவிலை நோக்கி ஓடினார்கள் மூவரும்.. பால முருகரை பார்த்தவர்கள்" ஐயனே என் அப்பனே எங்களுக்கு ஒர் வழி காட்டப்பா.. தீய சக்தியை அழித்து உன் சக்தியை நிலைநாட்ட எங்களுக்கு உதவி புரிய வேண்டும்"என்று அனைவரும் ஒன்றாக வேண்டிக் கொண்டனர்.. அதற்குள் காலனை கட்டுப்படுத்த முடியாமல் போயிற்று அடியார்களால்.. தன் சக்தியை ஒன்று திரட்டி நெருப்பு பந்தை உருவாக்கியவன் அவர்கள் மூவரை நோக்கி எரியும் அவ்வேளை தாங்கள் அழிய போகிறோம் என்று கண் மூடிய வேளை காற்றாய் சுழன்றி அடித்தது ஓர் சக்தி கண்களுக்கு தெரியாமல் அரூபமாய் இருந்தாலும் அது தங்-

களை காக்கவே வந்துள்ளது என்பதை அவர்-களால் உணர முடிந்தது.. ஆனால் காலனால் அதை துளியும் நம்ப முடியவில்லை "தாயே தாங்களா என்னை அழிக்க முயல்கிறீர்கள்? நான் தங்கள் பக்தன் அல்லவா?"

"ஆம் நீ என் பக்தனாக இருந்தவன் தான்.. ஆனால் தெய்வமாக மதிக்கும் கோமாதாவை அதன் கன்றை தவிக்க விட்டு எப்பொழுது எனக்கு காணிக்கை ஆக்கினாயோ அப்பொழுதே உனக்கான அழிவு காலம் நிர்ணயம் செய்யப்-பட்டு விட்டது.." என்றாள் ஆக்ரோஷமாக.

" ஆனாலும் தாயே இத்தனை ஆண்டுகள் தன்னையே துணை என்று நினைத்து வாழ்ந்து வந்தேனே.. தங்களுக்காக தானே நான் இங்கே வந்தேன்? தாங்களே என்னை தடுப்பது ஏன்?" என்றான் புரியாமல்.

" உன்னை அழிப்பது தான் எனக்கிட்ட பணி.. என்றவள் காளியாய் மாறி அவனை தன் வாளால் வெட்டவும் காலனின் சகாப்தம் முடிந்தது.. அவனின் எலும்புகள் நெருப்பில் எறிந்து சாம்பலாகி காற்றோடு காற்றாக மறைந்தது..

அதன் பிறகும் கோபம் குறையாமல் நெருப்பு உருவமாய் நின்றவளை தணிக்க என்ன செய்-வது என்பது தெரியாமல் அவர்கள் நிற்க அடி-யார்கள் தாமாக வந்து கோபத்தை குறைக்க வேண்டி மலர்களால் அர்ச்சனை செய்ய தொடங்கினர்.. ஆரம்பத்தில் அவளின் சீற்றத்-தில் பொசுங்கிய மலர்கள் சிறிது நேரத்தில் சாந்த முகமாக அனைவருக்கும் காட்சி தந்-தாள்.. அந்த காட்சியை கண்டவர்கள் மெய் மறந்து நின்றனர்.."நான் செய்த பாவங்களை போக்கி என்னை இத்தலத்திற்கு காவல் தெய்-

வமாக இருக்க செய்த எம் பெருமானின் கருணையே கருணை.. இனி காலனால் யாருக்கும் எந்த தொந்தரவும் இருக்காது.. நான் வருகிறேன்.. வருடா வருடம் எனக்கான பூஜைகளை சரியாக செய்தால் நான் மனம் குளிர்ந்து அனைவருக்கும் நன்மையே செய்வேன்" என்று காற்றோடு காற்றாக மறைந்தாள் காளியாகிய மண்டோதரி.

அதன் பின் அடியார்களும் அவர்கள் மூவரையும் ஆசிர்வதித்து விட்டு மறைந்தனர்.

நிமலன்,அகலிகா, ரிஷி மூவரும் பால முருகர் சன்னதியை நோக்கி சென்றனர்.. இத்தனை வருட காத்திருப்பு, எத்தனை நல் உள்ளங்களின் தவம்? எத்தனை பிரச்சினைகள், எத்தனை உயிர் பலிகள்.. இத்தனையும் உன்னை காண தானே என் ஐயனே.. இந்த அழகை காண இந்த இரண்டு கண்கள் போதாதே! ஜென்ம ஜென்மமாய் உன்னை தேடி எத்தனை கண்கள் வந்து சென்றிருக்கும்? அவர்களுக்கு எல்லாம் கிடைக்காத இந்த பாக்கியம் எங்களுக்கு கிடைப்பது என்றால் நாங்கள் செய்த புண்ணியம் என்ன? என்று மூவருக்கும் ஓரே மாதிரியான சிந்தனைகள் மனதில் தோன்ற பால முருகரை பார்த்தனர்.. ராஜ அலங்காரத்தில் கண்களை பறிக்கும் பிரகாசத்துடன் நின்று கொண்டு இருந்தவரை கண் குளிர ரசித்தனர் அவர்கள்.. அதே நேரம் சித்தரை தாக்கிய நவரத்தின வேல் தானாக அவரின் கையில் வந்தடைந்தது.. தானாக தீபாராதனை காட்டியதும் தங்களை மறந்த நின்ற வேளை முருகரின் கைகளில் இருந்து தோன்றிய ஒளி அங்கிருந்த அனைவரின் மேலும் பட்டது நடப்பது என்னவென்று விளங்காமல் மயில் "ஐயனே தாங்-

கள் என்ன செய்கிறீர்கள் என்பதை அடியேன் அறிந்து கொள்ளாமா?"

அங்கே தோன்றிய பால முருகர்" இன்று நடந்த சம்பவங்கள் மட்டுமின்றி பூர்வ ஜென்ம நினைவுகளும் அவர்களுக்கு மறந்து விடும்.. அவர்களுக்கு என்று புதிய வாழ்க்கை ஆரம்பிக்க போகிறது..அவர்களின் பிறந்த நோக்கம் முடிவடைந்தது.. இனி அவர்களின் வாழ்வில் மகிழ்ச்சி மட்டுமே"என்று கூறி மறைந்தார்.

மயங்கி இருந்த ஊர் மக்களும், தரிசனம் செய்த கொண்டிருந்த அவர்கள் மூவரும் இதுவரை நடந்த நிகழ்வை மறந்து கோவிலை அகழ்வாராய்ச்சியில் கண்டுபிடித்து அதனை மற்றவர்களுக்கு தெரிவித்து பூஜைகள் நடைபெறுவது போல உணர்ந்தனர்.. தேவ் விற்கு இருந்த காயங்களும் மறைந்து இருந்தது.. ஆனால் அவர்களின் காதல் நாயகிகளின் கைகளிளை விடாமல் பற்றியிருப்பதை பார்த்த அவர்களின் பெற்றோர்கள் ஓர் அர்த்த புன்னகையை வீசி கொண்டனர்..அவர்களும் தங்கள் நாயகிகளை காதல் கொண்ட கண்ணோடு தங்கள் காதலை பரிமாறி கொண்டிருந்தனர்.. நாயகிகளும் அவர்கள் காதல் கொண்ட மனதை கண்களால் உணர்ந்தனர்..

பூஜைகள் முடிந்து அனைவரும் கிளம்பி அவரவர் இருப்பிடம் நோக்கி சென்றனர்.. மறுநாள் மும்பையிலிருந்து வந்திருந்த மூவரும் தங்கள் சொந்த ஊருக்கு கிளம்ப தயாராகி கொண்டிருந்தனர்..அகலிகாவும், தனுஜாவிற்கும் அவ்விடம் விட்டு கிளம்ப மனம் வரவில்லை.. வாய் மொழியாக தங்கள் காதலை சொல்லாமல் போனாலும் அவர்களின் கண்களில் தங்களுக்கான காதலை கண்டார்களே! அதை எவ்-

வாறு கண்டு கொள்வது? என்று எவ்வளவு யோசித்தும் விடை அறிய முடியவில்லை.. இனி இறைவன் விட்ட வழி என்று அறையின் வாயிலில் கால் வைத்தவர்களுக்கு ஓர் இன்ப அதிர்ச்சி காத்திருந்தது..

20

முருகரின் திருவிளையாடலால் அவர்களின் கோவிலை கண்டுபிடிக்கும் வேளை ஆறு மாதமாக நடந்ததை போன்று உணர்ந்தார்கள்.. இந்த ஆறுமாத காலத்தில் அவர்கள் தங்களின் துணைகளை தேர்ந்தெடுத்து இருந்தார்கள் ஆனால் மனம் விட்டு தங்களின் காதலை பேசி கொள்ளவில்லை.. நிமலனிடம் இருந்த ஏதோ ஒரு பண்பு அகலிகாவை ஈர்த்தது.. அவனுக்கும் அதே நிலை தான்.. தேவ்வின் குறும்போ எதுவோ ஒன்று தனுவை ஈர்த்திருந்தது.. ரிஷியின் நிலைமை தலைகீழாக மாறிவிட்டது இருந்தது.. அகலிகாவின் மேல் இருந்த காதலை சுத்தமாக மறந்து நட்பு முறையிலேயே பழகி கொண்டிருந்தான். இந்நிலையில் கோவில் கண்டுபிடித்தற்காக அரசாங்கத்தால் பதவி உயர்வு அளிக்கப்பட்டுள்ளது அவர்களுக்கு.. கோவில் கண்டுபிடித்த செய்தியை தன் யூடியூப் சேனலில் வெளியிட்ட ஓரே நாளில் பிரபலமடைந்து இருந்தான் தேவ்.. கந்தபுரத்தில் இருந்து மும்பை கிளம்பும் நாளும் வந்தது.. காதலை சொல்லாமல் செல்வதால் மனம் கணக்க அறை வாயிலை எடுத்து வைத்தவர்களுக்கு இன்ப அதிர்ச்சியாக இருந்தது.. அகலிகா, தனு குடும்பமும் ரிஷியின் குடும்பமும் மும்-

பையிலிருந்து வந்திறங்கி இருந்தனர்.. குடும்பத்தினரை கண்டதும் தாவி அணைத்து கொண்டனர்..

அகலிகா, "அம்மா, அப்பா நீங்க எப்படி இங்க?" என்றாள் அதிசயமாக.

வெண்ணிலா, "ஏன் வந்தோம்னு கேட்குறீயா?" என்றார் சிரியாமல்.

"அய்யோ அம்மா அப்படிலாம் இல்லை.. நானே இன்னைக்கு அங்க வர தான போறேன் அதுக்கு தான் கேட்டேன்"

"முக்கியமான விசயம் பற்றி பேச இங்க வந்து இருக்கோம்.. இன்னைக்கு வர பொறுக்க முடியாது அதான் எல்லாருமா வந்து இருக்கோம்"

" அப்படி என்ன முக்கியமான விஷயம்?" என்றாள் புரியாமல்.

"நாளைக்கு உனக்கு நிச்சயம்மா"என்றார் சந்திரன்.

அதைக் கேட்டதும் கண்கள் கலங்க மனம் கணக்க நின்றவளை தனு தான் தாங்கி கொண்டாள்.. இவளின் நிலை இவ்வாறு இருக்க நிமலனின் நிலை பற்றி சொல்லவும் வேண்டுமா? பெற்றவர்களிடத்தில் சம்மதம் வாங்கி கொண்டு அவளை தன்னவள் ஆக்கி கொள்ள முடிவு செய்திருந்தானே! தீடீரென்று இவர்கள் இப்படி சொல்வார்கள் என்று நினைத்து கூட பார்க்கவில்லையே! இவளும் மறுபேச்சின்றி நிற்பது ஏனோ? ஒருவேளை தனக்கு அவள் மேல் இருக்கும் காதல் அவளுக்கு என் மேல் இல்லையோ? என்று குழம்பி நின்ற வேளை அகலிகா வாய் திறந்தாள் "அம்மா, அப்பா இப்ப எனக்கு எதுக்கு கல்யாணம்? யார கேட்டு முடிவு செய்தீங்க? எனக்கு இதுல துளியும் சம்-

மதம் இல்லை.. இதுக்கு மேல இங்க பேச வேண்டாம்.. நாம கிளம்பலாம்" என்றாள் கோபமாக.

அவளின் பேச்சில் அவள் மனதில் யாருக்கும் இடம் இல்லை போலும் என்று சரியாக தவறாக புரிந்து கொண்டான்.

அப்பொழுதும் சந்திரன் அமைதியாக புன்னகை சிந்தியபடி" அப்பா உன்னை இதுவரை எதுக்கும் கட்டாயப்படுத்தினது இல்லைன்னு உனக்கு தெரியாதா? இத்தனை நாளும் உன்னோட பேச்ச கேட்டோம் இல்லையா? இந்த ஒரு தடவை என் பேச்சை கேளு இந்த போட்டோவ பாரு.. அதுக்கு அப்பறமும் உனக்கு புடிக்கலன்னா அதைப்பற்றி பேச மாட்டோம் சரியா" என்றதும் விருப்பமே இல்லாமல் அதை வாங்கி பார்த்தவளின் கண்கள் ஆச்சரியத்தில் விரிந்தன.. அவள் ஆச்சரிய பார்வையை கண்ட தேவ் நிமலனிடம்" டேய் அண்ணா உன் லவ்வு அவ்வளவு தான் போலையே.. உன்னை விட இளிச்சவாயன் எவனோ சிக்கிடான் போலையே"என்று சீண்டியவனை கண்களாலே எரிந்தான் அவன்..

"அம்மா அப்பா இவன், இவரு எப்படி?" என்றாள் தட்டுமாறியபடி...அதில் இருந்தது நிமலனின் புகைப்படம் தான் என்பதை நான் சொல்லவும் வேண்டுமா?

"உன் மனசு எங்களுக்கு தெரியாதா? மாப்பிள்ளைக்கு அப்பா அம்மாவே சந்தோஷமா பேச வந்தாங்க அதுக்கு அப்பறம் கூட நாங்க எப்படி சம்மதிக்காம இருக்க முடியும்?.. இப்ப சொல்லு உனக்கு ஓகே வா?"

"எனக்கு ஓகே தான் அப்பா" என்றவளின் அருகில் வந்த தனு" ஏய் என்ன இப்படி பேசுற

அப்ப உன் ஆசை என்ன ஆகுறது?"

தன்னவனை பார்த்தவள் அவனின் குழம்ப முகத்தை பார்த்து மேலும் சீண்ட எண்ணி " என் ஆசையா அதெல்லாம் ஒன்னும் இல்லை தனு என் அப்பா அவர் சொன்ன ஒரு வார்த்தைக்காக தான் ஓகே சொல்லி இருக்கேன் அதுவும் இல்லாம பார்க்க அழகா இருக்கார் நல்ல இடம் இதுக்கு மேல என்ன வேணும்? என்றதும் அவளின் கையில் இருந்த புகைப்படத்தை பார்த்தவள் நிமலனிடம் அண்ணா இங்க பாருங்க என்று அவன் நிழற்படத்தை காட்டவும் அவனின் மகிழ்ச்சி எல்லையை கடந்தது.. ஒரு நொடி அவளை காதலாக நோக்கியவன் பின்னர் தன் தந்தை இருக்கும் இடத்தை நோக்கி விரைந்தான் தன் குழப்பத்திற்கான விடை அறிய..

அவனை புன்முறுவலுடன் அருகே அழைத்தவர் "என்ன நிமலா உனக்கு சந்தோஷம் தானே?"

"ரொம்ப சந்தோஷம் அப்பா ஆனா இது எப்படி? இதுவரை நாங்க இரண்டு பேரும் கூட எங்க மனச விட்டு பேசி கொண்டது இல்லை அப்பறம் எப்படி?" என்றான் ஆர்வ மிகுதியால்.

"நீ சொன்னா தான் உன் மனச புரிஞ்சிகனுமா? நாங்க உன்னை பெத்தவங்க நிமலா.. உன் கண்ணசைவை வச்சே புரிஞ்சிக்கிட்டோம்..இன்னொரு விசயம் சொல்லவா?"

" என்ன விசயம் அப்பா.. சீக்கரம் சொல்லுங்க"

" இன்னைக்கு மாலை உனக்கும் அகலிகாக்கும் நிச்சயதார்த்தம்.. சீக்கிரம் ரெடி ஆகு"

அதே நேரம் தன் தந்தை அருகே வந்த தேவ்" அப்பா உங்களாள உங்க பெரிய பையன்

மனச புரிஞ்சிக்கிட்டு அவன சேர்த்து வச்சிட்டீங்க ஆனா உங்க செல்ல பையனுக்கு இப்படி துரோகம் பண்ணிட்டீங்களே"

" என்னடா சொல்ற நான் என்ன பண்ணேன்.. உனக்கு லவ்வு ல டவுட்டுனு ஜோசியர் அப்பவே சொன்னாரே!"

"அப்பா.. அவர் சொன்னத நம்பாதீங்க.. நானும் ஒரு பொண்ண லவ் பண்றேன்"

" என்னடா பாவி பயலே குடும்ப கௌரவத்தை ஏன்டா இப்படி குழி தோண்டி பொதைக்க பார்க்குற? யார்டா அந்த பொண்ணு?" என்று சீறினார் சந்திரகலா.

" இது என்னடா அநியாயமா இருக்கு? அந்த பையன் லவ் பண்ணா நீங்களே கல்யாணம்துக்கு ஏற்பாடு பண்ணுவீங்களாம் நான் லவ் பண்ணா மட்டும் கௌரவம் கெட்டு போகுதோ? யார் எதிர்த்தாலும் சரி என் தனுவ தவிர வேற யாரையும் கல்யாணம் பண்ணிக்க மாட்டேன்" என்றதும் தனு அவனை கட்டி கொண்டாள்.

மற்றவர்களோ மகிழ்ச்சியாக அவர்களை பார்த்திருந்தனர்.. அவனோ என்ன நடக்கிறது என்று புரியாமல் தன் தாயை பார்க்க" உன்கிட்ட இப்படி பேச சொன்னதே உன் தனு தான்.. உனக்கும் இன்னைக்கு நிச்சயம் தான்.. அதுக்கு முன்னாடி உன்கிட்ட விளையாடி பார்க்கனும்னு தனு ஆசைப்பட்டா அதனால தான்"

"ஆனா அம்மா இதெல்லாம் எப்ப எப்படி ஏற்பாடு பண்ணீங்க?.. நாங்களும் இங்க தானே இருந்தோம்?"

ராஜேந்திர பூபதி," கோவிலை கண்டுபிடிச்ச மறுநாள் நாங்க சென்னை போயிட்டு வரோம்னு சொல்லிட்டு கிளம்பினோம் ஞாபகம் இருக்கா?"

ஆமாம் என்றனர் மூவரும் ஒருசேர..தனு மட்டும் தன் தாய் தந்தையிடமிருந்து விசி-யத்தை எப்படியோ பேசி வாங்கிவிட்டாள் என்-பது வேறு கதை.

" நீங்க இங்க வந்ததுல இருந்து எங்க பசங்க நடவடிக்கையை கவனிக்க ஆரம்பிச்சேன்..உங்க எல்லோரோட கண்ணுலையும் நேசத்தை பார்த்-தோம்.. சாதாரணமா நிமலன் கிட்ட உன்னை பத்தி பேசின போது அவனோட முகமே சொல்-லியது அவன் மனசுல உனக்கான இடம் நிறைய இருக்குன்னு.. அதே போல அகலிகா கிட்ட பேசும் போதும் இதே தான் ஆச்சு.. சோ வீ கேம் பார் ஏ கன்குலுயூசன்.. அண்ட் உங்-களை பற்றி மற்ற விவரம் எப்படி கண்டு-பிடிக்கறதுன்னு யோசிச்ச போது தான் உங்க அறையை கீளன் பண்ண போன வேலையாள் உங்க இரண்டு பேரோட ஐடி கார்ட்ட கொடுத்-தாங்க.. தென் அதை வச்சி உங்க ஆபிஸ்க்கு கால் பண்ணி உங்களோட அட்ரஸ் அண்ட் போன் நம்பர் வாங்கி உங்க அப்பா அம்மா கிட்ட எங்க விவரத்தை சொல்லி மறுநாள் பேச வரர்தா சொன்னோம்" என்றதும் சந்திரன் இடையிட்டார்,

" அன்னைக்கு அவர் கால் பண்ணபோ எங்-களாள நம்ப முடியல இருந்தும் நீ இந்த இடத்தை பற்றி சொன்னதை வச்சி கூகுள் பண்ணி பார்த்தேன்.. அதுல அவங்களோட இஸ்டிரியே இருந்தது.. இவ்வளவு பெரிய ஆளுங்க நம்மல தேடி நல்ல மனசோட வரர்து நாங்க பண்ண புண்ணியம்னு நினைச்சோம்.. அவங்களும் மறுநாள் சொன்னா மாதிரியே வந்திறங்கினாங்க அவங்க கிட்ட பேச பேச அவங்களோட நல்ல மனசு புரிஞ்சது.. அப்ப-

டியே பேசி சர்ப்ரைஸா உங்க அவங்க வழக்கப்படி நிச்சயத்தை இன்னைக்கு வச்சிக்கலாம் னு சொன்னாரு.. கல்யாணம் ஆறு மாசம் கழிச்சி"

" என்னது ஆறு மாசாமா? என்றனர் அண்ணனும் தம்பியும்.. நடப்பது எதுவும் புரியாமல் ரிஷி நின்றிருக்க தன் தாய் தந்தை எதற்காக வந்திருக்கிறார்கள் என்பதை கேட்க தவறி விட்டான்"

தங்களுக்காக ஒதுக்கப்பட்ட அறைக்கு அனைவரும் சென்றிருக்க ரிஷியை மட்டும் ஒரு ஜோடி கண் பார்த்து கொண்டே இருந்தது.. அதை உணர்ந்தானோ என்னவோ சுற்றும் முற்றும் பார்த்தான்.. ஆனால் அவன் பார்வையை பார்க்க முடியாமல் மறைந்திருந்தாள் அவள்.. இதற்கிடையே சிறிது நேரம் கூட தங்களின் மனம் கவர்ந்தவளுடன் இருக்க விடாமல் வேலை வேலை என்று அலைக்கழிக்கும் தந்தையின் மீது சிறு கோபம் வந்தாலும் தங்களின் நிச்சயத்திற்காக அவர்களின் வயதை மறந்து தங்களின் தாய் தந்தை ஓடியாடி வேலை செய்வதை பார்த்து குறுநகை பூக்கவும் தவறவில்லை..

இப்படியாக மாலை நான்கு மணிக்கு ஊர் எல்லை தெய்வமான மண்டோதரிக்கு பூசாரியை விட்டு தக்க பூஜைகள் செய்ய சொன்னவர்கள் (அவர்களை பொறுத்த வரை மண்டோதரி வழிவழியாக ஊர் எல்லையில் இருக்கும் காவல் தெய்வம்.. அவளை பற்றிய முந்தைய குறிப்புகள் யாவும் காவல் தெய்வம் என்று மட்டும் இருக்கையில் அவர்களும் இது நாள் வரையில் அவளுக்கான தக்க பூஜைகள் செய்யாமல் எந்த நல்ல விசயமும் நடைபெறுவது இல்லை)

அதை செய்து விட்டு அவர்களுக்கான தனி உடையான ராஜ உடை தரித்து, மணமகளான அகலிகா மற்றும் தனுவிற்கும் கூட இளவரசியை போல் உடை தரித்து பேரழகாக காட்சி அளித்தனர்.. மணமக்களின் பெற்றோர்கள் உறவினர்கள் சகிதமாய் பால முருகரின் சன்னதிக்கு கோலாகலமாக சென்றனர்.. வழியெங்கும் ஒளிமயமாய் அந்த காடே பிரகாசமாய் இருந்தது.. மாலை 7 மணியளவில் மூன்று வீட்டாரின் மனகுளிர அந்த இரண்டு ஜோடிகளுக்கும் நிச்சயம் முடிந்தது.. அந்த நேரம் அனிச்சையாய் அவர்கள் கரம்கோர்க்கவும் அதைப்பார்த்த மயில் பால முருகரிடம் "ஐயனே இவர்கள் கரம் கோர்த்து கொண்டு உள்ளனரே அவர்களின் சக்தி வெளிவரதா?" என்றது புரியாமல்.

அதற்கு அவரோ, " மயிலே அவர்களின் நினைவுகளை அழிக்கும் பொழுதே அவர்களின் சக்தியையும் போய் விட்டது.. இனி அவர்கள் சாதாரண மானுடர்களே.. அவர்களின் சக்திக்கான வேலை முடிந்து விட்டது இனி அது அவர்களுக்கு தேவையில்லை.. அச்சம் கொள்ள வேண்டாம் "என்று அவர் பேசியது மயிலை அன்றி வேறு யார் காதிற்கும் கேட்கவில்லை.

ஆறு மாதம் கழித்து..

அரண்மனையே விழா கோலம் பூண்டு இருந்தது.. தங்களின் ராஜகுமார்களின் திருமணத்தை காண அனைவரும் திரண்ட வண்ணம் இருந்தனர்.. மணமகள்கான அகலிகாவும் தனுவும் தங்களின் வரவேற்பு விழாவிற்காக தயாராகி கொண்டிருந்தனர்.. இந்த ஆறு மாதத்தில் தங்கள் மனம் கவர்ந்தவனுடன் காதல் மொழி பேசி பேசி சிவந்த கன்னங்களை மேலும் சிவக்க வைத்து இருந்தனர் அதுவும் அவர்-

களுக்கு அழகை கூட்டியது.. ரிஷியும் பம்பரமாய் சுழன்று கொண்டிருந்தான்.. சொல்ல மறந்தேனே ரிஷிக்கும் திருமணம் நிச்சயிக்கப்பட்டது மணமகள் யார் தெரியுமா? நம்ம நீலமா தான், அகலிகாவின் சகோதரி ரிஷியை ஒருதலையாக காதலித்து வந்தவள் தன் பெற்றவர்களிடம் சம்மதம் வாங்கி ரிஷியின் பெற்றோர்களிடமும் சம்மதம் வாங்கி விட்டாள் ஆறு மாதம் முன்பே.. நிமலனின் நிச்சியத்தன்று இவனை நோக்கிய அந்த கண்களுக்கு சொந்தகாரி இவளே.. இவர்களும் அவர்களுக்கு இணையாக காதல் மொழி பேசி கொண்டு இருந்தனர்.. வரவேற்பு விழாவி◌ல் நிமலன் நீல நிறத்தில் ஷேர்வானியும் அகலிகா அதே நீல நிறத்தில் தங்க ஜரிகையிலான புடவை அதற்கேற்றாற் போல் நகைகள் அணிந்து ராஜ தோரணையாக பார்ப்பவரின் கண்களை பறித்து கொண்டிருந்தனர்.. தேவ் பிங்க் நிறத்தில் ஷேர்வானியும் அதே பிங்க் நிறத்தில் தங்க ஜரிகையிலான பட்டு புடவை அணிந்து அதற்கேற்ப நகைகள் அணிந்து அவர்களும் ஊர் மக்களின் கண்களை பறித்து கொண்டிருந்தனர்.. இதற்கிடையில் நாயகர்கள் நாயகிகளை தங்களது குறும்பு பேச்சால் சீண்டி கொண்டிருந்தனர்.. அதில் சிவந்த நிறம் மேலும் சிவந்தது அதில் மேலும் பேரழகியாக தோன்றலாயினர்..

நள்ளிரவு ஆகி விட்டது வரவேற்பு முடிய.. அந்த நேரம் அகலிகாவின் அறைக்கு வந்தான் நிமலன் இந்த நேரத்தில் யாரேனும் கண்டால் என்னவாகுமோ என்று தோன்ற அவனை அழைத்து கொண்டு சற்று தொலைவிற்கு சென்றவள் "என்ன இந்திரா இந்த நேரத்தில?" என்றவளை அனு அனுவாக ரசித்தவன்

"உனக்கு ஒரு சர்ப்ரைஸ் இருக்கு ஆனா அதுக்கு முன்னாடி ஒரு விசயம் கேட்கனும்" என்றான் பீடிகையுடன்.

தன் மீன் கண்களை விரித்தவளாய் "என்ன இந்திரா?"என்றாள்.

"எல்லாரும் நிமலன்னு கூப்பிடும் போது நீ மட்டும் வித்தியாசமா இந்திரானு கூப்பிடுறீயே ஏன்?"

"ஏன் உங்களுக்கு அது பிடிக்கலையா?"

" இல்லை இல்ல நீ அப்படி கூப்பிடும் போது என்னவோ மனசுக்கு ரொம்ப நெருக்கமா தோணுது.. இதுக்கு முன்னாடி கூட இந்த மாதிரி கூப்பிட்டு இருப்பீயோனு கூட தோணுது"

" தெரியல.. ஆனா நீங்க எனக்கு ரொம்ப ஸ்பெஷல்.. எல்லோரும் கூப்பிடறா மாதிரி நானும் கூப்பிட்ட அப்பறம் இந்த நிமலேந்திர பூபதிக்கு பொண்டாட்டி ஆக முடியுமா? என்று அவன் தலையில் லேசாக முட்டினாள்.. அதில் அவள் மீது மேலும் காதல் பெருக அவள் சின்ன நெற்றியில் அழகாக முத்தம் வைத்-தான்.. பின்னர் அவளின் கண்களை கட்டிய வண்ணம் அரண்மனையின் பின்புறம் அழைத்து கொண்டு சென்றான்.. அங்கே அவள் கண்ட காட்சியில் அப்படியே உறைந்து நின்றாள்.

முன் ஜென்மத்தில் இளவரசியான அகலி-கைக்கு பிடித்த அந்த குளம், அவள் தன் உணர்-வுகளை பகிர்ந்த இடம் அதை இப்பொழுது உள்ள அகலிகா கூகுள் உதவியுடன் வரலாற்றை தெரிந்து கொண்டவள் அந்த குளம் பற்றியும் அறிந்த கொண்டாள்.. அதை அவள் பார்க்க முடியாவிட்டாலும் இளவரசிக்கு பிடித்த அந்த குளம் இருந்திருந்தால் நன்றாக இருக்-

குமே என்று ஒரு நாள் பேச்சு வாக்கில் நிமலனிடம் சொல்லி இருந்தாள்.. அதை அவன் இவ்வாறு செய்து முடிப்பான் என்று கனவிலும் அவள் நினைத்து பார்க்கவில்லை..

அவளின் ஆசையை கேட்டவன் தன் தந்தையின் உதவியுடன் பழைய புகைப்படங்கள் ஓவியங்கள் இருக்கும் அறைக்கு சென்று அந்த குளம் எப்படி இருந்ததோ அதே போல உருவாக்கினான்..மற்ற பழைய கால ஓவியங்கள் அதாவது ராஜா, ராணி, இளவரசி, சேனாதிபதி, படைத்தளபதி அடங்கியது அழிந்து விட்டு இருந்தால் அவனால் அது யார் என்று அனுமானிக்க முடியவில்லை..ஆனால் பெயர் அவர்களின் பெயரை ஒத்து இருக்கவே சிறிது சந்தேகம் கொண்டான் தான் ஆனாலும் அதை புறம் தள்ளினான்.. வரலாற்றை பொறுத்தவரை அவர்களின் வீர தீர சாகசம் மட்டும் இருக்கையில் காதல் பற்றி இருக்கவில்லை.. இது பால முருகரின் சித்து விளையாட்டில் ஒன்று என்பதை நான் சொல்லி தான் அறிய வேண்டுமா? அன்றிலிருந்து குளம் இருந்த தோட்டத்தை பழையபடி குளமாக மாற்ற ஆரம்பித்தான்.. அதைக் கண்டு தான் உறைந்து நின்றாள் அந்த பேதை..

"எனக்காகவா இந்திரா?" என்றாள் கண்ணீர் மல்க.

அவன் ஆமாம் என்று தலையாட்டவும் அவனின் முரட்டு அதரத்தில் முதல் முத்தத்தை வைத்தாள்.. அதில் அவன் அதிர்ச்சி அடைந்தாலும் அதில் மூழ்கவே செய்தான்.. தேனினும் இனிய அந்த இதழின் சுவை அவனை மேலும் மேலும் ஈர்த்தது.ஆனாலும் முதலில் சுதாரித்தவன் அவன் தான் "ஏய்

என்ன இது யாராவது பார்த்த என்ன ஆகுறது? நான் கிளம்பறேன்.. நீயும் கிளம்பு இதை காமிக்க தான் கூட்டிட்டு வந்தேன் இது உனக்கு பிடிச்சி இருக்குன்னு தெளிவாக தெரிஞ்சி போச்சி.. ஐ லவ் யூ இளவரசி" என்றான் அவனையும் அறியாமல்.

அவனின் கையை பிடித்தவள் "மற்றவர்களை கண்டு அச்சம் கொள்வாரோ இந்த நிமலேந்திர பூபதி?" என்றாள் விளையாட்டாய்.

அவனும் குறுநகை பூத்தவனாய்" வேலுக்-கான அர்ச்சனை செய்ய நேரமாகிறது.. காலம் தாழ்த்தாமல் ஒரு இளவரசி போல் செயல்-படுங்கள்" என்றவனின் தோளில் சாய்ந்தவள் "நாம இப்படியே இருக்கலாமா இந்திரா? "

" இருப்பிங்க இருப்பிங்க டேய் அண்ணா டைம் ஆச்சுடா அர்ச்சனை பண்ணணும்னு அங்க உன்னை தேடிட்டு இருக்காங்க நீ என்-னடான்னா இங்க ரொமேன்ஸ் பண்ணிட்டு இருக்க சீக்கரம் வந்து தொலைடா.. மனுசன வெறுப்பெத்தி பார்த்துக்கிட்டு இதுல ராஜா கால பேச்சு வேற அடச்சி மொதல்ல நகர்ந்து தொலைங்க.. அம்மா தாயே நீ முதல்ல இங்க இருந்து போறீயா? என்றதும் அகலிகா வெட்-கப்பட்டு கொண்டே பூஜைக்கு தயாராக சென்று விட்டாள்..

சுபநிகழ்ச்சியை மேலும் சிறப்பானதாக மாற்ற பால முருகருக்கு இன்று கும்பாபிஷேகம் மற்ற பரிவாரங்களுடன் நடக்கவிருக்கிறது.. அது முடிந்ததும் இரு ஜோடிகளுக்கு அங்கேயே திருமணம் நடைபெற உள்ளது.. விமர்சையாக நடக்கவிருக்கும் அந்த வைபோகத்தில் பங்-கேற்க பல ஊர்களிலிருந்து மக்கள் திரளாக வந்திருந்தனர்.. பாரம்பரிய உடையில் முருக-

ருக்கு தேவையான பட்டாடை எடுத்து கொண்டு நிமலன் கரு நிற புரவியில் முன்னே வர அவனுக்கு பின்னே வெள்ளை நிற புரவியில் ஆபரணங்களை தேவ் எடுத்து வர மற்றவர்கள் பின்னால் ஒவ்வொரு வண்டியாக வந்து கொண்டிருந்தனர்.. காலை 6.45 மணிக்கு கும்பாபிஷேகம் முடிய அடுத்த அரை மணி நேரத்தில் திருமணம் முடிந்தது..கழுத்தில் மங்கள நாணோடு பால முருகரை தரிசனம் செய்த ஜோடிகளை மேல் பூமாரி பொழிந்தது.. வேலவரும் அவரின் காலடியில் இருந்த இந்த காட்சியை கண்குளிர கண்டார்..

இரண்டு வருடம் கழித்து..

ரிஷி - நீலமா திருமணத்திற்காக மும்பை வந்திருந்தனர் அனைவரும்.. தன் ஒன்றரை வயது மகன் திஷிதனை தயார் செய்ய போராடி கொண்டிருந்தாள் அகலிகா..

"இந்திரா உங்க பையனை நீங்களே ரெடி பண்ண கூட்டிக்கிட்டு வாங்க நான் போறேன் டைம் ஆச்சு" என்றவளை "ஏய் பார்த்து போடி ஓடாத அப்புறம் என் பொண்ணு பயந்துட போறா"

"சர் எங்களுக்கு தெரியும் என் பொண்ணு என்ன மாதிரி தைரியசாலி தான் என்றவள் அவனை கன்னத்தில் ஓர் முத்தம் வைத்து நான் பார்த்துக்கிறேன் என்றாள் அவனின் அக்கறையை மதித்தவளாய்"

அங்கே தேவ் தன் ஒரு வயது மகன் குகனுடன் விளையாடி கொண்டிருந்தான்.. "ஏய் தேவா இன்னுமா குகன ரெடி பண்ற?" என்று உடை மாற்றி கொண்டு வந்த தனுஜா.

"இவன் என்ன பண்ண போறான் விடு நாங்க விளையாடிட்டு வரோம் நீ கிளம்பு"

"என்னவோ பண்ணி தொல" என்று நகர போனவளை பின்னோடு அணைத்தான் அந்த குறும்புகாரன்" பேபி நம்ம குகனுக்கு எங்கூட விளையாட போர் அடிக்குதாம் நாம ஏன் அவனுக்கு ஒரு தங்கச்சி பாப்பா தர கூடாது? என்றான் விசமமாய்.

"அவன் கேட்டான் இதை நான் நம்பனும் அப்படி தான?"

"வேணும்னா அவனையே கேளேன் என்றதும் தன் குட்டி பற்கள் தெரிய சிரித்து வைத்தான் அந்த அழகன்.. அவனை ரசித்து கொண்டே தயாராகி வந்தனர் அனைவரும்.. சுபமுகூர்த்த வேளையில் அனைவரின் ஆசிர்வாதத்துடன் நீலமாவின் கழுத்தில் மங்கள நாண் பூட்டி தன்னவள் ஆக்கி கொண்டான் ரிஷி வேந்தன்.. இம்மகிழிச்சி என்றென்றும் நிலைக்க நாமும் பால முருகரின் ஆசியுடன் விடைபெறுவோம்..

சுபம்......

www.ingramcontent.com/pod-product-compliance
Ingram Content Group UK Ltd.
Pitfield, Milton Keynes, MK11 3LW, UK
UKHW042057021026
15589UKWH00001B/27

9 798885 217804